ಷೇರು ಮಾರುಕಟ್ಟೆಯ ಇಂಟ್ರಾಡೇ

ಟ್ರೇಡಿಂಗ್ ಸೀಕ್ರೆಟ್ಸ್

ಇಂದ್ರಜಿತ್ ಶಾಂತರಾಜ್

ಕನ್ನಡಕ್ಕೆ ಅನುವಾದ - ಸಿರಿ ಮೈಸೂರು

INDIA • SINGAPORE • MALAYSIA

ISBN 979-8-89133-872-2

CONTENTS

ಅರ್ಪಣೆ

ನನಗೆ ಗಣಿತ ಹೇಳಿಕೊಟ್ಟ ಶಿಕ್ಷಕರು ಹಾಗೂ ಜೀವನದಲ್ಲಿ ಕುಗ್ಗಿದ್ದಾಗ ಮತ್ತೆ ಮೇಲೇಳಲು ಸಹಾಯ ಮಾಡಿದ

ಶ್ರೀ ನರಸಿಂಹಣ್ಣ ಎ.

ಅವರಿಗೆ ಈ ಪುಸ್ತಕ ಅರ್ಪಣೆ

ಹಕ್ಕುಬಾಧ್ಯತೆ

ಈ ಪುಸ್ತಕವನ್ನು ಪ್ರಕಟಿಸುವಾಗ ಲೇಖಕರು ಕಾನೂನು, ಲೆಕ್ಕಪತ್ರ ನಿರ್ವಹಣೆ ಅಥವಾ ಯಾವುದೇ ರೀತಿಯ ಸಲಹೆಯನ್ನು ನೀಡುವಲ್ಲಿ ತೊಡಗಿಸಿಕೊಂಡಿಲ್ಲ ಎಂಬ ತಿಳುವಳಿಕೆಯೊಂದಿಗೆ ಈ ಪುಸ್ತಕವನ್ನು ಮಾರಾಟ ಮಾಡಲಾಗಿದೆ. ಪ್ರತಿಯೊಬ್ಬ ವ್ಯಕ್ತಿಗೂ ಮಾರುಕಟ್ಟೆಯ ಮೇಲಿರುವ ನಿರೀಕ್ಷೆ ವಿಭಿನ್ನವಾಗಿರುತ್ತದೆ.

ಇಲ್ಲಿ ವ್ಯಕ್ತಪಡಿಸಿದ ಅಥವಾ ಸೂಚಿಸಿದ ಎಲ್ಲ ವಿಚಾರಗಳು, ಅಭಿಪ್ರಾಯಗಳು, ಮಾಹಿತಿ, ಚಾರ್ಟ್‌ಗಳು ಅಥವಾ ಪಾಠಗಳಲ್ಲಿ ಒಳಗೊಂಡಿರುವ ಉದಾಹರಣೆಗಳು ಮಾಹಿತಿ ಮತ್ತು ಶೈಕ್ಷಣಿಕ ಉದ್ದೇಶಗಳಿಗಾಗಿ ಮಾತ್ರ. ಮಾರುಕಟ್ಟೆಯಲ್ಲಿ ಹೂಡಿಕೆ ಮತ್ತು ವ್ಯಾಪಾರದ ಶಿಫಾರಸು ಆಗಿರುವುದಿಲ್ಲ. ಪುಸ್ತಕದಲ್ಲಿ ಸೂಚಿಸಿರುವ ಯಾವುದೇ ವಿಷಯಗಳಿಂದ ನೇರವಾಗಿ ಅಥವಾ ಪರೋಕ್ಷವಾಗಿ ಆಗುವ ಯಾವುದೇ ಅಪಾಯಕ್ಕೂ ಲೇಖಕರು ಹೊಣೆಗಾರರಲ್ಲ.

ತಾಂತ್ರಿಕ ವಿಶ್ಲೇಷಣೆಯು ಹಿಂದಿನ ಕಾರ್ಯಕ್ಷಮತೆಯ ಅಧ್ಯಯನವಾಗಿದೆ, ಮತ್ತು ಹಿಂದಿನ ಕಾರ್ಯಕ್ಷಮತೆಯು ಭವಿಷ್ಯದ ಕಾರ್ಯಕ್ಷಮತೆಯ ಬಗ್ಗೆ ಯಾವುದೇ ಗ್ಯಾರೆಂಟಿಯನ್ನು ನೀಡುವುದಿಲ್ಲ. ಹೂಡಿಕೆದಾರರು ಮತ್ತು ವ್ಯಾಪಾರಿಗಳು ಯಾವುದೇ ಹೂಡಿಕೆ ಅಥವಾ ವ್ಯಾಪಾರ ನಿರ್ಧಾರವನ್ನು ತೆಗೆದುಕೊಳ್ಳುವ ಮೊದಲು ಸಮರ್ಥ ತಜ್ಞರ ಅಭಿಪ್ರಾಯಗಳನ್ನು ಪರಿಗಣಿಸುವುದು ಮುಖ್ಯವಾಗುತ್ತದೆ.

ಮುನ್ನುಡಿ

ಸ್ವೀಕೃತಿಗಳು

ಮುನ್ನುಡಿ

ನಾನು ಒಂದು ದಶಕಕ್ಕೂ ಹೆಚ್ಚು ಕಾಲದಿಂದ ಇಂಟ್ರಾಡೇ ಟ್ರೇಡರ್ ಆಗಿದ್ದೇನೆ ಮತ್ತು 2016 ರಿಂದ ಅದನ್ನು ಪೂರ್ಣ ಸಮಯದ ವೃತ್ತಿಯಾಗಿ ತೆಗೆದುಕೊಂಡಿದ್ದೇನೆ.

ಇದು ನನ್ನ ಧಿಡೀರ್ ನಿರ್ಧಾರ ಆಗಿರಲಿಲ್ಲ. ಯೋಚಿಸಲು ಎರಡು ಬಾರಿ ಬ್ರೇಕ್‌ಗಳನ್ನು ತೆಗೆದುಕೊಂಡಿದ್ದೆ.

ನಾನು ಬಹಳಷ್ಟು ಪುಸ್ತಕಗಳನ್ನು ಓದಿದ್ದೇನೆ ಮತ್ತು ನನ್ನ Trading ಕೌಶಲ್ಯಗಳನ್ನು ಉತ್ತಮಗೊಳಿಸಲು ಅನೇಕ ಕಾರ್ಯಾಗಾರಗಳಿಗೆ ಹಾಜರಾಗಿದ್ದೇನೆ.

ಪ್ರತಿದಿನದ ವಹಿವಾಟಿನಲ್ಲಿ ನನ್ನ ಪ್ರಾಯೋಗಿಕ ಅನುಭವದ ಜೊತೆಗೆ ಎಲ್ಲಾ, ಮೌಲ್ಯಯುತ ಮಾಹಿತಿಯನ್ನು ಸಂಯೋಜಿಸುವ ಒಂದು ಸಣ್ಣ ಪ್ರಯತ್ನವೇ ಈ ಪುಸ್ತಕ.

ಇದು ಆರಂಭಿಕರು, ಮಧ್ಯಂತರ ಮಟ್ಟದ Traders ಮತ್ತು ಇಂಟ್ರಾಡೇ ಟ್ರೇಡಿಂಗ್‌ನಲ್ಲಿ ಸ್ಥಿರವಾದ ಲಾಭವನ್ನು ಗಳಿಸುವ ಗುರಿಯನ್ನು ಹೊಂದಿರುವಂತ ಜನರಿಗೆ ಸಹಾಯ ಮಾಡುತ್ತದೆ ಎಂದು ನಾನು ನಂಬುತ್ತೇನೆ.

ಸ್ವೀಕೃತಿ

ಈ ಪುಸ್ತಕದ ತಯಾರಿಯಲ್ಲಿ ಅನೇಕರು ನನಗೆ ಸಹಾಯ ಮಾಡಿದರು. Trading ಬಗ್ಗೆ ಎಲ್ಲವನ್ನೂ ಕಲಿಸಿದ ನನ್ನ ಎಲ್ಲಾ Trading ಗುರುಗಳಿಗೆ ನಾನು ಧನ್ಯವಾದ ಹೇಳಲು ಬಯಸುತ್ತೇನೆ.

ಈ ಪುಸ್ತಕದಲ್ಲಿ ಬಳಸಲಾದ ಎಲ್ಲಾ ಚಾರ್ಟ್ ಗಳನ್ನು ಅವರಿಂದ ತೆಗೆದುಕೊಳ್ಳಲಾಗಿರುವುದರಿಂದ ನಾನು ಗೋಚಾರ್ಟಿಂಗ್ ತಂಡಕ್ಕೆ ಧನ್ಯವಾದ ಹೇಳಲು ಬಯಸುತ್ತೇನೆ.

ವಿನಯ್ ಕುಮಾರ್ ಮತ್ತು ನಟರಾಜ್ ಮಾಳವಡೆ ನನಗೆ ಅಮಿಬ್ರೋಕರ್ ಕೋಡಿಂಗ್ ಮಾಡಲು ಸಹಾಯ ಮಾಡಿದರು. ಇದು ತುಂಬಾ ಸಹಾಯವಾಯಿತು.

ನನ್ನ ಪುಸ್ತಕಗಳ ಬಗ್ಗೆ ಜಾಗೃತಿ ಮೂಡಿಸಲು ಅನೇಕ Traders ನನಗೆ ಅಪಾರವಾಗಿ ಸಹಾಯ ಮಾಡಿದರು. ಅವರೆಂದರೆ ಸಂಕೇತ್ ಗಜ್ಜರ್, ಹರ್ನೀತ್ ಸಿಂಗ್, ರಚಿತ್ ಜೈನ್, ರಾಜರ್ಷಿತಾ. ನಿಮಗೆಲ್ಲರಿಗೂ ಧನ್ಯವಾದಗಳು!

ಎಡಿಟಿಂಗ್ ಮತ್ತು ಪ್ರೂಫ್ ರೀಡಿಂಗ್‌ನಲ್ಲಿ ಸಹಾಯ ಮಾಡಿದ ಟೋನಿ ಗೊಮೆಜ್‌ಗೆ ಧನ್ಯವಾದಗಳು.

ನನ್ನ ಎಲ್ಲಾ ಪುಸ್ತಕ ಉದ್ಯಮಗಳಲ್ಲಿ ನನ್ನನ್ನು ಬೆಂಬಲಿಸಿದ ಸ್ನೇಹಿತರ ದೊಡ್ಡ ಪಟ್ಟಿಯನ್ನು ನಾನು ಹೊಂದಿದ್ದೇನೆ. ಅವರೆಲ್ಲರಿಗೂ ನಾನು ಚಿರಋಣಿಯಾಗಿರುತ್ತೇನೆ.

ಇಂದ್ರಜಿತ್ ಶಾಂತರಾಜ್

Sep 2023

ನಿಮ್ಮ ಉಚಿತ ಉಡುಗೊರೆ

ಈ ಪುಸ್ತಕವನ್ನು ಖರೀದಿಸಿದ್ದಕ್ಕಾಗಿ ಧನ್ಯವಾದ ಹೇಳುವ ಸಲುವಾಗಿ, ನಾನು ನಿಮಗೆ ನನ್ನ ಇನ್ನೊಂದು ಪುಸ್ತಕ 'ವಾಟ್ ವಿಕಿಪೀಡಿಯಾ ಕಾಂಟ್ ಟೆಲ್ ಯೂ ಎಬೌಟ್ ಸ್ಟಾಕ್ ಮಾರ್ಕೆಟ್' ಎಂಬ ನನ್ನ ಇನ್ನೊಂದು ಪುಸ್ತಕವನ್ನು ಉಚಿತವಾಗಿ ನೀಡಲು ಬಯಸುತ್ತೇನೆ.

ಇದು PDF ಸ್ವರೂಪದಲ್ಲಿದೆ. ಆದ್ದರಿಂದ ನೀವು ನಿಮ್ಮ ಮೊಬೈಲ್ ಅಥವಾ ಲ್ಯಾಪ್‌ಟಾಪ್‌ನಲ್ಲಿ ಓದಬಹುದು. ಇದಲ್ಲದೆ, ನೀವು ಉಚಿತ ಆನ್‌ಲೈನ್ ಕೋರ್ಸ್ ಆದ 'ಎ ಬಿಗಿನರ್ಸ್ ಗೈಡ್ ಟು ಸ್ಟಾಕ್ ಮಾರ್ಕೆಟ್ ಟ್ರೇಡಿಂಗ್'ಗೆ ನೀವು ಪ್ರವೇಶ ಪಡೆಯಬಹುದು.

ಉಡುಗೊರೆಗಳನ್ನು ಪಡೆಯಲು https://www.profiletraders.in/subscribe ಗೆ ಭೇಟಿ ನೀಡಿ.

ಅಧ್ಯಾಯ 1

ಅನೇಕ ವ್ಯಾಪಾರಿಗಳಿಗೆ ಇಂಟ್ರಾಡೇ ಟ್ರೇಡಿಂಗ್ ಏಕೆ ನಷ್ಟದಾಯಕವಾಗಿದೆ?

ಎಂದಿನಂತೆ ಅಂದು ಮಾರ್ನಿಂಗ್ ಬೆಲ್ ನನ್ನನ್ನು ಗಾಢ ನಿದ್ದೆಯಿಂದ ಎಬ್ಬಿಸಿತು.

ಸಮಯ ಸರಿಯಾಗಿ 4:00 ಗಂಟೆ ಆಗಿತ್ತು.

ವಿಪಸ್ಸನ ಧ್ಯಾನ ಕಾರ್ಯಕ್ರಮದ 9ನೇ ದಿನ ಅದಾಗಿತ್ತು. ಆದರೆ ನಾನು ಸಂತೋಷದಿಂದಿದ್ದೆ. ಏಕೆಂದರೆ ಸಂಜೆಯ ಹೊತ್ತಿಗೆ ನಾನು ಮಾತನಾಡಬಹುದು, ನನ್ನ ಮೊಬೈಲ್ ಅನ್ನು ಬಳಸಬಹುದು, ಮತ್ತು ಮುಖ್ಯವಾಗಿ, ಕಳೆದ ಎಂಟು ದಿನಗಳ ತೀವ್ರ ಧ್ಯಾನದಲ್ಲಿ (ಪ್ರತಿದಿನ 14 ಗಂಟೆ) ನನ್ನ ಮನಸ್ಸನ್ನು ತುಂಬಿದ್ದ ಎಲ್ಲಾ ಹುಚ್ಚು ಕಲ್ಪನೆಗಳನ್ನು ನಾನು ಬರೆಯಬಹುದು.

ನಾನು ಒಂದು ಮುಖ್ಯ ಕಾರಣಕ್ಕಾಗಿ ಅಲ್ಲಿದ್ದೆ. ಇಂಟ್ರಾಡೇ ಟ್ರೇಡಿಂಗ್‌ನಲ್ಲಿ ನನ್ನ ವೃತ್ತಿಜೀವನದಲ್ಲಿಯೇ ಅತ್ಯುತ್ತಮ ಹಣವನ್ನು ಗಳಿಸಿದ ದಿನದಂದು ನಾನು ದುಃಖಿತನಾಗಿರುತ್ತೇನೆ ಎಂದು ನನ್ನ ಕನಸಿನಲ್ಲಿಯೂ ನಾನು ಭಾವಿಸಿರಲಿಲ್ಲ.

ಆದರೆ ಅಂತಹ ದುಃಖದ ದಿನವನ್ನು ಅನುಭವಿಸಿದ ನಂತರ, ನಾನು ಕೆಲವು ವರ್ಷಗಳಿಂದ ಮುಂದೂಡಿದ್ದ 10-ದಿನಗಳ ತೀವ್ರವಾದ ವಿಪಸ್ಸನ ಕಾರ್ಯಕ್ರಮವನ್ನು ಕೈಗೆತ್ತಿಕೊಳ್ಳಲು ನಿರ್ಧರಿಸಿದೆ.

ನನ್ನ ದುಃಸ್ಥಿತಿಗೆ ಕಾರಣಗಳನ್ನು ತಿಳಿಯಬೇಕೆ ಅಥವಾ ದಿನದ ವ್ಯಾಪಾರಿಯಾಗಿ ನಾನು ಸುಧಾರಿಸಲು ಬಯಸಿದ್ದೇನೆಯೇ ಎಂದು ನನಗೆ ಖಚಿತವಿರಲಿಲ್ಲ. ಆದರೆ ಏನಾಗಿದ್ದರೂ ಕಾರ್ಯಕ್ರಮವನ್ನು ಪೂರ್ಣಗೊಳಿಸಲು ನಿರ್ಧರಿಸಿದೆ. ಸಾಕಷ್ಟು ಹೋರಾಟದೊಂದಿಗೆ ನಾನು ಕಾರ್ಯಕ್ರಮದ 9 ನೇ ದಿನಕ್ಕೆ ತಲುಪಿದೆ.

9ನೇ ದಿನ ಮಧ್ಯಾಹ್ನದವರೆಗೆ ಎಲ್ಲ ಧ್ಯಾನ ಕಾರ್ಯಕ್ರಮಗಳು ಸುಸೂತ್ರವಾಗಿ ನಡೆದವು. ಆಗ ಮೊಬೈಲ್‌ಗಳು ಮತ್ತು ಅಗತ್ಯ ವಸ್ತುಗಳನ್ನು ಸಂಗ್ರಹಿಸಲು ಜನರು ಸರತಿ ಸಾಲಿನಲ್ಲಿ ನಿಂತಿರುವುದನ್ನು ನಾನು ನೋಡಿದೆ. ಆದರೂ ಅವುಗಳನ್ನು ವಾಪಾಸ್ಸು ಪಡೆಯಲು ನನಗೆ ಉತ್ಸಾಹ ಬರಲಿಲ್ಲ. ಅದಲ್ಲದೆ ಕಳೆದ ಎಂಟು ದಿನಗಳಿಂದ ಕೂಡಿಟ್ಟಿದ್ದ ಆನಂದವನ್ನು ಬಿಟ್ಟುಕೊಡಲು ಮನಸ್ಸಿರಲಿಲ್ಲ.

ಸಂಜೆಯ ಹೊತ್ತಿಗೆ, ನಮಗೆ ಪರಸ್ಪರ ಮಾತನಾಡಲು ಅವಕಾಶ ನೀಡಲಾಯಿತು (ವಿಪಸ್ಸನ ಕಾರ್ಯಕ್ರಮದಲ್ಲಿ, ಜನರು 9 ನೇ ದಿನದ ಸಂಜೆಯವರೆಗೆ ಮೌನ ಪ್ರತಿಜ್ಞೆ ಮಾಡಬೇಕಿತ್ತು), ಮತ್ತು ನಾನು ಪಗೋಡಾದ ಬಳಿ ಒಂದು ಸಣ್ಣ ಸಭೆಯನ್ನು ನೋಡಿದೆ. ನಾನು ಅಲ್ಲೇ ನಿಂತು ನಿಧಾನವಾಗಿ ಅವರೊಂದಿಗೆ ಮಾತನಾಡತೊಡಗಿದೆ.

ನಾನು ಗುಂಪಿಗೆ ನನ್ನನ್ನು ಪರಿಚಯಿಸಿಕೊಂಡಾಗ, ಒಬ್ಬ ವ್ಯಕ್ತಿ ತಕ್ಷಣವೇ ಕೂಗಿದ, 'ಅಯ್ಯೋ, ಇಲ್ಲಿ ಇನ್ನೂ ಒಬ್ಬ ಸ್ಟಾಕ್ ಮಾರ್ಕೆಟ್ ಟ್ರೇಡರ್ ಇದ್ದಾನೆ!'

ನಾನು ಹೇಳಿದೆ – 'ನೀವು ನಿಜ ಹೇಳ್ತಿದೀರಾ?'

ಅವರು ಹೇಳಿದರು - 'ಹೌದು, ನಾನು ಅವರೊಂದಿಗೆ ಕೆಲವು ನಿಮಿಷಗಳ ಹಿಂದೆ ಮಾತನಾಡಿದ್ದೇನೆ; ಅವನು ಸುಂದರವಾಗಿದ್ದಾನೆ ಮತ್ತು ಬಿಳಿ ಕುರ್ತಾ ಧರಿಸಿದ್ದಾನೆ.

ನಾನು ಉತ್ತರಿಸಿದೆ - 'ಸರಿ, ನಾನು ನೋಡುತ್ತೇನೆ.'

ನಾನು ಸಂಪೂರ್ಣ ಕ್ಯಾಂಪಸ್ ಸುತ್ತಾಡಿದೆ, ಆದರೆ ಬಿಳಿ ಕುರ್ತಾ ಧರಿಸಿದ ಯಾವುದೇ ಸುಂದರ ವ್ಯಕ್ತಿ ನನಗೆ ಕಂಡುಬರಲಿಲ್ಲ.

ಮರುದಿನ ನಾನು ಅವನನ್ನು ನೋಡಿದೆ ಮತ್ತು ನಾವು ಸ್ವಲ್ಪ ಸಮಯ ಮಾತನಾಡಿದೆವು. ಕಳೆದ ವಾರವಷ್ಟೇ ಅವನು ಪ್ರತಿದಿನದ ಸ್ಟಾಕ್ ವ್ಯಾಪಾರವನ್ನು ಮುಂದುವರಿಸಲು ತನ್ನ ಪೂರ್ಣಾವಧಿಯ ಕೆಲಸವನ್ನು ತೊರೆದಿದ್ದನಂತೆ. ಅವನ ಹೆಂಡತಿಯೊಂದಿಗೆ ಕಾರ್ಯಕ್ರಮಕ್ಕೆ ಬಂದಿದ್ದಾನೆ ಎಂದು ತಿಳಿದು ನನಗೆ ಆಘಾತವಾಯಿತು!

ಸ್ವಲ್ಪ ಸಮಯದ ನಂತರ, ನಾವು ಕಾರ್ಯಕ್ರಮದ ಕ್ಲಿಯರಿಂಗ್ ಕ್ಯೂನಲ್ಲಿ ಮತ್ತೆ ಭೇಟಿಯಾದೆವು, ಮತ್ತು ಅವರು ನನಗೆ ತಮ್ಮ ಹೆಂಡತಿಯನ್ನು ಪರಿಚಯಿಸಿದರು. ಇಬ್ಬರೂ ಚಿಕ್ಕ ವಯಸ್ಸಿನವರು. ಸುಂದರವಾಗಿದ್ದರು ಮತ್ತು ಸಂತಸದಿಂದಿದ್ದರು. ಆ ಕ್ಷಣದಲ್ಲಿ, ನಾನು ಅವರಿಗೆ ಸಹಾಯ ಮಾಡಲು ನಿರ್ಧರಿಸಿದೆ (ಹಣವನ್ನು ಅಲ್ಲದಿದ್ದರೆ, ಕನಿಷ್ಠ ದಿನದ ವಹಿವಾಟಿನಲ್ಲಿ ಗಮನಾರ್ಹ ಮೊತ್ತವನ್ನು ಕಳೆದುಕೊಳ್ಳಬಾರದು ಎಂಬ ಕಾಳಜಿಗೆ).

ಕಾರ್ಯಕ್ರಮ ಮುಗಿದ ಕೆಲವು ದಿನಗಳ ನಂತರ ನನ್ನನ್ನು ಅವರ ಮನೆಗೆ ಆಹ್ವಾನಿಸಿದರು. ಅವರು ನನ್ನಂತೆ ಬೆಳಿಗ್ಗೆ ಬೇಗ ಏಳುವವರು. ಹಾಗಾಗಿ ಒಂದು ದಿನ ನಾನು ಅವರ ಮನೆಗೆ ತಿಂಡಿಗೆ ಹೋದೆ. ಉಪಹಾರದ ನಂತರ, ಅವರು ತಮ್ಮ Trading ವ್ಯವಸ್ಥೆಯನ್ನು ವಿವರಿಸಲು ಪ್ರಾರಂಭಿಸಿದರು. ಇದು ಅವರ ಕಾರ್ಪೊರೇಟ್ ಕೆಲಸವನ್ನು ತ್ಯಜಿಸಲು ಮತ್ತು ಪೂರ್ಣ ಸಮಯದ ವ್ಯಾಪಾರವನ್ನು ವೃತ್ತಿಯಾಗಿ ತೆಗೆದುಕೊಳ್ಳುವ ವಿಶ್ವಾಸವನ್ನು ನೀಡಿತು.

ಕೊನೆಗೆ ಏನು ಹೇಳಬೇಕೆಂದು ತಿಳಿಯಲಿಲ್ಲ. ಏಕೆಂದರೆ ಅವರು ಟ್ರೆಂಡಿಂಗ್ ಪರಿಸರದಲ್ಲಿ ಉತ್ತಮವಾಗಿ ಕಾರ್ಯನಿರ್ವಹಿಸುವ 'ಸೂಪರ್ ಟ್ರೆಂಡ್' ಸೂಚಕವನ್ನು ಬಳಸಿಕೊಂಡು ಸರಳವಾದ ವ್ಯವಸ್ಥೆಯನ್ನು ವಿನ್ಯಾಸಗೊಳಿಸಿದರು. ನಿಫ್ಟಿ ಮತ್ತು ಬ್ಯಾಂಕ್ನಿಫ್ಟಿ ಎರಡೂ ಕಳೆದ ಕೆಲವು ತಿಂಗಳುಗಳಿಂದ ಟ್ರೆಂಡಿಂಗ್ ಆಗಿದ್ದವು ಮತ್ತು ಆದ್ದರಿಂದ ಅವರು ತಮ್ಮ ವಹಿವಾಟಿನಲ್ಲಿ ಯೋಗ್ಯ ಫಲಿತಾಂಶಗಳನ್ನು ಪಡೆದರು. ಈ ಸೀಮಿತ ಅನುಕೂಲಕರ ಅನುಭವದ ಕಾರಣ, ಅವರು ಪೂರ್ಣ ಸಮಯದ ವ್ಯಾಪಾರವನ್ನು ಮುಂದುವರಿಸಲು ನಿರ್ಧರಿಸಿದರು. ಮಾರುಕಟ್ಟೆಯ ಪರಿಸ್ಥಿತಿ ಬದಲಾದಾಗ ಅವರ ಪರಿಸ್ಥಿತಿ ಏನಾಗಬಹುದೆಂದು ಅವರು ಊಹಿಸಿರಲಿಲ್ಲ.

ನಿಮಗೆ ತಿಳಿದಿಲ್ಲದಿದ್ದರೆ, ಯಾವುದೇ ಟ್ರೆಂಡಿಂಗ್ ಸಿಸ್ಟಮ್ ಟ್ರೆಂಡಿಂಗ್ ಪರಿಸರದಲ್ಲಿ ಉತ್ತಮ ಫಲಿತಾಂಶಗಳನ್ನು ನೀಡುತ್ತದೆ. ಆದರೆ ಅದೇ ವ್ಯವಸ್ಥೆಯು ಇತರ ಪರಿಸರದಲ್ಲಿ ಅಥವಾ ಮಾರುಕಟ್ಟೆಯು ಬಾಷ್ಪಶೀಲವಾಗಿರುವಾಗ ಅಷ್ಟೇನೂ ಉತ್ತಮವಲ್ಲದ ಫಲಿತಾಂಶಗಳನ್ನು ತೋರಿಸುತ್ತದೆ.

ಅಂತೆಯೇ, ಸರಾಸರಿ ರಿವರ್ಶನ್ ಟ್ರೇಡಿಂಗ್ ಸಿಸ್ಟಮ್ (ಕಡಿಮೆ ಖರೀದಿಸಿ ಮತ್ತು ಹೆಚ್ಚಿನದನ್ನು ಮಾರಾಟ ಮಾಡಿ) ಸೈಡ್‌ವೇ ಟ್ರೆಂಡ್‌ನಲ್ಲಿ ಉತ್ತಮವಾಗಿ ಕಾರ್ಯನಿರ್ವಹಿಸುತ್ತದೆ. ಆದರೆ ಇದು ಸೈಡ್‌ವೇ ವಾತಾವರಣದಲ್ಲಿ ವಿಫಲಗೊಳ್ಳುತ್ತದೆ.

ಆದ್ದರಿಂದ ಒಬ್ಬ ವ್ಯಕ್ತಿಯು ವಿವಿಧ ಮಾರುಕಟ್ಟೆಯ ವಿವಿಧ ಪರಿಸ್ಥಿತಿಗಳಲ್ಲಿ ಟ್ರೇಡಿಂಗ್ ಮಾಡಿದ್ದರೆ ಅವನಿಗೆ ಯಾವ ಸಮಯದಲ್ಲಿ ಟ್ರೇಡಿಂಗ್ ಮಾಡಿದರೆ ಪರಿಣಾಮ ಏನಾಗುತ್ತದೆ ಎಂಬುದು ತಿಳಿದಿರುತ್ತದೆ. ಉತ್ತಮ ಪರಿಸ್ಥಿತಿಯಲ್ಲಿ ಹೆಚ್ಚು ರಿಸ್ಕ್ ತೆಗೆದುಕೊಂಡು ಹಾಗೂ ಕಠಿಣ ಪರಿಸ್ಥಿತಿಯಲ್ಲಿ ಕಡಿಮೆ ರಿಸ್ಕ್ ತೆಗೆದುಕೊಂಡು ಟ್ರೇಡ್ ಮಾಡಿದರೆ ಅಪಾಯದಿಂದ ದೂರ ಉಳಿಯಬಹುದು.

ಈ ಎಲ್ಲಾ ವಿಷಯಗಳನ್ನು ನಾನು ಅವರಿಗೆ ವಿವರಿಸಿದೆ. ಅದಲ್ಲದೆ, ನಾನು ಅವರೊಂದಿಗೆ ಸಂಪರ್ಕದಲ್ಲಿದ್ದೆ ಮತ್ತು ಇಂಟ್ರಾಡೇ ಟ್ರೇಡಿಂಗ್ ಬಗ್ಗೆ ಸಹಾಯಕವಾದ ಮಾಹಿತಿಯನ್ನು ಆಗಾಗ ಹಂಚಿಕೊಂಡೆ. ಕೆಲವು ವರ್ಷಗಳ ಹೋರಾಟದ ನಂತರ, ಅವರು ತಮ್ಮದೇ ಆದ ಡೇ ಟ್ರೇಡಿಂಗ್ ವ್ಯವಸ್ಥೆಯನ್ನು ಅಭಿವೃದ್ಧಿಪಡಿಸಿ ತಮ್ಮ ವ್ಯಕ್ತಿತ್ವಕ್ಕೆ ಸರಿಹೊಂದುವಂತೆ ಟ್ರೇಡಿಂಗ್ ಮಾಡತೊಡಗಿದರು. ಇಂದು ಅವರು ಸ್ವತಂತ್ರ ವ್ಯಾಪಾರ ಜೀವನ ನಡೆಸುತ್ತಿದ್ದಾರೆ.

ಮುಂದಿನ ಅಧ್ಯಾಯಗಳಲ್ಲಿ ಸರಿಯಾದ ಸಮಯದಲ್ಲಿ ನಾನು ಕಥೆಯ ಉಳಿದ ಭಾಗವನ್ನು (ಉದಾಹರಣೆಗೆ ನಾನು ದೊಡ್ಡ ಮೊತ್ತದ ಹಣ ಗಳಿಸಿದಾಗ ನನಗೆ ದುಃಖವಾಗಿದ್ದರ ಹಿಂದಿನ ಕಾರಣ ಮತ್ತು ನನ್ನ ಸ್ನೇಹಿತ ಯಶಸ್ವಿ ವ್ಯಾಪಾರದತ್ತ ಹೇಗೆ ಮುನ್ನಡೆದನು ಎಂಬ ವಿಚಾರ) ಹಂಚಿಕೊಳ್ಳುತ್ತೇನೆ.

ಇಂಟ್ರಾಡೇ ಟ್ರೇಡಿಂಗ್ ಕೇವಲ T-20 ಕ್ರಿಕೆಟ್ ಆಗಿರುವುದೇಕೆ?

T-20 ಕ್ರೀಡಾಜಗತ್ತಿನ ಅತ್ಯಂತ ಕಠಿಣವಾದ ಕ್ರಿಕೆಟ್ ಪ್ರಕಾರ. ಪ್ರತಿ ಆಟಗಾರರೂ ತಮಗೆ ಅತ್ಯಂತ ಕಠಿಣ ಪರಿಶ್ರಮದಿಂದ ಸಿದ್ಧತೆ ಮಾಡಿಕೊಂಡು ಅದನ್ನು ಕಾರ್ಯರೂಪಕ್ಕೆ

ತರಲು ಪ್ರಯತ್ನ ಪಡುತ್ತಾರೆ. ಟಿವಿ ಹಾಗೂ ಮೊಬೈಲ್‌ನಲ್ಲಿ ನೋಡುವುದಕ್ಕಿಂತ ಇದು ಬಹಳ ಕಠಿಣ ಪ್ರಕ್ರಿಯೆ.

2011ರ ವಿಶ್ವಕಪ್‌ನಲ್ಲಿ ಭಾರತ ಕ್ರಿಕೆಟ್ ತಂಡಕ್ಕೆ ತರಬೇತಿ ನೀಡಿದ್ದ ಗ್ಯಾರಿ ಕ್ರಿಸ್ಟನ್ ಮಾತು,

'ನಾವು ವೈಯಕ್ತಿಕ ಹಿತಾಸಕ್ತಿಗಳನ್ನು ಬದಿಗಿಟ್ಟು ತಂಡದ ಹಿತಾಸಕ್ತಿಯ ಬಗ್ಗೆ ಮಾತ್ರ ಯೋಚಿಸುತ್ತಿದ್ದೆವು'.

ಗ್ಯಾರಿ ಕ್ರಿಸ್ಟನ್ ಶೇ.90ರಷ್ಟು ಸಮಯವನ್ನು ತಂಡದ ಪಂದ್ಯಗಳ ವಿಡಿಯೋ ಫೂಟೇಜ್‌ಗಳನ್ನು ನೋಡುವುದರಲ್ಲಿ, ಅದನ್ನು ಅರ್ಥೈಸಿಕೊಳ್ಳುವುದರಲ್ಲಿ ಹಾಗೂ ತಂತ್ರಗಳನ್ನು ಹೆಣೆಯುವುದರಲ್ಲಿ ನಿರತರಾಗಿದ್ದರು ಎನ್ನುತ್ತಾರೆ ಆಟಗಾರರು.

ಗ್ಯಾರಿ ಮತ್ತು ಎಂ.ಎಸ್.ಧೋನಿ ಇಬ್ಬರೂ ಆಟಕ್ಕೆ ಒಂದು ದಿನ ಮೊದಲು ತಂತ್ರಗಳನ್ನು ವಿವರಿಸುತ್ತಿದ್ದರು. ಆಟಗಾರರು ಅಂತಿಮವಾಗಿ ಮೈದಾನಕ್ಕೆ ಕಾಲಿಟ್ಟಾಗ, ಅವರು ಮೊದಲೇ ವಿನ್ಯಾಸಗೊಳಿಸಿದ ತಂತ್ರಗಳನ್ನು ಕಾರ್ಯಗತಗೊಳಿಸುತ್ತಿದ್ದರು.

ಅಂತೆಯೇ, ಆಟ ಪ್ರಾರಂಭವಾಗುವ ಮೊದಲು ವ್ಯಾಪಾರಿಗಳು ತಮ್ಮ ಇಂಟ್ರಾಡೇ ತಂತ್ರಗಳನ್ನು ಯೋಜಿಸಬೇಕು. ಲೈವ್ ಮಾರುಕಟ್ಟೆಯಲ್ಲಿ ದಿನದ ವ್ಯಾಪಾರ ತಂತ್ರವನ್ನು ವಿನ್ಯಾಸಗೊಳಿಸಲು ನೀವು ನಿರ್ಧರಿಸಿದರೆ, ನೀವು ಬೃಹತ್ ವೈಫಲ್ಯಕ್ಕೆ ಮುಂದಾಗುತ್ತಿದ್ದೀರಿ ಎಂದರ್ಥ.

ಕ್ರಿಕೆಟ್ ಕೋಚ್ ಮತ್ತು ಕ್ಯಾಪ್ಟನ್ ಪರಸ್ಪರ ಚರ್ಚಿಸುತ್ತಾರೆ ಮತ್ತು ಅವರು ಯೋಜನೆಯನ್ನು ರಚಿಸುತ್ತಾರೆ. ನಾವು ಟಾಸ್ ಗೆದ್ದರೆ, ನಾವು ಮೊದಲು ಬ್ಯಾಟಿಂಗ್ ಮಾಡಬೇಕೇ ಅಥವಾ ಮೊದಲು ಬೌಲಿಂಗ್ ಮಾಡಬೇಕೇ, ನಾವು ಮೊದಲ ಪವರ್ ಪ್ಲೇನಲ್ಲಿ ಆಕ್ರಮಣಕಾರಿಯಾಗಿ ಸ್ಕೋರ್ ಮಾಡುವ ಗುರಿಯನ್ನು ಹೊಂದಿದ್ದೇವೆಯೇ ಅಥವಾ ಸಾಧ್ಯವಾದಷ್ಟು ವಿಕೆಟ್ಗಳನ್ನು ಉಳಿಸಿಕೊಳ್ಳುತ್ತೇವೆಯೇ ಮತ್ತು ಕೊನೆಯ ಕೆಲವು ಓವರ್ಗಳಲ್ಲಿ ಹೆಚ್ಚು ರನ್ ಗಳಿಸುತ್ತೇವೆಯೇ?

ಇಂಟ್ರಾಡೇ ವ್ಯಾಪಾರಿಗಳು ತಮ್ಮ ಯೋಜನೆಯನ್ನು ಇದೇ ರೀತಿಯ ತಂತ್ರಗಳೊಂದಿಗೆ ಸಿದ್ಧಪಡಿಸಬೇಕು. ವ್ಯಾಪಾರದ ದಿನದಂದು ನಾನು ಎಷ್ಟು ವಹಿವಾಟುಗಳನ್ನು ತೆಗೆದುಕೊಳ್ಳುತ್ತಿದ್ದೇನೆ? ಪ್ರತಿ ವ್ಯಾಪಾರಕ್ಕೆ ಅಪಾಯದ ಪ್ರತಿಶತ ಏನು? ಯಾವುದೇ ವ್ಯಾಪಾರದ ದಿನದಂದು ಗರಿಷ್ಠ % ಅಪಾಯ ಏನಾಗಿರಬೇಕು? ಈ ನಿಯಮಗಳನ್ನು ಮುರಿಯುವುದು ಯಾವಾಗ?

ಪ್ರತಿದಿನ ವ್ಯಾಪಾರ ಮಾಡುವವರಿಗೆ ಅಂಕಿಅಂಶಗಳು ಬಹಳ ಮುಖ್ಯ. ಪ್ರತಿದಿನ ಟ್ರೇಡಿಂಗ್ ಮಾಡುವವರಿಗೆ ಯಶಸ್ಸಿನ ಸಾಧ್ಯತೆ ಕೇವಲ 30% ಎಂಬುದು ಚೆನ್ನಾಗಿ ತಿಳಿದಿರುತ್ತದೆ. ವೈಫಲ್ಯತೆಯ ಸಾಧ್ಯತೆ 70% ಇರುತ್ತದೆ.

ಅವನು ತನ್ನ ವ್ಯಾಪಾರದ ಬಂಡವಾಳದ ಶೇ.30ರಷ್ಟನ್ನು ಕಳೆದುಕೊಳ್ಳಲು ಸಿದ್ಧನಾಗಿರುತ್ತಾನೆ ಎಂದುಕೊಳ್ಳೋಣ. ವರದಿಗಳು ಹೇಳುವ ಪ್ರಕಾರ ಆಪ್ಷನ್ಸ್ ಬಯಿಂಗ್ ಸಿಸ್ಟಂನಲ್ಲಿ ಯಾರಾದರೂ ಸತತವಾಗಿ 10 ವಹಿವಾಟುಗಳಲ್ಲಿ ವಿಫಲರಾಗಿದ್ದರೆ ಅವರು ಮುಂದಕ್ಕೆ ಶೇ.3ಕ್ಕಿಂತ ಹೆಚ್ಚು ರಿಸ್ಕ್ ಅನ್ನು ತೆಗೆದುಕೊಳ್ಳಬಾರದು.

ಕೆಲವು T-20 ಆಟಗಳಲ್ಲಿ, ಜನರು ಕ್ರಿಕೆಟ್ ಅಂಪೈರ್‌ಗಳನ್ನು ದೂಷಿಸುತ್ತಾರೆ ಮತ್ತು ಅವರ ತಪ್ಪಿನಿಂದ ನಷ್ಟವಾಗಿದೆ ಎಂದು ಹೇಳುತ್ತಾರೆ. ಆದರೆ ಸತ್ಯವು ಕ್ರೂರವಾದುದು. ಅಂಪೈರ್‌ಗಳು ಎಂದಿಗೂ ಆಟಕ್ಕೆ ಮುಳುವಾಗುವುದಿಲ್ಲ. ಬಹಳ ಅಪರೂಪದ ಸಂದರ್ಭಗಳಲ್ಲಿ ಅವರು ತಪ್ಪು ಮಾಡಿರಬಹುದು. ಆದರೆಪಂದ್ಯವನ್ನು ಗೆಲ್ಲುವುದು ಅಥವಾ ಕಳೆದುಕೊಳ್ಳುವುದು ತಂಡ. ಒಂದು ತಂಡವು ಎದುರಾಳಿಗಳ ಎಲ್ಲಾ 10 ವಿಕೆಟ್‌ಗಳನ್ನು ಪಡೆದರೆ ಅಥವಾ 50-100+ ರನ್ ಗಳಿಸಿದರೆ, ಅಂಪೈರ್ ಗಳ ನಿರ್ಧಾರ ಹೆಚ್ಚೇನೂ ಪ್ರಮುಖವಾಗುವುದಿಲ್ಲ.

ಅದೇ ರೀತಿ, ಮಾರುಕಟ್ಟೆಯು ದಿನದ ವ್ಯಾಪಾರಿಗಳ ವಿರುದ್ಧ ಯಾವುದೇ ದ್ವೇಷವನ್ನು ಹೊಂದಿಲ್ಲ. ದಿನದ ವ್ಯಾಪಾರವು ಕೇವಲ ವ್ಯಾಪಾರದ ಒಂದು ಪ್ರಕಾರವಷ್ಟೇ. ನೀವು ಸರಿಯಾಗಿದ್ದರೆ, ಮಾರುಕಟ್ಟೆಯು ನಿಮಗೆ ಹಣವನ್ನು ನೀಡುತ್ತದೆ, ಮತ್ತು ನೀವು ತಪ್ಪಾಗಿದ್ದರೆ, ಅದು ನಿಮ್ಮ ಹಣವನ್ನು ಪಡೆಯುತ್ತದೆ.

ಜನರು ಇಂಟ್ರಾಡೇ ಟ್ರೇಡಿಂಗ್ ಮೊರೆಹೋಗಲು 5 ಕಾರಣಗಳು:

ಸಾಮಾನ್ಯ ಜನರಿಗೆ, ಇಂಟ್ರಾಡೇ ಟ್ರೇಡಿಂಗ್ ಒಂದು ಉತ್ತೇಜಕ ಮತ್ತು ನಿಗೂಢ ಚಟುವಟಿಕೆ. YouTube ನಲ್ಲಿ ಕಾಣುವ ಲಾಭ ಗಳಿಸುವ ವೀಡಿಯೊ ಜಾಹೀರಾತುಗಳು ಜನರನ್ನು ಹೆಚ್ಚು ಪ್ರಚೋದಿಸುತ್ತವೆ. ಇಂಟ್ರಾಡೇ ಟ್ರೇಡಿಂಗ್ ಬಗ್ಗೆ ಕೇಳಿದಾಗ ಅವರ ಮನಸ್ಸಿಗೆ ಬರುವ ಒಂದು ಪದ ಎಂದರೆ ಅದು 'ಹಣ' ಅಥವಾ 'ಭಯ'.

ನಾನು ಒಂದು ಬಹಿರಂಗ ರಹಸ್ಯವನ್ನು ಹೇಳುತ್ತೇನೆ. ಇಂಟ್ರಾಡೇ ಟ್ರೇಡಿಂಗ್ ಸವಾಲು. ಹೆಚ್ಚಿನ ಜನರು ಅದರಿಂದ ಹಣವನ್ನು ಕಳೆದುಕೊಳ್ಳುತ್ತಾರೆ.

ಇಂಟ್ರಾಡೇ ಟ್ರೇಡಿಂಗ್‌ನಲ್ಲಿ ಅಪಾಯ ಹೆಚ್ಚು ಎಂದು ತಿಳಿದಿದ್ದರೂ ಜನರು ಯಾಕೆ ಅದರ ಮೊರೆ ಹೋಗುತ್ತಾರೆ ಎಂದು ಮೊದಲು ತಿಳಿದುಕೊಳ್ಳೋಣ. ಏಕೆಂದರೆ ಮೊದಲು ಸಮಸ್ಯೆ ಏನೆಂದು ತಿಳಿದರೆ ಪರಿಹಾರ ಹುಡುಕುವುದು ಸುಲಭವಾಗುತ್ತದೆ.

ಯುವಜನರು ಇಂಟ್ರಾಡೇ ಟ್ರೇಡಿಂಗ್‌ನತ್ತ ಆಕರ್ಷಿತರಾಗಲು ಇರುವ 5 ಮುಖ್ಯ ಕಾರಣಗಳು ಇಲ್ಲಿವೆ.

1. **ಶೀಘ್ರ ಹಣ ಸಂಪಾದನೆ**

   ವಾರೆನ್ ಬಫೆಟ್ ನೂರು ಬಿಲಿಯನ್‌ಗಳ ಒಡೆಯ. ಆದರೆ ಅವರು 99 ಬಿಲಿಯನ್ ನೀಡಿಯಾದರೂ ಮತ್ತೆ 40 ವರ್ಷಗಳ ವ್ಯಕ್ತಿಯಾಗಲು ಸಿದ್ಧರಾಗಿದ್ದಾರೆ. ಇದರಿಂದ ತಿಳಿಯುವ ಅಂಶವೇನೆಂದರೆ ಸಮಯ ಎಂಬುದು ಅತ್ಯಂತ ಮುಖ್ಯ ಆಸ್ತಿ. ನಾವೆಲ್ಲರೂ ಬೇಗ ಬೇಗ ಹೆಚ್ಚು ಹಣ ಮಾಡಲು ಹಪಹಪಿಸುತ್ತೇವೆ.

   ನಾವು ಸಮಯವನ್ನು ಸದುಪಯೋಗಪಡಿಸಿಕೊಂಡು ಲಾಭ ಗಳಿಸಬೇಕು. ಆದ್ದರಿಂದಲೇ ನೀವು ಈ ಪುಸ್ತಕ ಓದಲು ಆರಂಭಿಸಿದ್ದೀರ.

   ಜೀವನದಲ್ಲಿ ಹಣವು ನಮಗೆ ಸಾಕಷ್ಟು ನೆಮ್ಮದಿಯನ್ನು ನೀಡುತ್ತದೆ. ಇಂಟ್ರಾಡೇ ಟ್ರೇಡಿಂಗ್‌ನಲ್ಲಿ ಶೀಘ್ರವಾಗಿ ಹಣ ಮಾಡುವುದು ಬಹಳ ಸುಲಭ ಎಂಬುದು ಎಲ್ಲರ ಅಭಿಪ್ರಾಯ.

ಕ್ಯಾಸಿನೋಗಳು, ಲಾಟರಿ, ಜೂಜು ಹೊರತುಪಡಿಸಿ ಅತ್ಯಂತ ವೇಗವಾಗಿ ಹಣ ಸಂಪಾದಿಸುವ ದಾರಿ ಎಂದರೆ ಇಂಟ್ರಾಡೇ ಟ್ರೇಡಿಂಗ್ ಎಂದರೆ ತಪ್ಪಾಗಲಾರದು. ಆದರೆ ಈ ಮೇಲೆ ತಿಳಿಸಿದ ವಿಧಾನಗಳಲ್ಲಿ ಇರುವಂತೆ ಇಂಟ್ರಾಡೇ ಟ್ರೇಡಿಂಗ್‌ನಲ್ಲೂ ಅಪಾಯ ಇದ್ದೇ ಇರುತ್ತದೆ. ಹಾಗೂ ಅದಕ್ಕೇ ಆದ ಚಾಕಚಕ್ಯತೆ ಬೇಕು.

ವ್ಯಾಪಾರದ ಒಳಹೊರಗನ್ನು ಹಾಗೂ ಅಪಾಯಗಳಿಂದ ದೂರ ಇರುವ ರೀತಿಯನ್ನು ನೀವು ತಿಳಿದುಕೊಳ್ಳದಿದ್ದರೆ ನೀವು ಸಹ ಇತರರಂತೆ ವಿಫಲರಾಗುತ್ತೀರಿ.

2. ಸಣ್ಣ ಮಟ್ಟದ ಹೂಡಿಕೆ

ಕೆಲವು ವರ್ಷಗಳ ಹಿಂದೆ ನಾನು ಚಿಕ್ಕ ಟ್ರೇಡರ್‌ಗಳ ಗುಂಪೊಂದಕ್ಕೆ ನಾನು ಪೊಸಿಷನಲ್ ಬ್ರೇಕ್‌ಔಟ್ ಟ್ರೇಡಿಂಗ್ ಸಿಸ್ಟಂ ಅನ್ನು ಹೇಳಿಕೊಟ್ಟೆ. ಅದಕ್ಕಾಗಿ ನಾವು ಪ್ರತಿ ತಿಂಗಳ ಕೊನೆಯಲ್ಲಿ ಒಮ್ಮೆ ಭೇಟಿಯಾಗಬೇಕಿತ್ತು.

ತಿಂಗಳ ಅಂತ್ಯದ ಸಭೆಯೊಂದರಲ್ಲಿ ಆ ಗುಂಪಿನ ಅನೇಕ ಸದಸ್ಯರು ಸಂತೋಷವಾಗಿಲ್ಲ ಎಂಬುದನ್ನು ನಾನು ಗಮನಿಸಿದೆ. ನನಗೆ ಕಾರಣವನ್ನು ಊಹಿಸಲು ಸಾಧ್ಯವಾಗಲಿಲ್ಲ. ಏಕೆಂದರೆ ಅವರಲ್ಲಿ ಹೆಚ್ಚಿನವರು ಹಿಂದಿನ ತಿಂಗಳಲ್ಲಿ ಸುಮಾರು 8-10 ವಹಿವಾಟುಗಳನ್ನು ತೆಗೆದುಕೊಂಡಿದ್ದರು. ಈ ಎಲ್ಲಾ ವಹಿವಾಟುಗಳಲ್ಲಿ, 3-4 ವಹಿವಾಟುಗಳು ಬ್ರೇಕ್ ಇವನ್ ಆಗಿದ್ದವು. 1 ವ್ಯಾಪಾರವು ಸ್ಟಾಪ್-ಲಾಸ್ ತೆಗೆದುಕೊಂಡಿತು ಮತ್ತು ಉಳಿದ ವಹಿವಾಟುಗಳು ಸಣ್ಣ ಲಾಭವನ್ನು ನೀಡಿತು.

ಆದ್ದರಿಂದ, ಒಟ್ಟಾರೆಯಾಗಿ ಅವರು ಆ ತಿಂಗಳಲ್ಲಿ ಸುಮಾರು 2-4% ಆದಾಯವನ್ನು ಗಳಿಸಿದ್ದರು. ನಿಫ್ಟಿ ಕುಸಿತದ ಹಾದಿಯಲ್ಲಿದ್ದಾಗಲೂ ಈ ಫಲಿತಾಂಶವೇ ಕಂಡುಬಂದಿದೆ. ಆದರೆ ಅವರಲ್ಲಿ ಹೆಚ್ಚಿನವರು ತೃಪ್ತರಾಗಲಿಲ್ಲ.

ನಾನು ಪರಿಸ್ಥಿತಿಯನ್ನು ಕೆದಕಿದಾಗ, ನಾನು ಕಾರಣವನ್ನು ಅರ್ಥಮಾಡಿಕೊಂಡೆ. ರೂ.1,00,000 (ಅಂದಾಜು $1300) ಸಣ್ಣ ಬಂಡವಾಳದೊಂದಿಗೆ ಪ್ರಾರಂಭಿಸಲು ನಾನು ಅವರಿಗೆ ಸೂಚಿಸಿದೆ. ಆದ್ದರಿಂದ, ಆ ಬಂಡವಾಳವನ್ನು ಬಳಸಿಕೊಂಡು ಅವರು ಸುಮಾರು ರೂ.2,000 - ರೂ.4,000 ($25 ರಿಂದ $50) ಗಳಿಸಿದರು. ಅವರಲ್ಲಿ ಹೆಚ್ಚಿನವರು ತಾವು ಎಷ್ಟು ಹಣವನ್ನು

ಗಳಿಸಿದರು ಎಂಬುದನ್ನು ಮಾತ್ರ ನೋಡುತ್ತಿದ್ದರು (ಅಂದರೆ, ರೂ. 2,000 - ರೂ. 4,000). ಇಷ್ಟು ಕಡಿಮೆ ಮೊತ್ತದಲ್ಲಿ ಬಿಲ್ ಪಾವತಿಸುವುದು ಕಷ್ಟ ಎಂದು ಅವರು ಭಾವಿಸಿದ್ದರು.

ಆದರೆ ಅವರು ನಿರ್ಲಕ್ಷಿಸಿರುವ ಸಂಗತಿಯೆಂದರೆ, ಪ್ರತಿಕೂಲ ಮಾರುಕಟ್ಟೆ ಪರಿಸ್ಥಿತಿಗಳಲ್ಲಿ ಅವರು ತಮ್ಮ ಬಂಡವಾಳದ ಮೇಲೆ 2-4% ಆದಾಯವನ್ನು ಗಳಿಸಿದ್ದರು ಮತ್ತು ಅವರು ಅದೇ ಪ್ರಕ್ರಿಯೆಯನ್ನು ಮುಂದುವರೆಸಿದರೆ, ಅವರು ವರ್ಷಕ್ಕೆ 24-48% ಗಳಿಸುತ್ತಿದ್ದರು. ಇದು ಅತ್ಯುತ್ತಮ ವಿಚಾರ. ಒಮ್ಮೆ ನಾನು ಇದನ್ನು ಅವರಿಗೆ ವಿವರಿಸಿದಾಗ, ಅವರ ನಿರಾಶೆ ಅದಾಗದೇ ಕರಗಿತು.

ದಿನನಿತ್ಯದ ಟ್ರೇಡಿಂಗ್ ಮಾಡುವವರು ಹೆಚ್ಚು ನಿರೀಕ್ಷೆಗಳನ್ನು ಇಟ್ಟುಕೊಳ್ಳುತ್ತಾರೆ. ಅದು ಸಮಸ್ಯೆ. ಅನೇಕ ವ್ಯಾಪಾರಿಗಳು ಸಣ್ಣ ಬಂಡವಾಳದೊಂದಿಗೆ ಪ್ರಾರಂಭಿಸುತ್ತಾರೆ. ಅವರು ROI ಪ್ರಕಾರ ಆದಾಯವನ್ನು ಲೆಕ್ಕ ಹಾಕುವುದಿಲ್ಲ. ಸಾಮಾನ್ಯವಾಗಿ ಹೇಳಬೇಕೆಂದರೆ ಅವರು ಸಣ್ಣ ಬಂಡವಾಳ ಹಾಕಿ ಹೆಚ್ಚು ಲಾಭ ಗಳಿಸಲು ಅವರು ಬಯಸುತ್ತಾರೆ.

ಒಬ್ಬ ವ್ಯಾಪಾರಿ ಈ ಸತ್ಯವನ್ನು ಅರಿತು ತನ್ನ ಗೆಲುವಿನ ವ್ಯವಸ್ಥೆಯೊಂದಿಗೆ ನಿರಂತರವಾಗಿರಲು ಸರಿಯಾದ ಕ್ರಮವನ್ನು ತೆಗೆದುಕೊಂಡರೆ, ಅವನು ಇಂಟ್ರಾಡೇ ಟ್ರೇಡಿಂಗ್ ಆಟದಲ್ಲಿ ಬದುಕುಳಿಯುತ್ತಾನೆ ಮತ್ತು ಹಣ ಸಂಪಾದಿಸುತ್ತಾನೆ.

3. ಹೆಚ್ಚು ಅಪಾಯ ಇರುವುದಿಲ್ಲ

ಕೆಲವು ಟ್ರೇಡರ್‌ಗಳು ರಾತ್ರಿ ಅರ್ಧನಿದ್ರೆಯಲ್ಲಿ ಇದ್ದಕ್ಕಿದ್ದಂತೆ ಕೆಟ್ಟ ಕನಸು ಕಂಡವರಂತೆ ಎದ್ದುಬಿಡುತ್ತಾರೆ. ಆದರೆ ಅವರು ಏಳುವುದು ಎಸ್‌ಜಿಎಕ್ಸ್ ನಿಫ್ಟಿ ಅಥವಾ Dow Jones ನೋಡಲು.

ಹೀಗೆ ಮಾಡುವ ಬಹುಪಾಲು ಜನರು ಪೊಸಿಷನಲ್ ಟ್ರೇಡರ್ಸ್. ಅವರು ಮಾರುಕಟ್ಟೆಯಲ್ಲಿ overnight position ತೆಗಿದುಕೊಂಡಿರುತ್ತಾರೆ. ಹಾಗಾಗಿ ಕೆಲವು ಸಂದರ್ಭಗಳಲ್ಲಿ ಅವರಿಗೆ ಇದ್ದಕ್ಕಿದ್ದಂತೆ ಗಾಬರಿಯಾಗಿ, ಒತ್ತಡ ಹೆಚ್ಚಾಗಿ ಮಧ್ಯರಾತ್ರಿ ಎಚ್ಚರವಾಗುತ್ತದೆ.

ಖುಷಿಯ ಸಂಗತಿ ಏನೆಂದರೆ ಇಂಟ್ರಾಡೇ ಟ್ರೇಡರ್‌ಗಳಿಗೆ ಇಂತಹ ಕಷ್ಟ ಇರುವುದಿಲ್ಲ, ಏಕೆಂದರೆ ಮಾರ್ಕೆಟ್‌ನ ಸಮಯ ಮುಕ್ತಾಯವಾಗುವ ಮುನ್ನ ನಮ್ಮ ಪೊಸಿಷನ್ ಮುಕ್ತಾಯವಾಗಿರುತ್ತದೆ. ಸಾಕಷ್ಟು ರಾಷ್ಟ್ರಗಳಲ್ಲಿ ಅಪಾಯದ ಮಟ್ಟ ಕಡಿಮೆ ಇರುವ ಕಾರಣ ಡೇ ಟ್ರೇಡರ್‌ಗಳಿಗೆ ಹೆಚ್ಚುವರಿ ಮಾರ್ಜಿನ್ ಸಹ ಸಿಗುತ್ತದೆ.

4. ಜ್ಞಾನದ ಕೊರತೆ

ಇದು ಕೇಳಲು ಆಶ್ಚರ್ಯಕರವಾಗಿರಬಹುದು. ಆದರೆ ಇದು ಸತ್ಯ. ಎಷ್ಟೋ ಜನರು ಟ್ರೇಡಿಂಗ್ ಎಂದರೆ ಇಂಟ್ರಾಡೇ ಟ್ರೇಡಿಂಗ್ ಮಾತ್ರ ಎಂದುಕೊಂಡಿದ್ದಾರೆ. ಅಂತಹವರನ್ನು ನೋಡಿದಾಗ ನನಗೆ ಈ ವಿಷಯ ಅರಿವಾಯಿತು.

ಇದಕ್ಕೆ ಕಾರಣ ಎಂದರೆ ಟ್ರೇಡಿಂಗ್ ಬಗ್ಗೆ ಏನನ್ನೂ ತಿಳಿಯದವರು ಟ್ರೇಡಿಂಗ್ ಖಾತೆ ತೆರೆದಾಗ ಮಾರ್ಜಿನ್ ಇಂಟ್ರಾಡೇ ಸ್ಕ್ವೇರ್-ಆಫ್ (MIS) ಎಂಬುದು ಅವರ ನಿಶ್ಚಿತ ಆರ್ಡರ್ (default order) ಮಾದರಿಯಾಗಿಬಿಡುತ್ತದೆ. ಆದ್ದರಿಂದ ದಿನದ ಕೊನೆಯಲ್ಲಿ ಅವರ ಪೊಸಿಷನ್ ತಾನೇತಾನಾಗಿ ಸ್ಕ್ವೇರ್ ಆಫ್ ಆಗಿಬಿಡುತ್ತದೆ. ಈ ಕಾರಣದಿಂದ ಅವರು ಟ್ರೇಡಿಂಗ್ ಎಂದರೆ ಇಂಟ್ರಾಡೇ ಟ್ರೇಡಿಂಗ್ ಮಾತ್ರ ಎಂದುಕೊಳ್ಳುತ್ತಾರೆ.

ನೀವು ಆರಂಭಿಕ ಹಂತದ ಟ್ರೇಡರ್ ಆಗಿದ್ದರೆ ನೀವು ಸ್ಕ್ಯಾಲ್ಪಿಂಗ್, ಡೇ ಟ್ರೇಡಿಂಗ್, ಪೊಸಿಷನಲ್ ಟ್ರೇಡಿಂಗ್ ಹಾಗೂ ಇನ್ವೆಸ್ಟ್‌ಮೆಂಟ್‌ನಂತಹ ಎಲ್ಲ ರೀತಿಯ ಟ್ರೇಡಿಂಗ್‌ಗಳನ್ನೂ ಬಳಸಿ ನೋಡಬೇಕು ಎಂಬುದು ನನ್ನ ಸಲಹೆ. ಈ ಎಲ್ಲ ಪ್ರಕಾರಗಳೂ ಹೇಗೆ ಕೆಲಸ ಮಾಡುತ್ತವೆ ಎಂಬುದನ್ನು ನೀವು ತಿಳಿದುಕೊಂಡರೆ ನಿಮ್ಮ ಅಭಿಲಾಷೆ ಹಾಗೂ ಆಸಕ್ತಿಗೆ ಯಾವ ಪ್ರಕಾರ ಸೂಕ್ತ ಎಂದು ನೀವು ತಿಳಿದುಕೊಳ್ಳಬಹುದು.

5. ತಾಳ್ಮೆಯ ಕೊರತೆ

ನಾನು ಮೊದಲಿನಿಂದಲೂ ಕಡಿಮೆ ತಾಳ್ಮೆಯಿರುವ ವ್ಯಕ್ತಿ. ಆದರೆ ಮಾರುಕಟ್ಟೆ ನನಗೆ ಸಾಕಷ್ಟು ವಿಷಯಗಳನ್ನು ತಿಳಿಸಿಕೊಟ್ಟಿದೆ. ಅದರಲ್ಲಿ ಮುಖ್ಯವಾದುದು ಎಂದರೆ ತಾಳ್ಮೆ.

ಜನರು ಇಂಟ್ರಾಡೇ ಟ್ರೇಡಿಂಗ್ ಕಲಿಯಲು ಮೂರ್ನಾಲ್ಕು ವರ್ಷಗಳನ್ನು ಮೀಸಲಿಡುವುದು ಅನವಶ್ಯಕ ಎಂದುಕೊಳ್ಳುತ್ತಾರೆ. ಆದರೆ ಅದೇ ಜನರು ಮೂರ್ನಾಲ್ಕು ದಶಕಗಳ ಕಾಲ ಕೆಲಸ ಮಾಡಿದರೂ ಹಣದ ಅಭಾವವನ್ನು ಎದುರಿಸುತ್ತಲೇ ಇರುತ್ತಾರೆ.

ಅವರಿಗೆ ಎಲ್ಲ ಉಪಾಯಗಳನ್ನೂ ಒಮ್ಮೆಲೇ ಕಲಿಯುವ ಹಪಾಹಪಿ ಇರುತ್ತದೆ. ಎಲ್ಲ ಉಪಾಯಗಳನ್ನೂ ಕಲಿಯುವ ತಾಳ್ಮೆ ಅವರಲ್ಲಿ ಇರುವುದಿಲ್ಲ. ಪ್ರತಿದಿನದ ಟ್ರೇಡಿಂಗ್ ಬಹಳ ಸುಲಭ, ಅದನ್ನು ಕಲಿಯಲು ಸ್ವಲ್ಪವೇ ಸಮಯ ಸಾಕು ಎಂಬುದು ಅವರ ಭಾವನೆ.

ಆದರೆ ತಾಳ್ಮೆ ಇಲ್ಲವಾದಲ್ಲಿ ಜನರು ಟ್ರೇಡಿಂಗ್‌ನಲ್ಲಿ ಉಳಿಯುವುದು ಸಾಧ್ಯವಿಲ್ಲ. ನಿಮಗೆ ಎಷ್ಟು ಶಕ್ತಿ, ಆಸಕ್ತಿ ಇದ್ದರೂ ಅಷ್ಟೇ..ತಾಳ್ಮೆ ಇಲ್ಲವಾದಲ್ಲಿ ನೀವು ಇಂಟ್ರಾಡೇ ಟ್ರೇಡಿಂಗ್‌ನಲ್ಲಿ ಹೀನಾಯವಾಗಿ ಸೋಲುತ್ತೀರ.

ಎಂದಿಗೂ ನೆನಪಿಡಿ – ರೋಮ್ ಒಂದು ದಿನದಲ್ಲಿ ನಿರ್ಮಾಣವಾದುದಲ್ಲ.. ಪ್ರತಿದಿನವೂ ನಿರ್ಮಾಣವಾದುದು.

ಜನರು «ಇಂಟ್ರಾಡೇ ಟ್ರೇಡಿಂಗ್» ಮಾಡುತ್ತಿಲ್ಲ- ಕೇವಲ ಜೂಜಾಡುತ್ತಿದ್ದಾರೆ!

ಒಂದು ದಿನ ಮಧ್ಯವಯಸ್ಕ ವ್ಯಕ್ತಿಯೊಬ್ಬರು ನನಗೆ ಕರೆ ಮಾಡಿದರು. ತಮ್ಮನ್ನು ತಾವು ಪರಿಚಯ ಮಾಡಿಕೊಂಡು ತಾವು ಇಂಟ್ರಾಡೇ ಟ್ರೇಡಿಂಗ್‌ನಲ್ಲಿ ದುಡ್ಡು ಗಳಿಸಬಹುದೇ ಎಂದು ಕೇಳಿದರು.

ಇದಕ್ಕೆ ಉತ್ತರ ಆಯಾ ವ್ಯಕ್ತಿಯ ಮೇಲೆ, ಅವರ ಆಸಕ್ತಿಯ ಮೇಲೆ, ಮಾರುಕಟ್ಟೆ ಬಗ್ಗೆ ಅವರಿಗಿರುವ ಜ್ಞಾನ ಹಾಗೂ ಅವರು ವ್ಯವಹಾರ ಮಾಡುವ ರೀತಿಯ ಮೇಲೆ ಅವಲಂಬಿತವಾಗಿರುತ್ತದೆ ಎಂದು ನಾನು ತಿಳಿಸಿದೆ. ಇದರಲ್ಲಿ ಮನೋವಿಜ್ಞಾನ ಹಾಗೂ ಟ್ರೇಡಿಂಗ್ ಸೈಕಾಲಜಿ ಎಷ್ಟು ಮುಖ್ಯ ಎಂಬುದನ್ನು ನಾನು ವಿವರಿಸಿದೆ.

ಆದರೆ ನನ್ನ ಮಾತನ್ನು ಅರ್ಧಕ್ಕೆ ನಿಲ್ಲಿಸಿದ ಆತ 'ನನಗೆ ಇಂಟ್ರಾಡೇ ಟ್ರೇಡಿಂಗ್ ಬಗ್ಗೆ ಗೊತ್ತು. ನಾನು ಅದನ್ನು 20 ವರ್ಷಗಳಿಂದ ಮಾಡುತ್ತಿದ್ದೇನೆ' ಎಂದ.

ಆತ ಇದ್ದಕ್ಕಿದ್ದಂತೆ ನೀಡಿದ ಉತ್ತರದಿಂದ ನನಗೆ ಮೂರು ವಿಷಯಗಳು ತಿಳಿದವು.

1. MIS ಆರ್ಡರ್ ಬಳಸಿ ಪ್ರತಿದಿನ ಶೇರ್‌ಗಳನ್ನು ಕೊಳ್ಳುವುದು, ಮಾರುವುದು ಮಾಡುವುದನ್ನೇ ಇಂಟ್ರಾಡೇ ಟ್ರೇಡಿಂಗ್ ಎಂದು ಆತ ಭಾವಿಸಿದ್ದಾನೆ. ಇದು ಆತನ ಪ್ರಕಾರ ಇಂಟ್ರಾಡೇ ಟ್ರೇಡಿಂಗ್.

2. ಆತನಿಗೆ ತಾಳ್ಮೆ ಇಲ್ಲ. ಹಣ ನಿರ್ವಹಣೆ ಹಾಗೂ ಟ್ರೇಡಿಂಗ್ ಸೈಕಾಲಜಿ ಬಗ್ಗೆ ಸಂಕುಚಿತ ಮನೋಭಾವ ಇದೆ. ಆದ್ದರಿಂದ ಆತ ಇಂಟ್ರಾಡೇ ಟ್ರೇಡಿಂಗ್‌ನಲ್ಲಿ ಹಣ ಗಳಿಸುವುದು ಕಷ್ಟ.

3. ಇಪ್ಪತ್ತು ವರ್ಷಗಳ ಕಾಲವೂ ಆತ ಕೇವಲ ಅಂದಾಜಿನಲ್ಲಿ ಬೆಟ್ಟಿಂಗ್ ಆಡಿದ್ದಾನೆಯೇ ಹೊರತು ಟ್ರೇಡಿಂಗ್ ಮಾಡಿಲ್ಲ.

ಜೂಜು, ಆನ್‌ಲೈನ್ ಗೇಮ್ಸ್ ಹಾಗೂ ಡೇ ಟ್ರೇಡಿಂಗ್ ಎಂಬ ಪದಗಳನ್ನು ಸಾಮಾನ್ಯವಾಗಿ ಒಂದೇ ಸಾಲಿನಲ್ಲಿ ಬಳಸಲಾಗುತ್ತದೆ. ಆದ್ದರಿಂದ ಬಹಳಷ್ಟು ಜನರು ಈ ಮೂರೂ ಒಂದೇ ಎಂದು ತಿಳಿದಿರುತ್ತಾರೆ. ಒಂದು ಪ್ರಸಿದ್ಧ ಮಾತಿನಂತೆ:

'ಒಂದು ವೃತ್ತವನ್ನು ಬರೆದು ಹಸು ಅದರೊಳಗೆ ಬಂದು ನಿಲ್ಲಲಿ ಎಂದು ಕಾಯುವುದು ಜೂಜು. ಹಸುವನ್ನು ಹುಡುಕಿ ನಂತರ ಅದರ ಸುತ್ತ ವೃತ್ತ ಬರೆಯುವುದು ಟ್ರೇಡಿಂಗ್'.

ಇದನ್ನು ಯಾರು ಹೇಳಿದರೆಂದು ನನಗೆ ತಿಳಿದಿಲ್ಲ. ಆದರೆ ಈ ಹೇಳಿಕೆ ಜೂಜು ಹಾಗೂ ಟ್ರೇಡಿಂಗ್ ನಡುವೆ ಇರುವ ವ್ಯತ್ಯಾಸವನ್ನು ಕರಾರುವಕ್ಕಾಗಿ ತಿಳಿಸುತ್ತದೆ.

IF YOU'RE GUESSING, YOU'RE GAMBLING!

ತನ್ನ ಗಾಡಿಯನ್ನು ಬಳಸಿಕೊಂಡು ಬೀದಿಯಿಂದ ಬೀದಿಗೆ ತರಕಾರಿಗಳನ್ನು ಮಾರುವ ಸ್ಥಳೀಯ ತರಕಾರಿ ಮಾರಾಟಗಾರ, ಪ್ರಾಥಮಿಕ ಮಾರುಕಟ್ಟೆಯಲ್ಲಿ (ಅಥವಾ ಹತ್ತಿರದ ಹಳ್ಳಿಗಳಿಂದ) ತರಕಾರಿಗಳನ್ನು ಸಗಟು ಖರೀದಿಸುತ್ತಾನೆ ಮತ್ತು ಹೆಚ್ಚಿನ ಬೆಲೆಗೆ ಅನೇಕ ಜನರಿಗೆ ಸಣ್ಣ ಪ್ರಮಾಣದಲ್ಲಿ ಮಾರಾಟ ಮಾಡುತ್ತಾನೆ.

ಅವನು ಜೂಜು ಆಡುತ್ತಿದ್ದಾನೆ ಎಂದು ನೀವು ಭಾವಿಸುತ್ತೀರಾ?

ನಿಮ್ಮ ಉತ್ತರ 'ಇಲ್ಲ' ಎಂದಾದರೆ, ಇಂಟ್ರಾಡೇ ಟ್ರೇಡಿಂಗ್ ಕೂಡ ಜೂಜಾಟವಲ್ಲ. ತರಕಾರಿ ಮಾರಾಟಗಾರನು ತನ್ನ ಮೌಲ್ಯಮಾಪನವನ್ನು ಮಾಡುತ್ತಾನೆ ಮತ್ತು ಸ್ವಲ್ಪ ಲಾಭ ಗಳಿಸಲು ತರಕಾರಿಗಳನ್ನು ಹೆಚ್ಚಿನ ಬೆಲೆಗೆ ಮಾರಾಟ ಮಾಡುತ್ತಾನೆ.

ಅದೇ ರೀತಿಯಲ್ಲಿ, ದಿನದ ವ್ಯಾಪಾರಿಗಳು ಬೆಲೆ ಏರಿಳಿತಗಳನ್ನು ನಿರ್ಣಯಿಸಲು ಮತ್ತು ವಹಿವಾಟುಗಳನ್ನು ತೆಗೆದುಕೊಳ್ಳಲು ತಮ್ಮದೇ ಆದ ತಂತ್ರಗಳನ್ನು ಹೊಂದಿದ್ದಾರೆ.

ಆದರೆ ಮುಖ್ಯ ವಿಷಯವೆಂದರೆ ಅನೇಕ ಜನರು ಈ ವಿಶ್ಲೇಷಣೆಗಳನ್ನು ನಿರ್ಲಕ್ಷಿಸುತ್ತಾರೆ. ದಿನದ ವ್ಯಾಪಾರಕ್ಕೆ ಅಗತ್ಯವಾದ ಕೌಶಲ್ಯಗಳನ್ನು ಕಲಿಯಲು ಸಾಕಷ್ಟು ಶ್ರಮಿಸುವುದಿಲ್ಲ ಮತ್ತು ಇಂಟ್ರಾಡೇ ಬೆಟ್‌ಗಳನ್ನು ತೆಗೆದುಕೊಳ್ಳಲು ಪ್ರಾರಂಭಿಸುತ್ತಾರೆ.

ನಾವು ಇನ್ನೂ ಒಂದು ಉದಾಹರಣೆ ತೆಗೆದುಕೊಳ್ಳಬಹುದು. ಐಪಿಎಲ್ ಭಾರತೀಯ ಕ್ರಿಕೆಟ್ ವಾತಾವರಣವನ್ನು ದೊಡ್ಡ ರೀತಿಯಲ್ಲಿ ಬದಲಾಯಿಸಿದೆ. ವಾಸ್ತವವಾಗಿ, ಅನೇಕ ಯುವ ಭಾರತೀಯ ಕ್ರಿಕೆಟಿಗರು ತಮ್ಮ ಪ್ರತಿಭೆಯನ್ನು ತೋರಿಸಲು ಮತ್ತು ದೇಶಕ್ಕಾಗಿ ಆಡಲು ಇದು ನಂಬರ್1 ವೇದಿಕೆಯಾಗಿದೆ.

ಆದರೆ ಅನೇಕ ಜನರು ಪ್ರತಿ ಐಪಿಎಲ್ ಪಂದ್ಯದ ಮೇಲೆ ಬೆಟ್ಟಿಂಗ್ ಮಾಡುತ್ತಾರೆ ಮತ್ತು ಹಣವನ್ನು ಕಳೆದುಕೊಳ್ಳುತ್ತಾರೆ. ಹೀಗಿರುವಾಗ ಐಪಿಎಲ್ ಕೆಟ್ಟದು ಎಂದು ನೀವು ಭಾವಿಸುತ್ತೀರಾ?

ಐಪಿಎಲ್ ಒಂದು ಅದ್ಭುತ ವೇದಿಕೆ. ಅವರು ಅದನ್ನು ಬಳಸಿಕೊಂಡು ರಾಷ್ಟ್ರೀಯ ತಂಡಕ್ಕೆ ಆಯ್ಕೆಯಾಗುತ್ತಾರಾ ಅಥವಾ ಬೆಟ್ಟಿಂಗ್ ಮಾಡಿ ಹಣ ಕಳೆದುಕೊಳ್ಳುತ್ತಾರಾ ಎಂಬುದು ಆಯಾ ವ್ಯಕ್ತಿಗೆ ಬಿಟ್ಟದ್ದು.

ಇಂಟ್ರಾಡೇ ಟ್ರೇಡಿಂಗ್ ಐಪಿಎಲ್ ಅನ್ನು ಹೋಲುತ್ತದೆ. ಉತ್ತಮ ಹಣವನ್ನು ಗಳಿಸಲು ಅಥವಾ ಎಲ್ಲಾ ಹಣವನ್ನು ಕಳೆದುಕೊಳ್ಳಲು ಇದನ್ನು ಬಳಸಿಕೊಳ್ಳಬಹುದು! ನೀವು ಯಾವುದನ್ನು ಆರಿಸುತ್ತೀರಿ?

ಯಶಸ್ಸಿಗೆ ವಿರಾಟ್ ಕೊಹ್ಲಿಯ 3 ನಿಯಮಗಳು

ವಿರಾಟ್ ಕೊಹ್ಲಿ ಏಕೆ ಅತ್ಯಂತ ಯಶಸ್ವಿ ಕ್ರಿಕೆಟಿಗ ಏಕೆ ಎಂದು ನಿಮಗೆ ಗೊತ್ತೇ? ಇದಕ್ಕೆ ಹಲವು ಕಾರಣಗಳಿವೆ. ಆದರೆ ಟಾಪ್ 4 ಕಾರಣಗಳನ್ನು ಮಾತ್ರ ಅಧ್ಯಯನ ಮಾಡೋಣ ಮತ್ತು ಇಂಟ್ರಾಡೇ ಟ್ರೇಡಿಂಗ್‌ನಲ್ಲಿ ಅವುಗಳನ್ನು ಹೇಗೆ ಕಾರ್ಯಗತಗೊಳಿಸಬೇಕು ಎಂದು ತಿಳಿಯೋಣ.

1. **ಆಟಕ್ಕೆ ಬದ್ಧತೆ**

   ಅದು ಡಿಸೆಂಬರ್ 2006. ವಿರಾಟ್ ಅವರಿಗೆ 18 ವರ್ಷ ವಯಸ್ಸಾಗಿತ್ತು ಮತ್ತು ಅವರು ದೆಹಲಿ ಪರ ಕರ್ನಾಟಕ ವಿರುದ್ಧ ರಣಜಿ ಪಂದ್ಯದಲ್ಲಿ ಆಡುತ್ತಿದ್ದರು. ರಾತ್ರಿಯಿಡೀ ಔಟಾಗದೆ 40 ರನ್ ಗಳಿಸಿದ್ದರು. ಆದರೆ ಅವರ ತಂದೆ ಹೃದಯಾಘಾತದಿಂದ ನಿಧನರಾದರು. ವಿರಾಟ್ ಆಟದಿಂದ ನಿರ್ಗಮಿಸುತ್ತಾರೆ ಎಂದು ಎಲ್ಲರೂ ನಿರೀಕ್ಷಿಸಿದ್ದರು, ಆದರೆ ಎಲ್ಲರಿಗೂ

ಆಶ್ಚರ್ಯವಾಗುವಂತೆ ಅವರು ಬ್ಯಾಟಿಂಗ್‌ಗೆ ಮರಳಿದರು. 90 ರನ್ ಗಳಿಸಿದರು ಮತ್ತು ಪಂದ್ಯವನ್ನು ಉಳಿಸಿದರು.

ಅವರ ಬದ್ಧತೆಯ ಮಟ್ಟವನ್ನು ನೀವು ಊಹಿಸಬಲ್ಲಿರಾ?

ಮಾರುಕಟ್ಟೆಯ ಬಗ್ಗೆ ತಮಗಿರುವ ಬದ್ಧತೆಯ ಕೊರತೆಗೆ ಜನರು ಹಲವಾರು ಕಾರಣಗಳನ್ನು ನೀಡುತ್ತಾರೆ. ಉದ್ಯೋಗದ ಒತ್ತಡ, ಕೌಟುಂಬಿಕ ಸಮಸ್ಯೆಗಳು, ಮೂಲಸೌಕರ್ಯಗಳ ಕೊರತೆ, ಶಿಕ್ಷಣದ ಕೊರತೆ ಇತ್ಯಾದಿ ಕಾರಣಗಳನ್ನು ಸಾಮಾನ್ಯವಾಗಿ ಜನರು ನೀಡುತ್ತಾರೆ.

ಆದರೆ ಜೀವನದಲ್ಲಿ 'ನೆಪ' ಅಥವಾ 'ಫಲಿತಾಂಶ' ಎರಡೂ ಇರಲು ಸಾಧ್ಯವಿಲ್ಲ. ಎರಡರಲ್ಲಿ ಒಂದಷ್ಟೇ ಇರಬೇಕು. ಆದ್ದರಿಂದ, ನೀವು ಫಲಿತಾಂಶಗಳನ್ನು ಬಯಸಿದರೆ ನೆಪಗಳ ಬಗ್ಗೆ ಮಾತನಾಡುವುದನ್ನು ನಿಲ್ಲಿಸಿ. ಏಕೆಂದರೆ ನೀವು ನೆಪಗಳ ಬಗ್ಗೆ ಮಾತನಾಡದಿದ್ದಾಗ, ನಿಮ್ಮ ಮನಸ್ಸು ಸಮಸ್ಯೆಯನ್ನು ನಿಭಾಯಿಸಲು ಒಂದು ಮಾರ್ಗವನ್ನು ಕಂಡುಕೊಳ್ಳುತ್ತದೆ.

2. **ಗಮನ ಕೇಂದ್ರೀಕರಿಸುವ ಶಕ್ತಿ**

ಇತ್ತೀಚಿನ ದಿನಗಳಲ್ಲಿ ನಮ್ಮ ಜೀವನದಲ್ಲಿ ಹಲವಾರು ವಿಷಯಗಳು ನಮ್ಮ ಮನಸ್ಸನ್ನು ಸುಲಭವಾಗಿ ವಿಚಲಿತಗೊಳಿಸುತ್ತವೆ. ಆದರೆ ನೀವು ಈ ಗೊಂದಲಗಳನ್ನು ತಪ್ಪಿಸಿ ನಿಮ್ಮ ಕೆಲಸದ ಮೇಲೆ ಮನಸ್ಸನ್ನು ಕೇಂದ್ರೀಕರಿಸಿದರೆ ಯಶಸ್ಸು ನಿಮ್ಮ ಬಾಗಿಲಿಗೆ ಬರುತ್ತದೆ. ಇದರಲ್ಲಿ ವಿರಾಟ್ ಮಾಸ್ಟರ್. ಅವರು ಯಾವಾಗಲೂ ಕ್ರಿಕೆಟ್ ಮೇಲೆ ಗಮನ ಕೇಂದ್ರೀಕರಿಸುತ್ತಾರೆ.

ಅನೇಕ ವ್ಯಾಪಾರಿಗಳು ಒಂದು ವ್ಯಾಪಾರ ವ್ಯವಸ್ಥೆಗೆ ಅಂಟಿಕೊಳ್ಳಲು ಹೆಣಗಾಡುತ್ತಾರೆ. ನೀವು ಒಬ್ಬ ವ್ಯಕ್ತಿಯ ಜೊತೆಗೆ ಸ್ವಲ್ಪ ಸಮಯದವರೆಗೆ ಇದ್ದಾಗ ಮಾತ್ರ ಆ ವ್ಯಕ್ತಿಯು ವಿವಿಧ ಸಂದರ್ಭಗಳಲ್ಲಿ ಹೇಗೆ ನಡೆದುಕೊಳ್ಳುತ್ತಾನೆ ಎಂಬುದನ್ನು ನೀವು ತಿಳಿಯಬಹುದು.

ಅದೇ ರೀತಿ, ಒಬ್ಬ ವ್ಯಾಪಾರಿಯು ಒಂದು ವ್ಯಾಪಾರ ತಂತ್ರವನ್ನು (trading system) ಗಣನೀಯ ಸಮಯದವರೆಗೆ ಬಳಸಿದಾಗ ಮಾತ್ರ

ಈ ವ್ಯವಸ್ಥೆಯು ಯಾವಾಗ ಹೆಚ್ಚು ಲಾಭವನ್ನು ನೀಡುತ್ತದೆ, ಯಾವಾಗ ಕಡಿಮೆಯಾಗುತ್ತದೆ ಎಂಬಿತ್ಯಾದಿ ಅಂಶಗಳನ್ನು ತಿಳಿಯಬಹುದು.

3. **ಫಿಟ್‌ನೆಸ್‌ನ ಪ್ರಾಮುಖ್ಯತೆ**

‘ಕ್ರಿಕೆಟ್ ಜಗತ್ತಿನ ಮೂರು ಅತ್ಯಂತ ಫಿಟ್ ಆಟಗಾರರ ಹೆಸರು ಹೇಳಿ’ ಎಂದು ಪ್ರಪಂಚದಲ್ಲಿ ಯಾರನ್ನೇ ಕೇಳಿದರೂ ಅವರು ಹೇಳುವ ಹೆಸರುಗಳಲ್ಲಿ ವಿರಾಟ್ ಅವರ ಹೆಸರು ಇದ್ದೇ ಇರುತ್ತದೆ. ಇದರ ಅರ್ಥ ಪ್ರಪಂಚದ ಟಾಪ್ ಮೂರು ಕ್ರಿಕೆಟರ್‌ಗಳ ಪೈಕಿ ವಿರಾಟ್ ಅವರು ಒಬ್ಬರು ಎಂಬುದು. ತಮ್ಮ ಫಿಟ್‌ನೆಸ್‌ನ ಸಹಾಯದಿಂದಾಗಿ ಅವರು ಅತ್ಯಂತ ಪರಿಣಾಮಕಾರಿಯಾಗಿ ಕ್ರೀಡೆಯಲ್ಲಿ ತೊಡಗಿಸಿಕೊಳ್ಳುತ್ತಾರೆ.

ಟ್ರೇಡರ್‌ಗಳು ಸಹ ಉತ್ತಮ ದೈಹಿಕ ಹಾಗೂ ಮಾನಸಿಕ ಆರೋಗ್ಯವನ್ನು ಕಾಪಾಡಿಕೊಳ್ಳಬೇಕು. ಮಾರುಕಟ್ಟೆಯಲ್ಲಿನ ಬದಲಾವಣೆಗಳಿಂದ ಒತ್ತಡ ಹೆಚ್ಚಾಗಬಹುದು, ಮಾನಸಿಕ ನೆಮ್ಮದಿ ಹಾಳಾಗಬಹುದು. ಆದ್ದರಿಂದ ಸರಿಯಾದ ಸಮಯಕ್ಕೆ ಊಟ, ನಿದ್ರೆ, ವ್ಯಾಯಾಮ, ಧ್ಯಾನ, ಪ್ರಾಣಾಯಾಮ ಮಾಡಿ ಮನಸ್ಸನ್ನು ಆರಾಮದಾಯಕವಾಗಿ ಇಟ್ಟುಕೊಳ್ಳಬೇಕು.

4. **ಆಟದಲ್ಲಿ ಉಳಿಯುವುದು.**

ವಿರಾಟ್ ಕೊಹ್ಲಿಯವರ ಈ ಗುಣ ಅವರನ್ನು ಅತ್ಯಂತ ಯಶಸ್ವಿ ಕ್ರೀಡಾಪಟುವನ್ನಾಗಿ ಮಾಡಿದೆ. ಬೌಲರ್‌ಗಳಿಗೆ ಅನುಕೂಲಕರ ಪರಿಸ್ಥಿತಿ ಇದ್ದಾಗ, ಬೃಹತ್ ಹೊಡೆತಗಳಿಗೆ ಪ್ರತಿಕೂಲ ವಾತಾವರಣ ಇದ್ದಾಗ ವಿರಾಟ್ ನಿಧಾನವಾಗಿ ಡಾಟ್ ಬಾಲ್‌ಗಳನ್ನು ಒಂದು ರನ್ ಆಗಿ ಪರಿವರ್ತಿಸುತ್ತಾರೆ. ಒಂದು ರನ್ ಅನ್ನು ಎರಡು ರನ್‌ಗಳಾಗಿ ಪರಿವರ್ತಿಸುತ್ತಾರೆ. ಇದರಿಂದಾಗಿ ಬೌಲರ್ ಹಾಗೂ ಫೀಲ್ಡರ್‌ಗಳಿಗೆ ಒತ್ತಡ ಹೆಚ್ಚಾಗುತ್ತದೆ. ಆನಂತರ ಬೃಹತ್ ಹೊಡೆತಗಳನ್ನು ಆರಂಭಿಸುತ್ತಾರೆ.

ಭಾರತೀಯ ಟ್ರೇಡರ್‌ಗಳು ಸಹ ಈ ತಂತ್ರವನ್ನು ಅನುಸರಿಸಬೇಕು. ಮಾರುಕಟ್ಟೆ ಪರಿಸ್ಥಿತಿ ಅಷ್ಟೇನೂ ಸರಿಯಿಲ್ಲದಿದ್ದಾಗ ಹೆಚ್ಚು ಅಪಾಯಕ್ಕೆ ಅವಕಾಶ ಕೊಡದೆ ಉಳಿಯಬೇಕು. ಪರಿಸ್ಥಿತಿ ತಿಳಿಯಾದ ತಕ್ಷಣ ನಮ್ಮ ಯೋಜನೆಗಳನ್ನು ಅನುಷ್ಠಾನಗೊಳಿಸಬೇಕು.

ಕೆಳಗಿನ ಸಾಲುಗಳನ್ನು ಸರಿಯಾಗಿ ಓದಿ ಯಾವುದು ಜೂಜು, ಯಾವುದು ವಿಶ್ಲೇಷಣೆ ಎಂಬುದನ್ನು ತಿಳಿಸಿ.

1. ವಿರಾಟ್ ಕೊಹ್ಲಿ 20 ರನ್‌ಗಳನ್ನು ಹೊಡೆಯುತ್ತಾರೆ. 1:2 ಬೆಟ್. ಎಂದರೆ, ವಿರಾಟ್ 20+ ರನ್ ಹೊಡೆದರೆ ನೀವು 2 ಸಾವಿರ ರೂ. ಗೆಲ್ಲುತ್ತೀರ. ಇಲ್ಲವಾದಲ್ಲಿ ನೀವು 1 ಸಾವಿರ ರೂ. ಸೋಲುತ್ತೀರ (ನೀವು 1 ಸಾವಿರ ರೂ. ಬೆಟ್ ಕಟ್ಟಿದ್ದರೆ).

2. ಇಶಾಂತ್ ಶರ್ಮಾ ಕೊಹ್ಲಿ 50 ರನ್‌ಗಳನ್ನು ಹೊಡೆಯುತ್ತಾರೆ. 1:5 ಬೆಟ್. ಎಂದರೆ, 20+ ರನ್ ಹೊಡೆದರೆ ನೀವು 5 ಸಾವಿರ ರೂ. ಗೆಲ್ಲುತ್ತೀರ. ಇಲ್ಲವಾದಲ್ಲಿ ನೀವು 2 ಸಾವಿರ ರೂ. ಸೋಲುತ್ತೀರ (ನೀವು 1 ಸಾವಿರ ರೂ. ಬೆಟ್ ಕಟ್ಟಿದ್ದರೆ).

ಕ್ರಿಕೆಟ್ ಬಗ್ಗೆ ಕನಿಷ್ಠ ಜ್ಞಾನ ಹೊಂದಿರುವ ಯಾವ ವ್ಯಕ್ತಿಯಾದರೂ ಮೊದಲ ಹೇಳಿಕೆಯನ್ನು ವಿಶ್ಲೇಷಣೆ ಎಂದು ಹೇಳುತ್ತಾರೆ.

ಏಕೆಂದರೆ ವಿರಾಟ್ ಕೊಹ್ಲಿಯ ಬ್ಯಾಟಿಂಗ್ ಸರಾಸರಿ ಟೆಸ್ಟ್, ಓಡಿಐ, ಟಿ20 ಹಾಗೂ ಐಪಿಎಲ್‌ನಲ್ಲಿ 52, 59, 53 ಮತ್ತು 38. (ಈ ಪುಸ್ತಕ ಬರೆಯುವ ಸಂದರ್ಭದಲ್ಲಿ). ಆದ್ದರಿಂದ ನೀವು 1:2 ರಿಸ್ಕ್ ರಿವಾರ್ಡ್‌ನಲ್ಲಿ ಬೆಟ್ ಕಟ್ಟಿದಗೆ ಗೆಲ್ಲುವ ಸಂಭವ ಹೆಚ್ಚು.

ಆದರೆ ಇಶಾಂತ್ ಶರ್ಮಾರ ಬ್ಯಾಟಿಂಗ್ ಸರಾಸರಿ ಟೆಸ್ಟ್, ಓಡಿಐ, ಟಿ20 ಹಾಗೂ ಐಪಿಎಲ್‌ನಲ್ಲಿ 8.2, 4.8, 8 ಮತ್ತು 9.2. (ಈ ಪುಸ್ತಕ ಬರೆಯುವ ಸಂದರ್ಭದಲ್ಲಿ). ಒಮ್ಮೆ ಮಾತ್ರ ಅವರು ಟೆಸ್ಟ್ ಮ್ಯಾಚ್‌ನಲ್ಲಿ ಐವತ್ತು ರನ್ ಗಳಿಸಿದ್ದರು. ಅದ್ದರಿಂದ ಅವರು 20+ ರನ್ ಗಳಿಸುತ್ತಾರೆ ಎಂದು ನೀವು ಬೆಟ್ ಕಟ್ಟಿದರೆ ಸೋಲುವ ಸಾಧ್ಯತೆ ಹೆಚ್ಚು.

ಯಶಸ್ವಿಯಾಗಿ ಇಂಟ್ರಾಡೇ ಟ್ರೇಡಿಂಗ್ ಮಾಡಲು ಮುಖ್ಯವಾಗಿ ಸರಿಯಾದ ಟ್ರೇಡಿಂಗ್ ಪ್ಯಾಟರ್ನ್ ತಿಳಿದಿರಬೇಕು, ಅದನ್ನು ಸರಿಯಾಗಿ ಕಾರ್ಯರೂಪಕ್ಕೆ ತರಬೇಕು. ನಿಮ್ಮ ಬೆಟ್ ಒಟ್ಟು ಕ್ಯಾಪಿಟಲ್‌ನ ಶೇ.2ಕ್ಕಿಂತ ಕಡಿಮೆ ಇದ್ದರೆ ನೀವು ವಿಜೇತರಾಗುತ್ತೀರ.

ಹಾಗೆಯೇ, ನೀವು ಉತ್ತಮ ಇಂಟ್ರಾಡೇ ಟ್ರೇಡಿಂಗ್ ಸೆಟ್ ಅಪ್ ಹೊಂದಿದ್ದು, ನಷ್ಟವು ಕ್ಯಾಪಿಟಲ್‌ಗಿಂತ ಶೇ.2ರಷ್ಟು ಕಡಿಮೆ ಇರುವಂತೆ ಗಮನವಹಿಸಿದರೆ, ಉತ್ತಮ ರೀತಿಯಲ್ಲಿ ಟ್ರೇಡಿಂಗ್ ಮಾಡಿದರೆ ನೀವು ಉತ್ತಮ ಹಣ ಗಳಿಸಬಹುದು.

ಡೇ ಟ್ರೇಡಿಂಗ್‌ನಲ್ಲಿ ಬೃಹತ್ ಯಶಸ್ಸನ್ನು ಸಾಧಿಸಲು 4 ಮುಖ್ಯ ಸ್ತಂಭಗಳು

ತನ್ನ ಕಾರ್ಯಾಚರಣೆಯನ್ನು ಪ್ರಾರಂಭಿಸುವ ಮೊದಲು ಪೂರ್ವಸಿದ್ಧತಾ ಹಂತಗಳನ್ನು ಅಳವಡಿಸಿಕೊಳ್ಳದಿದ್ದರೆ ಉದ್ಯಮವು ವಿಫಲಗೊಳ್ಳುತ್ತದೆ. ಪೈಲಟ್ ವಿಮಾನವನ್ನು ಹಾರಿಸುವ ಮೊದಲು ಪೂರ್ವಸಿದ್ಧತೆ ಮಾಡಿಕೊಳ್ಳಬೇಕು. ಒಬ್ಬ ನಟ ಕೂಡ ಕ್ಯಾಮರಾ ಮುಂದೆ ನಟಿಸುವ ಮೊದಲು ಕೆಲವು ರಿಹರ್ಸಲ್‌ಗಳಲ್ಲಿ ಭಾಗವಹಿಸಬೇಕಾಗುತ್ತದೆ.

ದುರದೃಷ್ಟವಶಾತ್, ಅನೇಕ ಜನರು ವಾರಾಂತ್ಯದಲ್ಲಿ day trading ಕೋರ್ಸ್‌ಗೆ ಹಾಜರಾಗುತ್ತಾರೆ. ಅವರು ಸೋಮವಾರ ಬೆಳಿಗ್ಗೆ ಹುಮ್ಮಸ್ಸಿನೊಂದಿಗೆ ಎಚ್ಚರಗೊಂಡು, ಒಂದು ಕಪ್ ಕಾಫಿ ಕುಡಿದು ವ್ಯಾಪಾರ ಮಾಡಲು ಪ್ರಾರಂಭಿಸುತ್ತಾರೆ. ಆ ದಿನವೇ ಮಾರುಕಟ್ಟೆ ಮುಗಿಯುತ್ತದೆ ಎಂಬಂತೆ ವ್ಯಾಪಾರ ಮಾಡುತ್ತಾರೆ. ವ್ಯಾಪಾರ ಕಾರ್ಯಾಗಾರಗಳು ಸಹಾಯಕ ಮಾಹಿತಿಯನ್ನು ಒದಗಿಸುತ್ತವೆ ಎಂಬುದರಲ್ಲಿ ಯಾವುದೇ ಸಂದೇಹವಿಲ್ಲ. ಆದರೆ ಎಲ್ಲವನ್ನೂ ಪರೀಕ್ಷಿಸಲು ಮತ್ತು ಒಂದೇ ದಿನದಲ್ಲಿ ಗಂಭೀರವಾದ ಬೆಟ್‌ಗಳನ್ನು ತೆಗೆದುಕೊಳ್ಳಲು ಪ್ರಯತ್ನಿಸುವುದು ಮೂರ್ಖತನ.

ಸ್ಥಿರವಾಗಿ ಹಣವನ್ನು ಗಳಿಸುವುದು ಪ್ರತಿಯೊಬ್ಬ ಇಂಟ್ರಾಡೇ ವ್ಯಾಪಾರಿಯ ಅಂತಿಮ ಗುರಿಯಾಗಿದೆ. ಆದರೆ ಇದನ್ನು ಸಾಧಿಸಲು, ಒಬ್ಬನು ತನ್ನ ವ್ಯಾಪಾರದಲ್ಲಿ ನಾಲ್ಕು ತತ್ವಗಳನ್ನು ಅಳವಡಿಸಿಕೊಳ್ಳಬೇಕು. ಈ ಪ್ರತಿಯೊಂದು ತತ್ವಗಳು ಸಮಾನವಾಗಿ ಮಹತ್ವದ್ದಾಗಿದೆ ಮತ್ತು ಇಂಟ್ರಾಡೇ ಟ್ರೇಡಿಂಗ್‌ನಲ್ಲಿ ಬೃಹತ್ ಯಶಸ್ಸಿಗೆ ಘನ ಸ್ತಂಭಗಳಾಗಿ ಕಾರ್ಯನಿರ್ವಹಿಸುತ್ತವೆ.

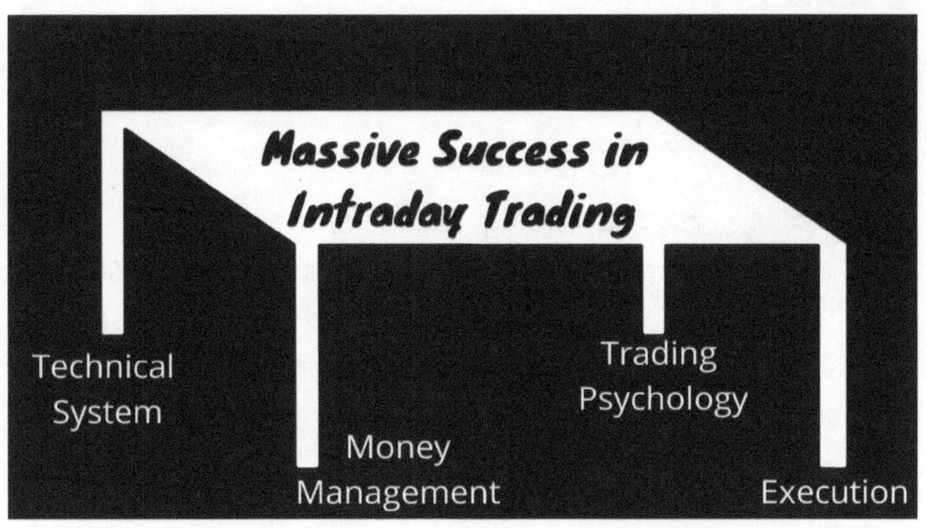

ಚಿತ್ರ - ಇಂಟ್ರಾಡೇ ಟ್ರೇಡಿಂಗ್‌ನಲ್ಲಿ ಬೃಹತ್ ಯಶಸ್ಸಿಗೆ ನಾಲ್ಕು ಸ್ತಂಭಗಳು

1. ತಾಂತ್ರಿಕ ವ್ಯವಸ್ಥೆ (Tochnical Trading System)

ನೀವು ಸೋತ ವ್ಯಾಪಾರಿಯಂತೆ ವರ್ತಿಸುವುದನ್ನು ನಿಲ್ಲಿಸಿದಾಗ ಮಾತ್ರ ಗೆಲ್ಲುವ ವ್ಯಾಪಾರಿಯಾಗುವ ಸಂಭವನೀಯತೆ ಹೆಚ್ಚಾಗುತ್ತದೆ. ಗೆಲ್ಲುವ ವ್ಯಾಪಾರಿ ಸಾಮಾನ್ಯವಾಗಿ ಏನು ಮಾಡುತ್ತಾರೆ? ಅವರು ಬ್ರೋಕರ್‌ನೊಂದಿಗೆ ವ್ಯಾಪಾರ ಖಾತೆಯನ್ನು ತೆರೆಯುತ್ತಾರೆ, ತಮ್ಮ ಸ್ನೇಹಿತರು, ಬ್ರೋಕರ್‌ಗಳು ಅಥವಾ ಸಾಮಾಜಿಕ ಮಾಧ್ಯಮದಿಂದ ಷೇರುಗಳ ಕುರಿತು ಕೆಲವು ಸುದ್ದಿಗಳನ್ನು ಕೇಳುತ್ತಾರೆ ಮತ್ತು ಕೆಲವು ಷೇರುಗಳನ್ನು ಖರೀದಿಸುತ್ತಾರೆ. ಅವರು ಆರಂಭಿಕ ವಹಿವಾಟುಗಳೊಂದಿಗೆ ಸ್ವಲ್ಪ ಹಣ ಗಳಿಸಬಹುದು. ಆದರೆ ಹೆಚ್ಚಿನ ವಹಿವಾಟುಗಳು ನಷ್ಟದಲ್ಲಿ ಕೊನೆಗೊಳ್ಳುತ್ತವೆ. ಆದರೆ ಇದು ಸರಿಯಾದ ವ್ಯಾಪಾರ ವಿಧಾನವಲ್ಲ.

ಮೊದಲಿಗೆ, ನಿಮ್ಮ ಮನಸ್ಥಿತಿಗೆ ಸೂಕ್ತವಾದ ಉತ್ತಮ ಇಂಟ್ರಾಡೇ ತಂತ್ರವನ್ನು ನೀವು ಕಂಡುಹಿಡಿಯಬೇಕು. ಯಾವುದೇ ಇಂಟ್ರಾಡೇ ಟ್ರೇಡಿಂಗ್ ಸಿಸ್ಟಮ್ ಅನ್ನು ಅಂತಿಮಗೊಳಿಸುವಾಗ ಮೂರು ಅಂಶಗಳು ನಿರ್ಣಾಯಕ ಪಾತ್ರವನ್ನು ವಹಿಸುತ್ತವೆ:

1) ಬೆಲೆಯ ದಿಕ್ಕು
2) ಬೆಲೆಯ ಪ್ರಮಾಣ
3) ಅತ್ಯುತ್ತಮ ಪ್ರವೇಶ (entry point)

ತಾಂತ್ರಿಕ ವ್ಯಾಪಾರ ವ್ಯವಸ್ಥೆ ಎಂದರೆ ಪ್ರವೇಶ, ನಿರ್ಗಮನ, ನಿಲುಗಡೆ-ನಷ್ಟ, ಟ್ರೇಲಿಂಗ್ ಸ್ಟಾಪ್-ಲಾಸ್, ಪ್ರತಿ ವ್ಯಾಪಾರಕ್ಕೆ ಎಷ್ಟು % ಅಪಾಯ ಇದೆ, ದಿನಕ್ಕೆ ಎಷ್ಟು ವಹಿವಾಟುಗಳು ನಡೆಯುತ್ತವೆ ಇತ್ಯಾದಿ ಎಲ್ಲ ನಿಯಮಗಳನ್ನೂ ವ್ಯಾಖ್ಯಾನಿಸಬೇಕು. ನಂತರದ ಅಧ್ಯಾಯಗಳಲ್ಲಿ ನಾನು 10 ಲಾಭದಾಯಕ ಇಂಟ್ರಾಡೇ ಟ್ರೇಡಿಂಗ್ ಸಿಸ್ಟಂಗಳನ್ನು ವಿವರಿಸುತ್ತೇನೆ.

2. **ಹಣ ನಿರ್ವಹಣೆ**

" ಉತ್ತಮ ಹಣ ನಿರ್ವಹಣೆ ಕೌಶಲ್ಯವನ್ನು ಬಳಸಿಕೊಂಡರೆ ಕಳಪೆ ವ್ಯಾಪಾರ ವ್ಯವಸ್ಥೆಯಿಂದ ಸಗ ಹಣವನ್ನು ಗಳಿಸಬಹುದು." - ಜ್ಯಾಕ್ ಡಿ ಶ್ವಾಗರ್

ಹಣ ನಿರ್ವಹಣೆ ಎಂದರೆ ಗರಿಷ್ಠ ಆದಾಯವನ್ನು ಸಾಧಿಸುವ ಗುರಿಯೊಂದಿಗೆ ಅಪಾಯವನ್ನು ನಿಯಂತ್ರಿಸಲು ವ್ಯಾಪಾರದಲ್ಲಿ ಸ್ಥಾನವನ್ನು ಹೆಚ್ಚಿಸುವ ಅಥವಾ ಕಡಿಮೆ ಮಾಡುವ ಪ್ರಕ್ರಿಯೆ.

ವ್ಯಾಪಾರದಲ್ಲಿ ಅನುಸರಿಸಲು ಕಟ್ಟುನಿಟ್ಟಾದ ಮಾರ್ಗವನ್ನು ನಿಗದಿಪಡಿಸುವುದರಿಂದ ಇದು ದಿನದ ವ್ಯಾಪಾರಿಗಳಿಗೆ ನಿರ್ಣಾಯಕ ಅಂಶವಾಗಿದೆ. ಬುದ್ಧಿವಂತ ವ್ಯಾಪಾರಿಯ ಗುರಿಯು ಗರಿಷ್ಠ ಡ್ರಾಡೌನ್ ಅನ್ನು ಚಿಕ್ಕದಾಗಿ ಇರಿಸಿಕೊಂಡು ಸಾಕಷ್ಟು ಹಣವನ್ನು ಗಳಿಸಬಹುದು. ನಾನು ಅಧ್ಯಾಯ-6 ರಲ್ಲಿ ಹಣ ನಿರ್ವಹಣೆಯ ಕುರಿತು ಹೆಚ್ಚಿನದನ್ನು ವಿವರಿಸುತ್ತೇನೆ.

3. **ಟ್ರೇಡಿಂಗ್ ಸೈಕಾಲಜಿ**

"ಪ್ರತಿಯೊಬ್ಬ ವ್ಯಕ್ತಿಯ ಮಾನವೀಯ ಭಾಗವು ಸರಾಸರಿ ಹೂಡಿಕೆದಾರ ಅಥವಾ ವಿಶ್ಲೇಷಣಾಕಾರನ ದೊಡ್ಡ ಶತ್ರು" - ಜೆಸ್ಸಿ ಲಿವರ್ಮೋರ್

ಇಂಟ್ರಾಡೇ ಟ್ರೇಡಿಂಗ್‌ನೊಂದಿಗೆ ಪ್ರಾರಂಭಿಸುವ ಪ್ರತಿಯೊಬ್ಬರೂ ನಾಲ್ಕು ಶಕ್ತಿಯುತ ಭಾವನೆಗಳನ್ನು ಅನುಭವಿಸುತ್ತಾರೆ - ದುರಾಸೆ, ಭಯ, ವಿಷಾದ ಮತ್ತು ಭರವಸೆ.

ಆರಂಭದಲ್ಲಿ, ಅನುಭವದ ಕೊರತೆಯಿಂದಾಗಿ ಈ ಭಾವನೆಗಳ ಪರಿಣಾಮಗಳ ಬಗ್ಗೆ ವ್ಯಾಪಾರಿಗೆ ತಿಳಿದಿರುವುದಿಲ್ಲ. ಅವರು ತಾಂತ್ರಿಕ ವಿಶ್ಲೇಷಣೆ, ಹಣ ನಿರ್ವಹಣೆ ನಿಯಮಗಳನ್ನು ಕಲಿಯುತ್ತಾರೆ. ಆದರೆ ಯೋಜನೆಯ ಪ್ರಕಾರ ತನ್ನ ವಹಿವಾಟುಗಳನ್ನು ಕಾರ್ಯಗತಗೊಳಿಸಲು ಹೆಣಗಾಡುತ್ತಾರೆ. ವ್ಯಾಪಾರದ ಮನೋವಿಜ್ಞಾನವನ್ನು ಸುಧಾರಿಸುವ ಹಂತಗಳನ್ನು ನಾನು ಅಧ್ಯಾಯ-7 ರಲ್ಲಿ ವಿವರವಾಗಿ ಚರ್ಚಿಸುತ್ತೇನೆ.

4. ಕಾರ್ಯೋನ್ಮುಖಗೊಳಿಸುವಿಕೆ

ಯೋಜನೆಯ ಪ್ರಕಾರ ವಹಿವಾಟುಗಳನ್ನು ಕಾರ್ಯಗತಗೊಳಿಸುವುದು ವ್ಯಾಪಾರದ ನಿಜವಾದ ಹೋಲಿ ಗ್ರೇಲ್ ಆಗಿದೆ. ಒಮ್ಮೆ ನೀವು ಧನಾತ್ಮಕ ನಿರೀಕ್ಷಣಾ ವ್ಯವಸ್ಥೆಯನ್ನು ಮತ್ತು ಸ್ಪಷ್ಟ ಹಣ ನಿರ್ವಹಣಾ ನಿಯಮಗಳನ್ನು ಅಭಿವೃದ್ಧಿಪಡಿಸಿದರೆ ಅದು ಸಮತೋಲಿತ ಮನಸ್ಥಿತಿಯನ್ನು (ಮನೋವಿಜ್ಞಾನ) ಇರಿಸಿಕೊಂಡು ವಿವಿಧ ಮಾರುಕಟ್ಟೆ ಪರಿಸ್ಥಿತಿಗಳಲ್ಲಿ ವಹಿವಾಟುಗಳ ಕಾರ್ಯಗತಗೊಳಿಸಲು ಸಹಾಯ ಮಾಡುತ್ತದೆ.

ವ್ಯಾಪಾರದ ಬಗ್ಗೆ ಯಾವಾಗಲೂ ಎರಡು ವಿಷಯಗಳನ್ನು ನೆನಪಿಡಿ:

1) ನೀವು ಇಂದಿನ ದಿನ ಹಣ ಗಳಿಸುವ ವ್ಯವಹಾರದಲ್ಲಿದ್ದೀರಿ! ಮತ್ತು ಸಾಧ್ಯವಾದರೆ ಪ್ರತಿದಿನ!

2) ಹಣವು ಹೆಚ್ಚು ಅಗತ್ಯವಿರುವ ಜನರಿಗೆ ಹೋಗುವುದಿಲ್ಲ. ಅದನ್ನು ಗುಣಿಸುವ ಜನರಿಗೆ ಹೋಗುತ್ತದೆ.

   ಯಶಸ್ವಿ ದಿನದ ವ್ಯಾಪಾರಿಯಾಗಲು ಈ ನಾಲ್ಕು ಸ್ತಂಭಗಳು ಅತ್ಯಗತ್ಯ.

ಅಧ್ಯಾಯ 2

ಪ್ರತಿದಿನ ಟ್ರೇಡಿಂಗ್ ಮಾಡಬಹುದಾದ ಸ್ಟಾಕ್‌ಗಳನ್ನು ಕಂಡುಹಿಡಿಯುವುದು ಹೇಗೆ?

ನಾನು ಈ ಪುಸ್ತಕವನ್ನು ಬರೆಯಲು ಯೋಚಿಸಿದಾಗ, ಈ ವಿಷಯವನ್ನು ಸೇರಿಸುವ ಆಲೋಚನೆ ನನಗೆ ಇರಲಿಲ್ಲ. ನನ್ನ ಇಂಟ್ರಾಡೇ ಟ್ರೇಡಿಂಗ್ ಪುಸ್ತಕದಲ್ಲಿ ನಾನು ಯಾವ ವಿಷಯಗಳನ್ನು ಸೇರಿಸಬೇಕೆಂದು ಕೇಳಿ ಒಂದು ಟ್ವೀಟ್ ಮಾಡಿದೆ. ನನ್ನ ಆಶ್ಚರ್ಯಕ್ಕೆ, ಅನೇಕ ಜನರು ಈ ವಿಷಯವನ್ನು ಸೇರಿಸಲು ಸಲಹೆ ನೀಡಿದರು. ಇದು ಸರಳವಾದ ವಿಷಯ ಮತ್ತು ಯಾರಾದರೂ ಇಂಟರ್ನೆಟ್‌ನಲ್ಲಿ ಮಾಹಿತಿಯನ್ನು ಹುಡುಕಬಹುದು ಎಂಬ ಅನಿಸಿಕೆ ಇದ್ದುದರಿಂದ ನನಗೆ ಇದನ್ನು ನಂಬಲಾಗಲಿಲ್ಲ.

ಆದರೆ ಗೂಗಲ್‌ನಲ್ಲಿನ ಕೀವರ್ಡ್ ಹುಡುಕಾಟವು ಅದೇ ವಿಷಯವನ್ನು ಸೂಚಿಸುತ್ತದೆ. ಇಂಟ್ರಾಡೇ ಟ್ರೇಡಿಂಗ್‌ಗೆ ಬಂದಾಗ, ಇದು ಬಹುಪಾಲು ಜನರು ಕೇಳುವ ಪ್ರಶ್ನೆಯಾಗಿದೆ. ಆದ್ದರಿಂದ, ನಾನು ಈ ವಿಷಯವನ್ನು ಸೇರಿಸಲು ನಿರ್ಧರಿಸಿದೆ.

ವ್ಯಾಪಾರಿಗಳು ಒಂದು ವ್ಯಾಪಾರದ ಮಾದರಿಯನ್ನು ಅಂತಿಮಗೊಳಿಸಿದಾಗ ಈ ಪ್ರಶ್ನೆಯನ್ನು ಕೇಳುತ್ತಾರೆ. ತಾವು ಪಟ್ಟಿಮಾಡಿದ ಕಂಪನಿಗಳ ವ್ಯಾಪಕ ಪಟ್ಟಿಯಲ್ಲಿ ಈ ಮಾದರಿಯ ಸ್ಟಾಕ್‌ಗಳನ್ನು ಗುರುತಿಸಲು ಅವರು ಕಷ್ಟಪಡುತ್ತಾರೆ.

ಮೊದಲಿಗೆ, ಒಂದು ಮಾದರಿ ಅಥವಾ ಒಂದು ಸ್ಕ್ರಿಪ್‌ನಲ್ಲಿ ವ್ಯಾಪಾರ ಮಾಡುವುದು ಹೇಗೆ ಶಕ್ತಿಯುತ ಫಲಿತಾಂಶಗಳನ್ನು ನೀಡುತ್ತದೆ ಎಂಬುದನ್ನು ಅರ್ಥಮಾಡಿಕೊಳ್ಳೋಣ.

ಒಂದು ಸುಸಜ್ಜಿತ ಮಾದರಿಯ ಶಕ್ತಿ

"ಜೀವನ ಮಾಡಲು ನಿಮಗೆ ಬೇಕಾಗಿರುವುದು ಒಂದೇ ಮಾದರಿ." - ಲಿಂಡಾ ರಾಶ್ಕೆ

"ಒಮ್ಮೆಲೇ 10,000 ಕಿಕ್‌ಗಳನ್ನು ಅಭ್ಯಾಸ ಮಾಡಿದ ವ್ಯಕ್ತಿಗೆ ನಾನು ಹೆದರುವುದಿಲ್ಲ, ಆದರೆ ಒಂದು ಕಿಕ್ ಅನ್ನು10,000 ಬಾರಿ ಅಭ್ಯಾಸ ಮಾಡಿದ ವ್ಯಕ್ತಿಗೆ ನಾನು ಹೆದರುತ್ತೇನೆ." - ಬ್ರೂಸ್ ಲೀ

ವಿಶ್ವ ದರ್ಜೆಯ ವ್ಯಾಪಾರಿ ಲಿಂಡಾ ರಾಷ್ಕೆ ಮತ್ತು #1 ಸಮರ ಕಲಾವಿದ ಬ್ರೂಸ್ ಲೀ ಅವರ ಎರಡು ಪ್ರಸಿದ್ಧ ಹೇಳಿಕೆಗಳು ಇವು.

ಆದರೆ ಎರಡೂ ಹೇಳಿಕೆಗಳಲ್ಲಿನ ಹೋಲಿಕೆಯನ್ನು ನೀವು ಗುರುತಿಸಬಹುದೇ? ಎರಡೂ ಉಲ್ಲೇಖಗಳು ಒಬ್ಬರ ಶಕ್ತಿಯ ಬಗ್ಗೆ ಮಾತನಾಡುತ್ತವೆ.

ನಮಗೆ ನಾವೇ ಒಂದು ಪ್ರಶ್ನೆಯನ್ನು ಕೇಳಿಕೊಳ್ಳಬೇಕು, "ವ್ಯವಹಾರದಲ್ಲಿ ನಮಗೆ ಯಾವುದು ಮುಖ್ಯ - ಹಣ ಸಂಪಾದಿಸುವುದೋ ಅಥವಾ ಪ್ರಪಂಚದಲ್ಲಿನ ಪ್ರತಿ ಮಾದರಿಯನ್ನು ವ್ಯಾಪಾರ ಮಾಡುವುದೋ?"

ಪ್ರಜ್ಞಾಪೂರ್ವಕವಾಗಿ ನಾವು 'ಹಣ ಗಳಿಸುವ' ಆಯ್ಕೆಯನ್ನು ಆರಿಸಿಕೊಳ್ಳಬಹುದು. ಆದರೆ ನಾವು ಹೆಚ್ಚಿನ ಪ್ರಜ್ಞೆಯಿಲ್ಲದೆ ಎಲ್ಲ ಮಾದರಿಗಳನ್ನು, ಎಲ್ಲ ಸ್ಕ್ರಿಪ್‌ಗಳನ್ನೂ ಅನುಸರಿಸುವ ಕಾರಣ ನಮಗೆ ಇದು ಸಾಧ್ಯವಾಗುವುದಿಲ್ಲ.

ಉಸೇನ್ ಬೋಲ್ಟ್ 100ಮೀ ಮತ್ತು 200ಮೀ ಓಟದಲ್ಲಿ ಮಾತ್ರ ಓಡುತ್ತಾರೆ ಯಾಕೆ ಗೊತ್ತಾ? ವಿಶ್ವದ ಅತ್ಯಂತ ವೇಗದ ಅಥ್ಲೀಟ್ ಆಗಿರುವ ಅವರು, 400ಮೀ, 800ಮೀ, 1500ಮೀ, 5ಕೆ, 10ಕೆ, ಮತ್ತು ಇತರ ಮ್ಯಾರಥಾನ್ ಈವೆಂಟ್‌ಗಳಂತಹ ಇತರ ವಿಭಾಗಗಳಲ್ಲಿ ಓಡಲು ಮುಂದಾಗುವುದಿಲ್ಲ?

ಏಕೆಂದರೆ ಅವನು ತನ್ನ ಗಮನ ಮತ್ತು ಶಕ್ತಿಯನ್ನು ಒಂದು ದಿಕ್ಕಿನಲ್ಲಿ ಕೇಂದ್ರೀಕೃತಗೊಳಿಸಲು ಬಯಸುತ್ತಾನೆ. ಅದೇ ರೀತಿ, ಒಬ್ಬ ವ್ಯಾಪಾರಿ ಒಂದು ಸ್ಕ್ರಿಪ್ ಅಥವಾ ಒಂದು ವ್ಯಾಪಾರದ ಮಾದರಿಗೆ ಬದ್ಧನಾಗಿದ್ದರೆ, ಅವನು ಅದರ ಗರಿಷ್ಠ ಪ್ರಯೋಜನವನ್ನು ಪಡೆದುಕೊಳ್ಳುತ್ತಾನೆ ಮತ್ತು ದಿನದ ವ್ಯಾಪಾರದಲ್ಲಿ ಸುಲಭವಾಗಿ ಹಣವನ್ನು ಗಳಿಸುತ್ತಾನೆ.

ವಾಲ್ಯೂಮ್ ಶಾಕರ್ಸ್

ವಾಲ್ಯೂಮ್ ಎನ್ನುವುದು ಯಾವುದೇ ವಹಿವಾಟಿನ ಮಧ್ಯಂತರದಲ್ಲಿ ಖರೀದಿಸಿದ ಮತ್ತು ಮಾರಾಟವಾದ ಒಟ್ಟು ಷೇರುಗಳ ಸಂಖ್ಯೆಯೇ ಹೊರತು ಬೇರೇನೂ ಅಲ್ಲ. ಇದು ಬೇಡಿಕೆಯಲ್ಲಿರುವ ಷೇರುಗಳ ಬಗ್ಗೆ ಸುಳಿವು ನೀಡುವುದರಿಂದ ಬಹಳ ನಿರ್ಣಾಯಕ ಸಂಗತಿಯಾಗಿದೆ.

ಉದಾಹರಣೆಗೆ, 'ಎಬಿಸಿ' ಎಂಬುದು ಮಾರುಕಟ್ಟೆಯಲ್ಲಿ ಪಟ್ಟಿ ಮಾಡಲಾದ ಒಂದು ಕಂಪನಿ. ಒಂದು ದಿನ ಅದು ಹೊಸ ಕ್ಲೈಂಟ್‌ನಿಂದ ದೊಡ್ಡ ಯೋಜನೆಯನ್ನು ಪಡೆಯುತ್ತದೆ, ಕಂಪನಿಗೆ ಅಗಾಧ ಲಾಭವನ್ನು ತರುತ್ತದೆ. ಕೆಲವು ಜನರು ಈ ಮಾಹಿತಿಯ ಬಗ್ಗೆ ತಿಳಿದಿರುತ್ತಾರೆ (ಕಂಪನಿಯ ಪ್ರಮುಖ ಜನರು, ಮಧ್ಯವರ್ತಿಗಳು, ಹೂಡಿಕೆದಾರರು, ಇತ್ಯಾದಿ). ಅವರು ಏನು ಮಾಡುತ್ತಾರೆ? ಮುಂದಿನ ವಹಿವಾಟಿನ ದಿನದಂದು ಅವರು ಅನೇಕ ಷೇರುಗಳನ್ನು ಖರೀದಿಸುತ್ತಾರೆ, ಸರಿಯೇ? ಆದ್ದರಿಂದ, ಈ ಚಟುವಟಿಕೆಯು ದೈನಂದಿನ ಚಾರ್ಟ್‌ನಲ್ಲಿ ವಾಲ್ಯೂಮ್ ಸ್ಪೈಕ್‌ಗಳಿಗೆ ಕಾರಣವಾಗುತ್ತದೆ ಮತ್ತು ನೀವು ಅದನ್ನು ನಿಮ್ಮ ವ್ಯಾಪಾರ ವ್ಯವಸ್ಥೆಯೊಂದಿಗೆ ಸಂಯೋಜಿಸಿದರೆ ನೀವು ವ್ಯಾಪಾರದಲ್ಲಿ ಉತ್ತಮ ಫಲಿತಾಂಶಗಳನ್ನು ಪಡೆಯಬಹುದು.

ಚಿತ್ರ 2.1 - HDFC ಬ್ಯಾಂಕ್‌ನಲ್ಲಿ ವಾಲ್ಯೂಮ್ ಸ್ಪೈಕ್

ಮೇಲಿನ ಚಾರ್ಟ್ HDFC ಬ್ಯಾಂಕ್‌ನ ದೈನಂದಿನ ಚಾರ್ಟ್ ಆಗಿದೆ. ಮಾರ್ಚ್ 13 ರಂದು, ಬೆಲೆಯು ಪ್ರತಿರೋಧವನ್ನು ಮುರಿದು ದಿನದ ಗರಿಷ್ಠದ ಹತ್ತಿರ ಇರುವಾಗ ಕ್ಲೋಸಿಂಗ್ ಆಯಿತು. ಇಲ್ಲಿ ಗಮನಿಸಬೇಕಾದ ಅತ್ಯಂತ ನಿರ್ಣಾಯಕ ಅಂಶವೆಂದರೆ ಅದು ಈ ದಿನದಲ್ಲಿ ಸರಾಸರಿ ಪರಿಮಾಣಕ್ಕಿಂತ 3-4 ಪಟ್ಟು ಹೆಚ್ಚು ವಹಿವಾಟು ನಡೆಸಿದೆ. ಬಲವಾದ ಖರೀದಿದಾರರು ಸ್ಟಾಕ್ ಅನ್ನು ಕೊಂಡಿದ್ದಾರೆ ಎಂದು ಇದು ಸೂಚಿಸುತ್ತದೆ ಮತ್ತು ಬೆಲೆಯು ಮತ್ತಷ್ಟು ಹೆಚ್ಚಾಗುವ ಸಂಭವನೀಯತೆ ಬಹಳವೇ ಇದೆ ಎಂಬುದನ್ನು ತಿಳಿಸುತ್ತದೆ.

ಆದ್ದರಿಂದ, ಇಂಟ್ರಾಡೇ ವ್ಯಾಪಾರಿಗಳು ಸ್ಟಾಕ್‌ಗಳನ್ನು ಶಾರ್ಟ್‌ಲಿಸ್ಟ್ ಮಾಡಲು ವಾಲ್ಯೂಮ್ ಶಾಕರ್‌ಗಳ ಮಾಹಿತಿಯನ್ನು ಬಳಸಬಹುದು. ಷೇರುಗಳು ತಮ್ಮ ಮಾನದಂಡಗಳನ್ನು ಪೂರೈಸಿದರೆ, ಅವರು ವ್ಯಾಪಾರಕ್ಕಾಗಿ ಮರುದಿನ ಸ್ಟಾಕ್ ಅನ್ನು ಮೇಲ್ವಿಚಾರಣೆ ಮಾಡಬಹುದು.

ವಾಲ್ಯೂಮ್ ಶಾಕರ್‌ಗಳನ್ನು ಹುಡುಕಲು ಕೆಲವು ಅಮೂಲ್ಯವಾದ ಸಂಪನ್ಮೂಲಗಳನ್ನು ಕೆಳಗೆ ನೀಡಲಾಗಿದೆ:

ಭಾರತೀಯ ಮಾರುಕಟ್ಟೆಗಳಿಗಾಗಿ

NSE ಇಂಡಿಯಾ ವೆಬ್‌ಸೈಟ್‌ನಲ್ಲಿ ವಾಲ್ಯೂಮ್ ಗೇನರ್‌ಗಳು

ಚಾರ್ಟಿಂಕ್ ವೆಬ್‌ಸೈಟ್‌ನಲ್ಲಿ ವಾಲ್ಯೂಮ್ ಶಾಕರ್ಸ್

ಯುಎಸ್ ಮಾರುಕಟ್ಟೆಗಳಿಗಾಗಿ

Yahoo ಫೈನಾನ್ಸ್‌ನಲ್ಲಿ ಹೆಚ್ಚು ಸಕ್ರಿಯವಾಗಿರುವ ಷೇರುಗಳು

ಚಾಟ್‌ಮಿಲ್ ಸ್ಕ್ರೀನರ್‌ನಲ್ಲಿ ವಾಲ್ಯೂಮ್ ಸ್ಪೈಕ್

ಅಲ್ಪಾವಧಿಯ ಬ್ರೇಕ್‌ಔಟ್‌ಗಳು

ಬ್ರೇಕ್‌ಔಟ್‌ಗಳಲ್ಲಿ, ಬೆಲೆಯು ರೆಸಿಸ್ಟೆನ್ಸ್ ಝೋನ್‌ನ ಹೊರಗಡೆ ಹೋಗುತ್ತದೆ ಮತ್ತು ಇದರಿಂದಾಗಿ ವಾಲ್ಯೂಮ್ ಹೆಚ್ಚಾಗುತ್ತದೆ. ಸ್ಟಾಕ್ ಬೆಲೆಯು ರೆಸಿಸ್ಟೆನ್ಸ್ ಗಿಂತ ಹೆಚ್ಚಾದಾಗ ಬ್ರೇಕ್‌ಔಟ್ ವ್ಯಾಪಾರಿಯು ಲಾಂಗ್ ಪೊಸಿಷನ್ ಪ್ರವೇಶಿಸುತ್ತಾನೆ.

ಆದ್ದರಿಂದ, ದಿನದ ವ್ಯಾಪಾರಿಯು ಅದೇ ಬ್ರೇಕ್‌ಔಟ್ ಚಲನೆಯು ಮುಂದುವರಿಯುತ್ತದೆ ಎಂದು ಆಶಿಸುತ್ತಾ ತಮ್ಮ ಇಂಟ್ರಾಡೇ ವಹಿವಾಟುಗಳನ್ನು ಯೋಜಿಸಬಹುದು ಅಥವಾ ಪುಲ್‌ಬ್ಯಾಕ್ ನೀಡಿದರೆ ದೀರ್ಘ ವ್ಯಾಪಾರವನ್ನು ಆರಿಸಿಕೊಳ್ಳಲು ಉತ್ತಮ ಅವಕಾಶಗಳಿಗಾಗಿ ನೋಡಬಹುದು.

ಭಾರತೀಯ ಮತ್ತು ಯುಎಸ್ ಮಾರುಕಟ್ಟೆಗಳಲ್ಲಿನ ಬ್ರೇಕ್‌ಔಟ್ ಸ್ಟಾಕ್‌ಗಳನ್ನು ಶಾರ್ಟ್‌ಲಿಸ್ಟ್ ಮಾಡಲು ಕೆಲವು ಉತ್ತಮ ಸಂಪನ್ಮೂಲಗಳನ್ನು ಕೆಳಗೆ ನೀಡಲಾಗಿದೆ.

ಚಾರ್ಟಿಂಕ್ ಅಲ್ಪಾವಧಿಯ ಬ್ರೇಕ್‌ಔಟ್‌ಗಳು - https://chartink.com/screener/short-term-breakouts

ಚಾರ್ಟ್‌ಮಿಲ್ ಅಲ್ಪಾವಧಿಯ ಬ್ರೇಕ್‌ಔಟ್‌ಗಳು - https://www.chartmill.com/trading-ideas/202-Technical-Breakout-Setups

ಓಪನ್ ಲೋ ಮತ್ತು ಓಪನ್ ಹೈ ಸ್ಕ್ಯಾನರ್ ಗಳು

ಓಪನ್-ಲೋ ಮತ್ತು ಓಪನ್-ಹೈ ಎಂಬುದು ಇಂಟ್ರಾಡೇ ವ್ಯಾಪಾರಿಗಳಿಗೆ ಎರಡು ಪ್ರಬಲ ವ್ಯಾಪಾರ ಪರಿಕಲ್ಪನೆಗಳು. ಈ ಪರಿಕಲ್ಪನೆಗಳನ್ನು ಇತರ ವ್ಯಾಪಾರ ಪರಿಕಲ್ಪನೆಯೊಂದಿಗೆ ಸಮಯೋಜಿಸಿ ಬಳಸಬೇಕೇ ಹೊರತು ಸ್ವತಂತ್ರವಾಗಿ ಬಳಸಬಾರದು ಎಂಬುದನ್ನು ದಯವಿಟ್ಟು ಗಮನಿಸಿ. ವ್ಯಾಪಾರಿಗಳು ದಿನದ ವ್ಯಾಪಾರ ಆರಂಭವಾದ ತಕ್ಷಣ ಸ್ಟಾಕ್‌ಗಳನ್ನು ಸ್ಕ್ರೀನಿಂಗ್ ಮಾಡಲು ಇದನ್ನು ಬಳಸಬಹುದು. ಈ ಸ್ಟಾಕ್‌ಗಳು ತಮ್ಮ ವ್ಯಾಪಾರ ವ್ಯವಸ್ಥೆಯೊಂದಿಗೆ ಹೊಂದಿಕೊಂಡರೆ, ಅವರು ವಹಿವಾಟುಗಳನ್ನು ತೆಗೆದುಕೊಳ್ಳಬಹುದು.

ಓಪನ್-ಲೋ ಅಥವಾ ಓಪನ್-ಹೈ ಮಾರುಕಟ್ಟೆ ತೆರೆದ 15 ನಿಮಿಷಗಳ ನಂತರವೂ ಮುಂದುವರಿದರೆ ಮತ್ತು ಚಾರ್ಟ್ ವ್ಯಾಪಾರ ವ್ಯವಸ್ಥೆಯ ಪ್ರಕಾರ ಎಲ್ಲಾ ಪ್ರವೇಶ ನಿಯಮಗಳನ್ನು ಪೂರೈಸಿದರೆ, ವ್ಯಾಪಾರಿಗಳು ದೀರ್ಘ ಅಥವಾ ಸಣ್ಣ ವಹಿವಾಟುಗಳನ್ನು ಯೋಜಿಸಬಹುದು.

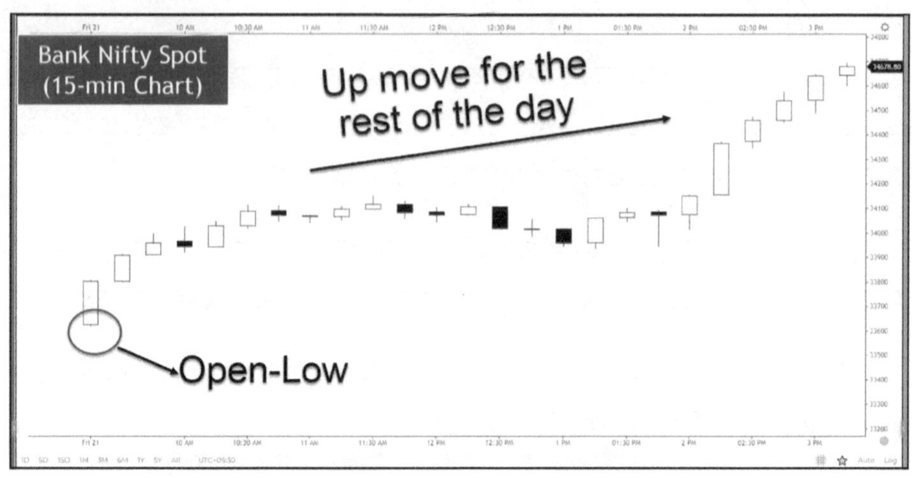

ಚಿತ್ರ 2.2 – ಓಪನ್ ಲೋ ಹಾಗೂ ಅಪ್ಸೈಡ್ ರಾಲಿ.

ಮೇಲಿನ ಚಿತ್ರವು 21-ಮೇ-2021 ರಂದು ಬ್ಯಾಂಕ್ ನಿಫ್ಟಿಯ 15-ನಿಮಿಷಗಳ ಚಾರ್ಟ್ ಅನ್ನು ತೋರಿಸುತ್ತದೆ.

15 ನಿಮಿಷಗಳ ಚಾರ್ಟ್‌ನಲ್ಲಿನ ಮೊದಲ ಮೇಣದಬತ್ತಿಯು 'ಓಪನ್-ಲೋ' ರಚನೆಯನ್ನು ತೋರಿಸುತ್ತದೆ. ಇದರರ್ಥ ಮಾರುಕಟ್ಟೆ ತೆರೆದ ತಕ್ಷಣವೇ ಯಾವುದೇ ಮಾರಾಟಗಾರರು ಇಲ್ಲ ಅಥವಾ ಎಲ್ಲಾ ಮಾರಾಟದ ಒತ್ತಡವನ್ನು ಹೀರಿಕೊಳ್ಳುವ ಬಲವಾದ ಖರೀದಿದಾರರ ಉಪಸ್ಥಿತಿ ಇಲ್ಲ ಎಂಬುದು. ಆದ್ದರಿಂದ ಬೆಲೆಯು 15-ನಿಮಿಷಗಳ ನಂತರವೂ ಓಪನ್- ಲೋ ಸ್ಥಿತಿಯನ್ನು ಕಾಯ್ದುಕೊಳ್ಳುತ್ತದೆ.

ಇದು ಬುಲಿಶ್ ಮಾದರಿ.

ನಂತರ ಬೆಲೆ ಹೇಗೆ ಏರಿದೆ ಮತ್ತು ದಿನದ ಗರಿಷ್ಠ ಸಮೀಪದಲ್ಲಿ ಮುಚ್ಚಲಾಗಿದೆ ಎಂಬುದನ್ನು ನೀವು ನೋಡಬಹುದು.

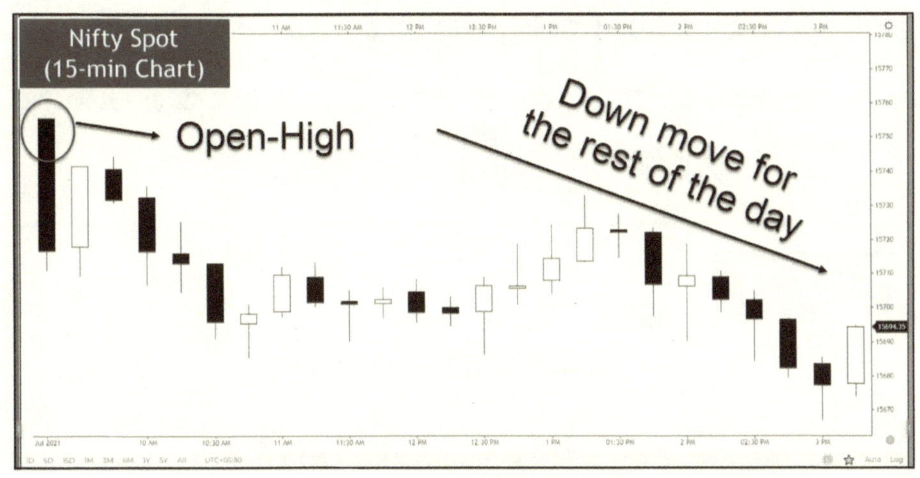

ಚಿತ್ರ 2.3 - ಓಪನ್ ಹೈ ಮತ್ತು ಡೌನ್‌ಸೈಡ್ ಅನ್ನು ತೆರೆಯಿರಿ

ಮೇಲಿನ ಚಿತ್ರವು 01-ಜುಲೈ-2021 ರಂದು ನಿಫ್ಟಿಯ 15-ನಿಮಿಷಗಳ ಚಾರ್ಟ್ ಅನ್ನು ತೋರಿಸುತ್ತದೆ.

15-ನಿಮಿಷದ ಚಾರ್ಟ್‌ನಲ್ಲಿನ ಮೊದಲ ಮೇಣದಬತ್ತಿಯು 'ಓಪನ್-ಹೈ' ರಚನೆಯನ್ನು ತೋರಿಸುತ್ತದೆ. ಇದರರ್ಥ ಮಾರುಕಟ್ಟೆ ತೆರೆದ ತಕ್ಷಣವೇ ಯಾವುದೇ ಮಾರಾಟಗಾರರು ಇಲ್ಲ ಅಥವಾ ಎಲ್ಲಾ ಮಾರಾಟದ ಒತ್ತಡವನ್ನು ಹೀರಿಕೊಳ್ಳುವ ಬಲವಾದ ಖರೀದಿದಾರರ ಉಪಸ್ಥಿತಿ ಇಲ್ಲ ಎಂಬುದು. ಆದ್ದರಿಂದ ಬೆಲೆಯು 15-ನಿಮಿಷಗಳ ನಂತರವೂ

ಇದು ಬೇರಿಶ್ ಮಾದರಿ.

ನಂತರ ಬೆಲೆ ಹೇಗೆ ಕಡಿಮೆಯಾಗಿದೆ ಮತ್ತು ದಿನದ ಕನಿಷ್ಠ ಮಟ್ಟಕ್ಕೆ ಹೇಗೆ ಮುಚ್ಚಿದೆ ಎಂಬುದನ್ನು ನೀವು ನೋಡಬಹುದು.

ಅನೇಕ ಸಾಫ್ಟ್‌ವೇರ್ ಮತ್ತು ಆನ್‌ಲೈನ್ ಚಾರ್ಟ್ ಪೂರೈಕೆದಾರರು ಲೈವ್ ಮಾರುಕಟ್ಟೆಯಲ್ಲಿ ಓಪನ್-ಲೋ ಮತ್ತು ಓಪನ್ - ಹೈ ಷೇರುಗಳನ್ನು ತೆರೆಯಲು ಈ ಸೌಲಭ್ಯವನ್ನು ನೀಡುತ್ತಾರೆ. ದಿನದ ವ್ಯಾಪಾರಿಗಳು ತಮ್ಮ ಇಂಟ್ರಾಡೇ ಟ್ರೇಡಿಂಗ್‌ಗಾಗಿ ಸ್ಟಾಕ್‌ಗಳನ್ನು ಶಾರ್ಟ್‌ಲಿಸ್ಟ್ ಮಾಡಲು ಮೇಲಿನ ನಮೂನೆಗಳನ್ನು ಬಳಸಬಹುದು.

ದಿನದ ಕೊನೆಯ ಮೌಲ್ಯ (ಹೆಚ್ಚು ಅಥವಾ ಕಡಿಮೆ)

ಈ ಪರಿಕಲ್ಪನೆಯು ಓಪನ್-ಹೈ ಹಾಗೂ ಓಪನ್-ಲೋ ರೀತಿಯದ್ದೇ. ಆದರೆ ಇದು ಮಾರುಕಟ್ಟೆಯ ವಿರುದ್ಧ ದಿಕ್ಕಿನಲ್ಲಿದೆ.

ಚಿತ್ರ 2.4 – ದಿನದ ಗರಿಷ್ಠ ಮಟ್ಟ ತಲುಪಿದಾಗ EOD ಕ್ಲೋಸ್

ಮೇಲಿನ ಚಾರ್ಟ್‌ನಲ್ಲಿ, 5-ಜನವರಿ-2021 ರಂದು ರೆಸಿಸ್ಟೆನ್ಸ್ ಲೈನ್‌ನ ಮೇಲೆ ಮೇಲೆ ಬೆಲೆ ತಲುಪಿದೆ. ಆದರೆ ಅತ್ಯಂತ ಮುಖ್ಯವಾದ ವಿಷಯವೆಂದರೆ ಮುಕ್ತಾಯದ ಬೆಲೆ ದಿನದ ಗರಿಷ್ಠ ಬೆಲೆಗೆ ಬಹಳ ಹತ್ತಿರದಲ್ಲಿದೆ. ಖರೀದಿದಾರರು ಆ ದಿನಕ್ಕೆ ನಿರ್ಣಾಯಕರಾಗಿದ್ದಾರೆ ಮತ್ತು ಲಾಭದ ಬುಕಿಂಗ್ ಮಾಡುವ ಯಾವುದೇ ಉದ್ದೇಶವನ್ನು ಹೊಂದಿಲ್ಲ ಎಂದು ಇದು ಸೂಚಿಸುತ್ತದೆ. ಇದಲ್ಲದೆ, ಮಾರಾಟಗಾರರು ಸಹ ಇಲ್ಲ.

ಆದ್ದರಿಂದ, ಜನವರಿ 6 ರಂದು, ಬೆಲೆಯು ಪ್ರತಿರೋಧದ ರೇಖೆಯ ಬಳಿ ತೆರೆಯಲ್ಪಟ್ಟಿತು, ಓಪನ್ ಲೋ ರಚನೆಯನ್ನು ಪ್ರದರ್ಶಿಸಿತು (ಹಿಂದಿನ ವಿಭಾಗದ ವಿವರಣೆಯನ್ನು ನೆನಪಿಸಿಕೊಳ್ಳಿ), ಮತ್ತು ಮತ್ತಷ್ಟು ಏರಿತು.

ತಮಾಷೆಯ ಭಾಗವೆಂದರೆ, ಬೆಲೆ ಮತ್ತೊಮ್ಮೆ ದಿನದ ಗರಿಷ್ಠ ಸಮೀಪವನ್ನು ಪ್ರದರ್ಶಿಸುತ್ತದೆ. ಇದು ಮತ್ತೊಮ್ಮೆ ಖರೀದಿದಾರರ ಉಪಸ್ಥಿತಿ ಮತ್ತು ಲಾಭವನ್ನು ಬುಕ್ ಮಾಡದಿರುವ ಅವರ ಉದ್ದೇಶವನ್ನು ಸೂಚಿಸುತ್ತದೆ.

ಮರುದಿನ (7ನೇ ಜನವರಿ), ಬೆಲೆಯು ಹಿಂದಿನ ದಿನದ ಗರಿಷ್ಠಕ್ಕಿಂತ (6ನೇ ಜನವರಿ) ಮೇಲೆ ತೆರೆಯಲ್ಪಟ್ಟಿತು ಮತ್ತು ಮತ್ತೊಮ್ಮೆ, ಅದು ಓಪನ್-ಲೋ ಪ್ರದರ್ಶಿಸಿತು ಮತ್ತು ಮೇಲ್ಮುಖವಾಗಿ ದೊಡ್ಡ ಚಲನೆಯನ್ನು ಪ್ರದರ್ಶಿಸಿತು.

ಸಣ್ಣ ವಹಿವಾಟುಗಳನ್ನು ನೋಡಲು ವ್ಯಾಪಾರಿಗಳು ಅದೇ ಪರಿಕಲ್ಪನೆಯನ್ನು ಬಳಸಬಹುದು.

ಚಿತ್ರ 2.5 – ದಿನದ ಕನಿಷ್ಠ ಮಟ್ಟದಲ್ಲಿ ದಿನದ ಲೋ.

ಮೇಲಿನ ಚಾರ್ಟ್‌ನಲ್ಲಿ, ಅನೇಕ ನಿದರ್ಶನಗಳಲ್ಲಿ, ಬೆಲೆಯು ದಿನದ ಕನಿಷ್ಠದ ಸಮೀಪದಲ್ಲಿ ಮುಚ್ಚಲ್ಪಟ್ಟಿದೆ ಮತ್ತು ಹೆಚ್ಚಿನ ಸಂದರ್ಭಗಳಲ್ಲಿ, ಮರುದಿನದಂದು ಬೆಲೆಯು ಓಪನ್ ಹೈ ಅನ್ನು ಪ್ರದರ್ಶಿಸುತ್ತದೆ, ದಕ್ಷಿಣ ದಿಕ್ಕಿನಲ್ಲಿ ಚಲಿಸುತ್ತದೆ.

ಮತ್ತೆ, ಅನೇಕ ಆನ್‌ಲೈನ್ ಚಾರ್ಟ್ ಪೂರೈಕೆದಾರರು ಮತ್ತು ಸ್ಕ್ರೀನರ್‌ಗಳು ದಿನದ ಹೆಚ್ಚಿನ ಅಥವಾ ಕಡಿಮೆಯ ಮೊತ್ತದ ಸಮೀಪದಲ್ಲಿರುವ ಬೆಲೆ ಮುಚ್ಚಿದ ಶಾರ್ಟ್‌ಲಿಸ್ಟ್ ಮಾಡುವ ಸೌಲಭ್ಯವನ್ನು ಒದಗಿಸುತ್ತಾರೆ. ಮರುದಿನ ವ್ಯಾಪಾರಕ್ಕಾಗಿ ಷೇರುಗಳನ್ನು ಶಾರ್ಟ್‌ಲಿಸ್ಟ್ ಮಾಡಲು ದಿನದ ವ್ಯಾಪಾರಿಗಳು ಮೇಲೆ ತಿಳಿಸಲಾದ ತಂತ್ರಗಳನ್ನು ಬಳಸಿಕೊಳ್ಳಬಹುದು.

ಕೆಲಸದ ನಂತರ ಪ್ರತಿದಿನ ನೆಟ್‌ಫ್ಲಿಕ್ಸ್ ವೀಕ್ಷಿಸುವುದು ಸುಲಭ

ಕೆಲಸ ಮಾಡದೆ ಪಾರ್ಟಿ ಮಾಡುವುದು ಸುಲಭ

ನಿಮ್ಮ ಹಳೆಯ ಸ್ನೇಹಿತರೊಂದಿಗೆ ರಾಜಕೀಯ, ಕ್ರೀಡೆಗಳ ಬಗ್ಗೆ ಗಾಸಿಪ್ ಮಾಡುವುದು ಸುಲಭ

ನಿಮ್ಮ ಎಲ್ಲಾ ಹಣವನ್ನು ಶಾಪಿಂಗ್ ಮಾಲ್‌ನಲ್ಲಿ ಖರ್ಚು ಮಾಡುವುದು ಸುಲಭ.

ಆದರೆ ಸುಲಭವಾಗಿ ಆಗುವ ಕೆಲಸಳಿಂದ ಯಾವ ಪ್ರಯೋಜನವೂ ಆಗುವುದಿಲ್ಲ!

ಆದ್ದರಿಂದ ಈಗ ನಿಮ್ಮ ವ್ಯಾಪಾರ ಕೌಶಲ್ಯಗಳನ್ನು ಉತ್ತಮಗೊಳಿಸಿಕೊಳ್ಳಲು ಶ್ರಮಿಸಿದರೆ ಮುಂದೆ ಆನಂದವಾಗಿ ಸಮಯ ಕಳೆಯಬಹುದು!

ಅಧ್ಯಾಯ 3

ಕೆಲವು ಬೆಲೆಗಳು ಡೇ ಟ್ರೇಡಿಂಗ್‌ನಲ್ಲಿ ನಿರ್ಣಾಯಕ ಪಾತ್ರವನ್ನು ವಹಿಸುತ್ತವೆ

ಕೆಲವು ವರ್ಷಗಳ ಹಿಂದೆ ನಾನು ನನ್ನ ಹಳೆಯ ಸ್ನೇಹಿತನೊಬ್ಬನ ಮದುವೆಗೆಂದು ಸಣ್ಣ ಹಳ್ಳಿಯೊಂದಕ್ಕೆ ತೆರಳಿದ್ದೆ. 16-17 ವರ್ಷಗಳ ಹಳೆಯ ನನ್ನ ಸ್ನೇಹಿತರು ಸಿಗುತ್ತಾರೆಂಬ ಕಾರಣಕ್ಕೆ ನಾನು ಬಹಳ ಖುಷಿಯಲ್ಲಿದ್ದೆ. ದಾರಿಯಲ್ಲಿ ಹೋಗುವಾಗ ಕಾರಿಗೆ ಸಣ್ಣ ತೊಂದರೆ ಆದ ಕಾರಣ ನಾನು ತಲುಪುವ ವೇಳೆಗಾಗಲೇ ಮಾರನೆಯ ದಿನ ಬೆಳಿಗ್ಗೆ ಮೂರು ಗಂಟೆಯಾಗಿತ್ತು.

ಅದೊಂದು ಚಿಕ್ಕ ಪಟ್ಟಣವಾಗಿತ್ತು, ಮತ್ತು ನಮ್ಮ ಸ್ನೇಹಿತ ನಮಗಾಗಿ ಕೆಲವು ಹೋಟೆಲ್ ಕೊಠಡಿಗಳನ್ನು ಏರ್ಪಡಿಸಿದ್ದ. ಆದರೆ ಸ್ನೇಹಿತರೆಲ್ಲರೂ ಒಂದು ದೊಡ್ಡ ಕೋಣೆಯಲ್ಲಿ ನೆಲೆಸಿದ್ದರು. ಕೆಲವರು ಮಲಗಿದ್ದರು; ಕೆಲವರು ಹರಟೆ ಹೊಡೆಯುತ್ತಿದ್ದರು. ಅವರನ್ನೆಲ್ಲಾ ನೋಡಿ ಖುಷಿಪಟ್ಟು, ನಾನು ಕೂಡ ಹರಟೆ ಶುರುಮಾಡಿದೆ.

ಒಬ್ಬ ಸ್ನೇಹಿತ (ಬಾಲ್ಯದಿಂದಲೂ ಆತ ಬಹಳ ಶಿಸ್ತುಬದ್ಧ, ಕ್ಲಾಸ್ ಟಾಪರ್ ಮತ್ತು ಕರ್ತವ್ಯನಿಷ್ಠೆ ಹೊಂದಿದ್ದವ) ಮಲಗಿದ್ದ. ಅವನ ವ್ಯಕ್ತಿತ್ವವನ್ನು ತಿಳಿದ ನಾವ್ಯಾರೂ ಅವನನ್ನು ಎಬ್ಬಿಸಲು ಯೋಚಿಸಲಿಲ್ಲ.

ಚಿತ್ರ - ಬುದ್ಧಿವಂತ ವ್ಯಕ್ತಿಯೊಂದಿಗಿನ ಒಂದೇ ಸಂಭಾಷಣೆಯು ವರ್ಷಗಳ ಅಧ್ಯಯನಕ್ಕಿಂತ ಉತ್ತಮವಾಗಿದೆ!

ನಮ್ಮ ಜೋರಾದ ಸಂಭಾಷಣೆ ಅವನ ನಿದ್ರೆಗೆ ತೊಂದರೆ ನೀಡಲಾರಂಭಿಸಿತು. ಸ್ವಲ್ಪ ಸಮಯದ ನಂತರ ಅವನಿಗೆ ಎಚ್ಚರವಾಯಿತು. ಅವನು ಕಣ್ಣು ತೆರೆದ ಕ್ಷಣ ನನ್ನನ್ನು ನೋಡಿದ. ನಾವು 16-17 ವರ್ಷಗಳ ನಂತರ ಭೇಟಿಯಾಗುತ್ತಿದ್ದರಿಂದ ಅವನ ಪ್ರತಿಕ್ರಿಯೆ ಹೇಗಿರುತ್ತದೆ ಎಂಬ ಬಗ್ಗೆ ನನಗೆ ಸ್ವಲ್ಪ ಕುತೂಹಲವಿತ್ತು.

ತಗ್ಗಿದ ದನಿಯಲ್ಲಿ ಅವನು ಹೇಳಿದ – “ಇಂದ್ರ, ನೀನು ಇಂಜಿನಿಯರಿಂಗ್ ಹೇಗೆ ಪಾಸಾದೆ?” ನನಗೆ ನನ್ನ ನಗುವನ್ನು ನಿಯಂತ್ರಿಸಲು ಸಾಧ್ಯವಾಗಲಿಲ್ಲ, ಮತ್ತು ನಾವೆಲ್ಲರೂ ಜೋರಾಗಿ ನಗಲು ಪ್ರಾರಂಭಿಸಿದೆವು. ನಾನು 8 ನೇ ತರಗತಿಯಲ್ಲಿ ಕನ್ನಡ ಮಾಧ್ಯಮದಿಂದ ಇಂಗ್ಲಿಷ್ ಮಾಧ್ಯಮಕ್ಕೆ ವರ್ಗಾವಣೆಗೊಂಡಿದ್ದೆ. ಆದ್ದರಿಂದ 10 ನೇ ತರಗತಿಯಲ್ಲಿ ಉತ್ತೀರ್ಣನಾಗಲು ನನಗೆ ಕಷ್ಟವಾಯಿತು.

ಈ ಸಮಯದಲ್ಲಿ ಆತ ಕ್ಲಾಸ್ ಟಾಪರ್ ಆಗಿದ್ದ. ಆತ ಕೆಲವೊಮ್ಮೆ ಅನೇಕ ಸಮಸ್ಯೆಗಳನ್ನು ಪರಿಹರಿಸಲು ನನಗೆ ಸಹಾಯ ಮಾಡಿದ್ದ. ಹಾಗಾಗಿ ಅವನ ಅನುಮಾನ ನಿಜವಾಗಿತ್ತು. ಆದರೆ 16-17 ವರ್ಷಗಳ ನಂತರ ನಾನು ಅವರನ್ನು ಭೇಟಿಯಾದಾಗ ಮತ್ತು ಮಧ್ಯರಾತ್ರಿಯಲ್ಲಿ ನಿದ್ರೆಯಿಂದ ಎಚ್ಚರವಾದಾಗ ಅವನು ಅಂತಹ ಪ್ರಶ್ನೆಯನ್ನು ಕೇಳುತ್ತಾನೆ ಎಂದು ನಾನು ನಿರೀಕ್ಷಿಸಿರಲಿಲ್ಲ!

ಮದುವೆಯಲ್ಲಿ ನಾವೆಲ್ಲರೂ ಒಳ್ಳೆಯ ಸಮಯವನ್ನು ಕಳೆದೆವು. ನನಗೆ ಆಶ್ಚರ್ಯವಾಗುವಂತೆ, ನನ್ನ ಟಾಪರ್ ಸ್ನೇಹಿತ ಕೂಡ ಸ್ಟಾಕ್ ಮಾರುಕಟ್ಟೆಯಲ್ಲಿದ್ದನು ಮತ್ತು ನಾವು ವ್ಯಾಪಾರದ ಬಗ್ಗೆ ಅನೇಕ ವಿಷಯಗಳನ್ನು ಚರ್ಚಿಸಿದೆವು.

ವ್ಯಾಪಾರದ ಬಗ್ಗೆ ಅವನಿಗೆ ಅರ್ಥವಾಗದ ಒಂದು ವಿಷಯವೆಂದರೆ ನಾನು ಬೆಲೆಗೆ (price) ಏಕೆ ಹೆಚ್ಚು ಪ್ರಾಮುಖ್ಯತೆ ನೀಡುತ್ತೇನೆ ಎಂಬುದು. ನಾವು ಬೆಲೆಯ ಬದಲು ಸೂಚಕಗಳನ್ನೇ (indicators) ಬಳಸಬಹುದು ಮತ್ತು ವ್ಯಾಪಾರವನ್ನು ಯೋಜಿಸಲು ಸೂಚಕವು ಸಾಕು ಎಂಬುದು ಅವನ ವಾದ.

ಅವನು ತನ್ನ ವ್ಯಾಪಾರಕ್ಕಾಗಿ ಸ್ಟೊಕಾಸ್ಟಿಕ್ಸ್ ಸೂಚಕವನ್ನು (stochastics indicator) ಬಳಸುತ್ತಿದ್ದನು. ಅದು 20 ಅಂಕಿ ತಲುಪಿದಾಗಲೆಲ್ಲಾ ಅವನು ಗಮನಿಸುತ್ತಿದ್ದರು. ಅದು 20ಕ್ಕಿಂತ ಹೆಚ್ಚಾದ ಕ್ಷಣ ಲಾಂಗ್ ಟ್ರೇಡ್ ತೆಗೆದುಕೊಳ್ಳುತ್ತಿದ್ದ. ಸ್ಟೊಕಾಸ್ಟಿಕ್ಸ್ 20ಕ್ಕೆ (ಸ್ಟಾಪ್-ಲಾಸ್) ಹಿಂತಿರುಗಿದರೆ ಅವನು ನಷ್ಟ ಎಂದು ಬುಕ್ ಮಾಡುತ್ತಿದ್ದ. ಇಲ್ಲದಿದ್ದರೆ ಸ್ಟೋಕಾಸ್ಟಿಕ್ಸ್ 80 ತಲುಪುವವರೆಗೆ ವ್ಯಾಪಾರವನ್ನು ಹಿಡಿದಿಡುತ್ತಿದ್ದ.

ಆರಂಭದಲ್ಲಿ ಹೆಚ್ಚಿನವರು ಇದೇ ತಂತ್ರವನ್ನು ಅನುಸರಿಸುತ್ತಾರೆ (ಸ್ಟೊಕಾಸ್ಟಿಕ್ಸ್ ಅಥವಾ ಯಾವುದೇ ಇತರ ಸೂಚಕ) ಸೂಚಕಗಳ ಮೇಲೆ ಹೆಚ್ಚು ಅವಲಂಬಿತರಾಗುತ್ತಾರೆ. ನಾನು ಸೂಚಕಗಳಿಗೆ ವಿರುದ್ಧವಾಗಿಲ್ಲ, ಆದರೆ ಬೆಲೆ ಚಾರ್ಟ್ (price chart) ಅನ್ನು ವೀಕ್ಷಿಸುವವರು ತನ್ನ ವಹಿವಾಟುಗಳೊಂದಿಗೆ ಉತ್ತಮ ಪ್ರವೇಶ ಮತ್ತು ನಿರ್ಗಮನವನ್ನು ಮಾಡುತ್ತಾರೆ.

ಈ ತರ್ಕ ಸರಳವಾಗಿದೆ. ಸ್ಟೊಕಾಸ್ಟಿಕ್ಸ್ ರೀಡಿಂಗ್ 80 ರಿಂದ 20 ಕ್ಕೆ ವೇಗವಾಗಿ ಇಳಿಯುತ್ತದೆ. ಆದರೆ ಬೆಲೆ ವೇಗವಾಗಿ ಕಡಿಮೆಯಾಗುತ್ತಿದ್ದರೂ ಸಹ ಇದು ತುಲನಾತ್ಮಕವಾಗಿ 20 ಕ್ಕಿಂತ ಕೆಳಗೆ ಇಳಿಯಲು ಬಹಳ ಸಮಯ ತೆಗೆದುಕೊಳ್ಳುತ್ತದೆ. ಆಳವಾಗಿ ಕುಸಿಯುವ ಎಲ್ಲಾ ಷೇರುಗಳನ್ನು ಗಮನಿಸಿ; ಅವುಗಳಲ್ಲಿ ಹೆಚ್ಚಿನವು 20 ಅಥವಾ ಅದಕ್ಕಿಂತ ಕಡಿಮೆ ಸ್ಟೋಕಾಸ್ಟಿಕ್ಸ್ ರೀಡಿಂಗ್ ತೋರಿಸುತ್ತವೆ. ಹೆಚ್ಚು ಮಾರಾಟವಾಗುವ ಸಮಯದಲ್ಲೂ ಇದೇ ತರ್ಕ ಬಳಕೆಯಾಗುತ್ತದೆ.

ಆದ್ದರಿಂದ, ಸ್ಟೊಕಾಸ್ಟಿಕ್‌ಗಳು 20 ಕ್ಕಿಂತ ಹೆಚ್ಚು ಬಂದಿವೆ ಎಂಬ ಕಾರಣಕ್ಕೆ ಪ್ರವೇಶಿಸುವ ಬದಲು ನನ್ನ ಸ್ನೇಹಿತ ಬೆಲೆಯು ಕಳೆದ 5-ನಿಮಿಷ ಅಥವಾ 15-ಕ್ಯಾಂಡಲ್‌ನಲ್ಲಿ ಅತಿಹೆಚ್ಚಿನ ಬೆಲೆಯನ್ನು ತಲುಪಿದಾಗ ಲಾಂಗ್ ಟ್ರೇಡಿಂಗ್ ಅನ್ನು ತೆಗೆದುಕೊಳ್ಳಬಹುದು. ಇದು ಆವರೇಜ್ ಹಾಗೂ ರಿವೇಂಜ್ ಟ್ರೇಡಿಂಗ್‌ಗೆ ಅವಕಾಶ ನೀಡುವುದಿಲ್ಲ.

ಅಂತೆಯೇ, ಸ್ಟೋಕಾಸ್ಟಿಕ್ 80 ತಲುಪಿದಾಗ ಸುಮ್ಮನೆ ನಿರ್ಗಮಿಸುವ ಬದಲು ನನ್ನ ಸ್ನೇಹಿತ ಟ್ರೇಲಿಂಗ್ ಎಸ್‌ಎಲ್ ಅನ್ನು ಪ್ರತಿ 5 ನಿಮಿಷದ ಅಥವಾ 15 ನಿಮಿಷ ಕ್ಯಾಂಡಲ್‌ನ ಕನಿಷ್ಠಕ್ಕಿಂತ ಕಡಿಮೆ ಇಟ್ಟುಕೊಳ್ಳಬಹುದು. ಇದು ಆತನಿಗೆ ಬೃಹತ್ ಹೆಜ್ಜೆ ಇಡುವಲ್ಲಿ ಸಹಾಯ ಮಾಡುತ್ತದೆ (ಹಾಗೇನಾದರೂ ಆದರೆ).

ನನ್ನ ವಿವರಣೆಯು ಅವನಿಗೆ ಅರ್ಥವಾಯಿತು (ಅವನು ಕ್ಲಾಸ್ ಟಾಪರ್), ಮತ್ತು ಅವನು ಅದನ್ನು ತನ್ನ ವ್ಯಾಪಾರದಲ್ಲಿ ಜಾರಿಗೆ ತಂದ. ಇಂದಿನವರೆಗೂ, ಅವನು ತನ್ನ ವ್ಯಾಪಾರದಲ್ಲಿ ಅದೇ ಸೆಟಪ್ ಅನ್ನು ಬಳಸುತ್ತಾನೆ.

ನಿಮ್ಮ ಟ್ರೇಡಿಂಗ್ ಸಿಸ್ಟಂ ಸರಿಯಾಗಿ ಕಾರ್ಯನಿರ್ವಹಿಸುತ್ತಿದೆಯೇ ಅಥವಾ ಇಲ್ಲವೇ ಎಂಬುದರ ಕುರಿತು ನಿಮಗೆ ಸಂದೇಹವಿದೆಯೇ?

ಹೌದು ಎಂದಾದರೆ, ಈ ಚಟುವಟಿಕೆಯನ್ನು ಮಾಡಿ:

- ನಿಮ್ಮ ಬ್ರೋಕರ್ ಸೈಟ್‌ಗೆ ಲಾಗಿನ್ ಮಾಡಿ, ವಾರ್ಷಿಕ P&L ವರದಿಗಳನ್ನು ಪರಿಶೀಲಿಸಿ (ಅಥವಾ ಕನಿಷ್ಠ 6 ತಿಂಗಳುಗಳು)

- ಸಂಖ್ಯೆಗಳು 'ಹಸಿರು' ಆಗಿದ್ದರೆ, ನಿಮ್ಮ ವ್ಯಾಪಾರ ವ್ಯವಸ್ಥೆಯು ಸರಿಯಾಗಿ ಕಾರ್ಯನಿರ್ವಹಿಸುತ್ತಿದೆ, ಅದು ಕೆಂಪು ಬಣ್ಣದಲ್ಲಿದ್ದರೆ, ನಿಮ್ಮ ಸಿಸ್ಟಮ್ ಸರಿಯಾಗಿ ಕಾರ್ಯನಿರ್ವಹಿಸುತ್ತಿಲ್ಲ.

ಬೆಲೆ ಮಟ್ಟವನ್ನು ಗುರುತಿಸುವುದು ಏಕೆ ಮುಖ್ಯ?

ನಿಮ್ಮಲ್ಲಿ ಹೆಚ್ಚಿನವರಿಗೆ ತಿಳಿದಿರುವಂತೆ, ಬೆಲೆಯು ರೇಖೀಯ ರೀತಿಯಲ್ಲಿ ಹೋಗುವುದಿಲ್ಲ (ಮೇಲಕ್ಕೆ ಅಥವಾ ಕೆಳಕ್ಕೆ). ಇದು ಸ್ಥಗಿತಗೊಳ್ಳುತ್ತದೆ, ಬೌನ್ಸ್ ಆಗುತ್ತದೆ, ನಿರ್ದಿಷ್ಟ ಮಟ್ಟಗಳಲ್ಲಿ ಬೀಳುತ್ತದೆ, ಮತ್ತು ಈ ಬೆಲೆಯ ಮಟ್ಟ ಇಂಟ್ರಾಡೇ ಟ್ರೇಡಿಂಗ್‌ನಲ್ಲಿ ನಿರ್ಣಾಯಕ ಪಾತ್ರವನ್ನು ವಹಿಸುತ್ತವೆ.

ದಿನನಿತ್ಯದ ಕಾಲಮಿತಿ ಮತ್ತು ಸಾಪ್ತಾಹಿಕ ಕಾಲಮಿತಿಗೆ ಹೋಲಿಸಿದರೆ ಇಂಟ್ರಾಡೇ ಟ್ರೇಡಿಂಗ್ ಕಡಿಮೆ ಸಮಯದ ಚೌಕಟ್ಟಿನಲ್ಲಿ ವಹಿವಾಟು ನಡೆಸುವುದರಿಂದ, ಬೆಲೆಯು ಆಗಾಗ ಈ ಬೆಲೆಯ ಮಟ್ಟವನ್ನು ಎದುರಿಸುತ್ತದೆ.

ಚಿತ್ರ 3.1 - ಟಾಟಾ ಸ್ಟೀಲ್ 15-ನಿಮಿಷದ ಚಾರ್ಟ್

ಮೇಲಿನ ಚಾರ್ಟ್ ಟಾಟಾ ಸ್ಟೀಲ್‌ನ 15-ನಿಮಿಷಗಳ ಚಾರ್ಟ್ ಆಗಿದೆ ಮತ್ತು ಇದು 15ನೇ, 16ನೇ, 17ನೇ ಮತ್ತು 18ನೇ ಜೂನ್ 2021 ರ ಬೆಲೆ ಕ್ರಮವನ್ನು ತೋರಿಸುತ್ತದೆ.

ಒಟ್ಟಾರೆ ಬೆಲೆ ಕ್ರಮವು ಜೂನ್ 18 ರವರೆಗೆ ಇಳಿಕೆಯ ಹಾದಿಯಲ್ಲಿದೆ. ಜೂನ್ 18 ರಂದು ಆರಂಭದಲ್ಲಿ ಮೊದಲ ಮೇಣದಬತ್ತಿಯು ಗಮನಾರ್ಹವಾದ ಮಾರಾಟವನ್ನು ಸೂಚಿಸಿತು. ಖರೀದಿದಾರರಿಂದ ಅತ್ಯುತ್ತಮ ಬೆಂಬಲವನ್ನು ಪಡೆಯಿತು ('B1' ನಲ್ಲಿ ಬಾಟಮ್ ವಿಕ್ಸ್ ಎಂದು ಗುರುತಿಸಲಾಗಿದೆ).

ನಂತರ ಇದು 1050 ರಿಂದ 1070 ರ ವ್ಯಾಪ್ತಿಯಲ್ಲಿ ಏಕೀಕರಿಸಲ್ಪಟ್ಟಿತು ಮತ್ತು ಬೆಲೆಯು ಸಂಪೂರ್ಣ ಬಲವರ್ಧನೆಯನ್ನು ಪ್ರದರ್ಶಿಸಿತು ('B2').

ಕೊನೆಯ ಅರ್ಧದಲ್ಲಿ ಬೆಲೆಯು 1070 ಮಟ್ಟವನ್ನು ಮುರಿದಾಗ, ಅದು ಎರಡು ಬೃಹತ್ ಖರೀದಿ ಪರಿಮಾಣದ ಸ್ಪೈಕ್‌ಗಳನ್ನು ('B3') ಪಡೆಯಿತು. ಆದ್ದರಿಂದ,

ಇದು 1050-1070 ಮಟ್ಟದಲ್ಲಿ ಬಲವಾದ ಖರೀದಿದಾರರ ಉಪಸ್ಥಿತಿಯನ್ನು ಸೂಚಿಸುತ್ತದೆ.

ಜೂನ್ 18 ರಂದು ಆರಂಭದ ಸಮಯದಲ್ಲಿ ನೀವು ಸಣ್ಣ ವ್ಯಾಪಾರವನ್ನು (ಇಂಟ್ರಾಡೇ ಮಟ್ಟ) ಆರಿಸಿಕೊಂಡಿದ್ದೀರಿ ಎಂದು ಭಾವಿಸೋಣ. ನಂತರ, 1050-1070 ಬೆಲೆಯ ಮಟ್ಟವು ನಿರ್ಣಾಯಕವಾಗಿದೆ ಎಂದು ನಿಮಗೆ ತಿಳಿದಿದ್ದರೆ, ಈ ಮಟ್ಟದಲ್ಲಿ ನಿಮ್ಮ ಸಣ್ಣ ವ್ಯಾಪಾರಕ್ಕಾಗಿ ನೀವು ಲಾಭವನ್ನು ಕಾಯ್ದಿರಿಸಬಹುದು ಅಥವಾ ಲಾಭವನ್ನು ಲಾಕ್ ಮಾಡಲು ಕನಿಷ್ಠ ಈ ಮಟ್ಟಕ್ಕೆ ನೀವು SL ಅನ್ನು ಅನುಸರಿಸಬಹುದು. ಇದನ್ನು ನೀವು ಒಪ್ಪಿಕೊಳ್ಳುತ್ತೀರ?

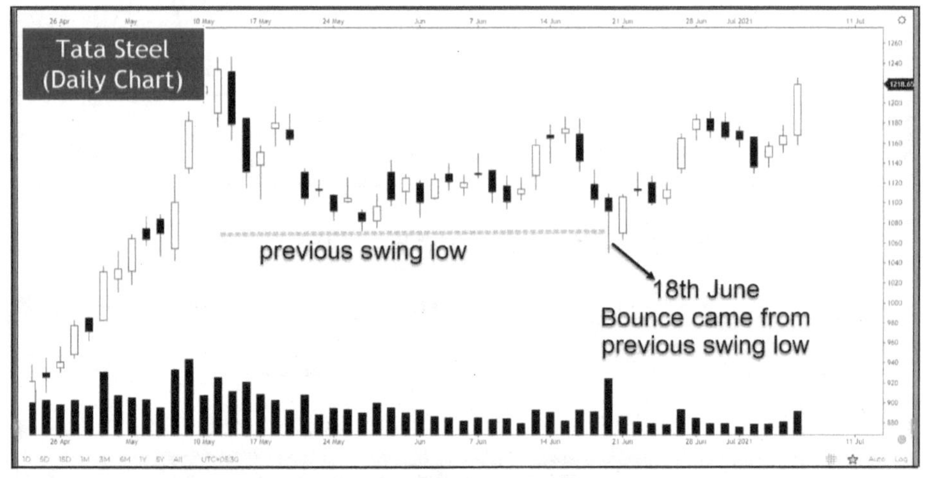

ಚಿತ್ರ 3.2 - ಟಾಟಾ ಸ್ಟೀಲ್ ಡೈಲಿ ಚಾರ್ಟ್

ನೀವು ಟಾಟಾ ಸ್ಟೀಲ್‌ನ ದೈನಂದಿನ ಚಾರ್ಟ್ ಅನ್ನು ನೋಡಿದರೆ (ಚಿತ್ರ 3.2), 26-ಮೇ-2021 ರಂದು 1070 ಮಟ್ಟದಲ್ಲಿ ಸ್ವಿಂಗ್ ಕಡಿಮೆಯಿತ್ತು.

ಆದ್ದರಿಂದ, ಜೂನ್ 18 ರಂದು ಬೆಲೆ ಈ ಮಟ್ಟಕ್ಕೆ ಬಂದಾಗ ದೈನಂದಿನ ಸಮಯದ ಚೌಕಟ್ಟಿನಲ್ಲಿ ಈ ಪ್ರಬಲ ಖರೀದಿದಾರರು ತಮ್ಮ ಸ್ಥಾನವನ್ನು ಡಿಫೆಂಡ್ ಮಾಡಿಕೊಂಡರು.

ಜೂನ್ 18 ರಂದು ಸಣ್ಣ ವ್ಯಾಪಾರವನ್ನು ತೆಗೆದುಕೊಂಡ ಸಣ್ಣ ವ್ಯಾಪಾರಿಗೆ ಈ ಮಟ್ಟದ ಬಗ್ಗೆ ತಿಳಿದಿಲ್ಲದಿದ್ದರೆ ಅವನು ತನ್ನ ಸಣ್ಣ ವ್ಯಾಪಾರವನ್ನು

ಕಳೆದುಕೊಳ್ಳುತ್ತಿದ್ದ. ಆದ್ದರಿಂದ ಈ ಪ್ರಮುಖ ಬೆಲೆಯ ಮಟ್ಟವನ್ನು ಮೊದಲೇ ತಿಳಿದುಕೊಳ್ಳುವುದರಿಂದ ದಿನದ ವ್ಯಾಪಾರಿಗಳು ತಮ್ಮ ವಹಿವಾಟುಗಳನ್ನು ಉತ್ತಮ ರೀತಿಯಲ್ಲಿ ನಿರ್ವಹಿಸಲು ಸಹಾಯವಾಗುತ್ತದೆ.

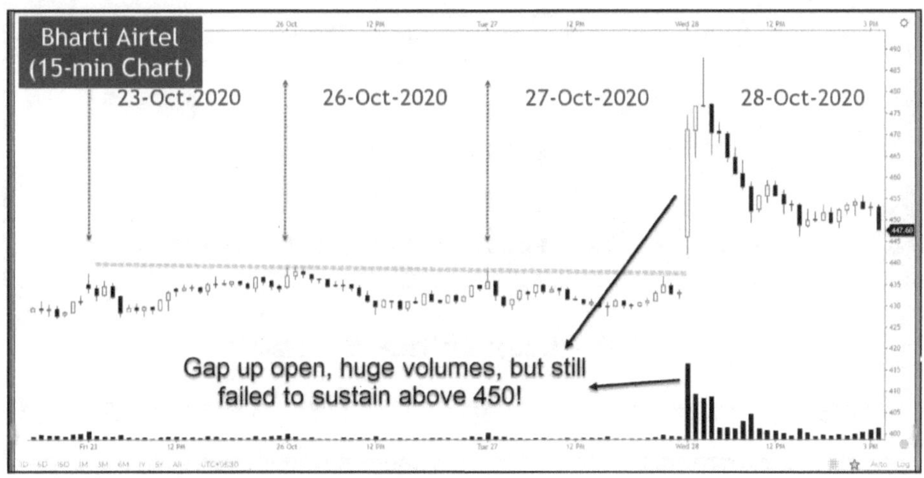

ಚಿತ್ರ 3.3 - ಭಾರತಿ ಏರ್‌ಟೆಲ್ 15-ನಿಮಿಷದ ಚಾರ್ಟ್

ಮೇಲಿನ ಚಾರ್ಟ್ ಭಾರತಿ ಏರ್‌ಟೆಲ್‌ನ 15-ನಿಮಿಷಗಳ ಚಾರ್ಟ್ ಆಗಿದೆ. ಇದು 23-ಅಕ್ಟೋಬರ್‌ನಿಂದ 28-ಅಕ್ಟೋಬರ್ ವರೆಗಿನ ಬೆಲೆ ಕ್ರಮವನ್ನು ತೋರಿಸುತ್ತದೆ.

28-ಅಕ್ಟೋಬರ್‌ನಲ್ಲಿ ಈ ಚಾರ್ಟ್‌ನಲ್ಲಿ ಅತ್ಯಾಕರ್ಷಕ ಬೆಲೆ ಕ್ರಮವಿದೆ. ಇದು ಕಳೆದ 4 ದಿನಗಳ ವ್ಯಾಪಾರಕ್ಕಿಂತ ಹೆಚ್ಚಿನ ಶ್ರೇಣಿಯಲ್ಲಿ ಬೆಲೆಯು ಖಾತೆ ತೆರೆಯಿತು ಮತ್ತು ಗಣನೀಯ ಪ್ರಮಾಣದ ಸ್ಪೈಕ್‌ಗಳನ್ನು ಪಡೆಯಿತು. ಆದಾಗ್ಯೂ, ಎಲ್ಲವನ್ನೂ ಬಿಟ್ಟು 450 ಕ್ಕಿಂತ ಕಡಿಮೆ ಬೆಲೆಗೆ ಕ್ಲೋಸಿಂಗ್ ಆಯಿತು.

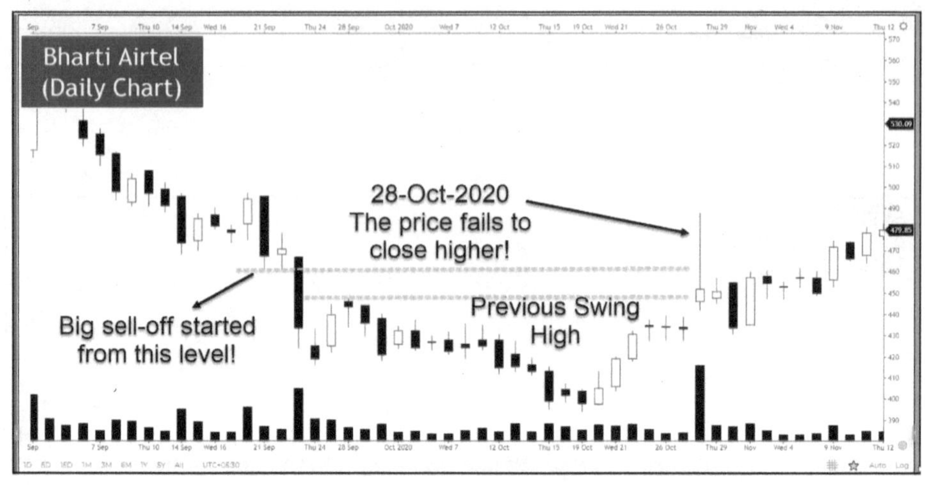

ಚಿತ್ರ 3.4 – ಭಾರ್ತಿ ಏರ್‌ಟೆಲ್ ಡೈಲಿ ಚಾರ್ಟ್

ನೀವು ಭಾರ್ತಿ ಏರ್‌ಟೆಲ್‌ನ ದೈನಂದಿನ ಚಾರ್ಟ್ ಅನ್ನು ನೋಡಿದರೆ (ಚಿತ್ರ 3.4), ಹಿಂದಿನ ಹೈ ಸ್ವಿಂಗ್ 448 ಮಟ್ಟದಲ್ಲಿ ರೂಪುಗೊಂಡಿತು ಮತ್ತು ಹೈ ಸ್ವಿಂಗ್ ಗೆ ಕೆಲವು ದಿನಗಳ ಮೊದಲು, ಇದು 460 ರಿಂದ ದೊಡ್ಡ ಮಾರಾಟವನ್ನು ಪ್ರದರ್ಶಿಸಿತು.

ಆದ್ದರಿಂದ, 448 ಮತ್ತು 460 ರ ನಡುವಿನ ಬೆಲೆ ಕ್ರಮವು ನಿರ್ಣಾಯಕವಾಗಿದೆ ಮತ್ತು 460 ಕ್ಕಿಂತ ಹೆಚ್ಚು ಬೆಲೆಗೆ ಕ್ಲೋಸ್ ಆಗುವುದು ಮುಖ್ಯವಾಗಿದೆ.

28-Oct-2020 ರಂದು ಬೆಲೆಯು ಪ್ರಬಲವಾಗಿ ಖಾತೆ ತೆರೆಯಿತು. ಆದರೆ ಇದು 15 ನಿಮಿಷಗಳಿಗಿಂತ ಹೆಚ್ಚು ಕಾಲ ಉಳಿಯಲಿಲ್ಲ (ಚಿತ್ರ 3.3 ಅನ್ನು ಗಮನಿಸಿ), ಮತ್ತು ಬಲವಾದ ಮಾರಾಟಗಾರರು ಅಲ್ಲಿಂದ ದೂರವಾದರು. ನೀವು ಇದನ್ನು ಮೊದಲೇ ತಿಳಿದಿದ್ದರೆ ನಿಮ್ಮ ದಿನದ ವಹಿವಾಟುಗಳನ್ನು ನಿರ್ವಹಿಸಲು ನೀವು ಉತ್ತಮ ಸ್ಥಾನದಲ್ಲಿರುತ್ತೀರಿ ಎಂದು ನಿಮಗೆ ಅನಿಸುತ್ತದೆಯೇ?

ಪ್ರತಿ ಸ್ವಿಂಗ್ ಹೈ, ಸ್ವಿಂಗ್ ಲೋ, ಬಲವಾದ ಸೆಲ್ ಆಫ್ ಅಥವಾ ಬಲವಾದ ಬಯ್-ಆಫ್ ಪಾಯಿಂಟ್ಸ್‌ಗಳು ಇಂಟ್ರಾಡೇ ಟ್ರೇಡಿಂಗ್‌ನಲ್ಲಿ ನಿರ್ಣಾಯಕ ಪಾತ್ರ ವಹಿಸುತ್ತವೆ. ಇವು ಬೆಂಬಲವಾಗಿ ಅಥವಾ ಪ್ರತಿರೋಧವಾಗಿ ಕಾರ್ಯನಿರ್ವಹಿಸುವ ಮೂಲಕ ನಿರ್ಣಾಯಕ ಪಾತ್ರವನ್ನು ವಹಿಸುತ್ತದೆ. ಆದ್ದರಿಂದ, ನೀವು ಇಂಟ್ರಾಡೇ ಟ್ರೇಡರ್ ಆಗಿದ್ದರೆ, ಈ ಹಂತಗಳ ಬಗ್ಗೆರ ಗಮನ ಇಡುವುದು ಹಾಗೂ ಬೆಲೆಯು

ಈ ಹಂತಗಳ ಹತ್ತಿರ ಬಂದಾಗ ಆಗುವ ಬದಲಾವಣೆಗಳ ಮೇಲೆ ಗಮನ ಇಡುವುದು ಮುಖ್ಯವಾಗುತ್ತದೆ.

ಚಾಕಚಕ್ಯತೆಯಿಂದ Trading ಮಾಡಲು ದಿನದ ಅತಿಹೆಚ್ಚಿನ ಮತ್ತು ದಿನದ ಅತಿಕಡಿಮೆಯ ಮೌಲ್ಯಗಳನ್ನು ನೋಡಿ

ಬಹುಪಾಲು ವ್ಯಾಪಾರಿಗಳು ವ್ಯಾಪಾರದಲ್ಲಿ ಹಿಂದಿನ ದಿನದ ಕನಿಷ್ಠ ಮತ್ತು ಗರಿಷ್ಠ ಮೌಲ್ಯಗಳನ್ನು ನಿರ್ಲಕ್ಷ್ಯ ಮಾಡುತ್ತಾರೆ. ಆದರೆ ಆ ದಿನ ವ್ಯಾಪಾರದಲ್ಲಿ ಹಿಂದಿನ ದಿನದ ಅತಿ ಹೆಚ್ಚು (PDH) ಮತ್ತು ದಿನದ ಅತಿ ಕಡಿಮೆ (PDL) ಬೆಲೆಯು ಬಹಳ ಪ್ರಾಮುಖ್ಯತೆಯನ್ನು ಹೊಂದಿರುತ್ತದೆ. PDH, PDL ಮತ್ತು ಬೆಲೆ ಕ್ರಮಕ್ಕೆ ಸಂಬಂಧಿಸಿದಂತೆ ವಹಿವಾಟು ನಡೆಸುವ ಅನೇಕ ಯಶಸ್ವಿ ಇಂಟ್ರಾಡೇ ವ್ಯಾಪಾರಿಗಳನ್ನು ನಾನು ನೋಡಿದ್ದೇನೆ.

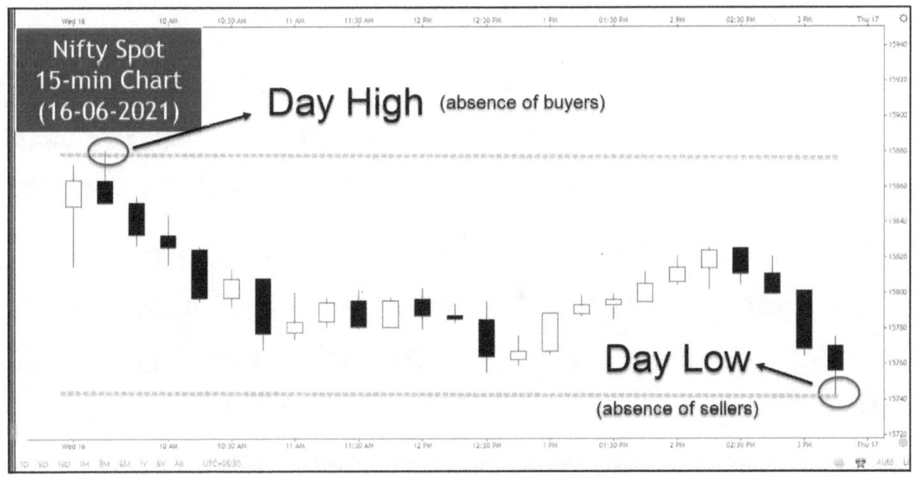

ಚಿತ್ರ 3.5 – ನಿಫ್ಟಿಯಲ್ಲಿ ಡೇ ಹೈ ಹಾಗೂ ಡೇ ಲೋ

ಮೇಲಿನ ಚಿತ್ರವು 16-ಜೂನ್-2021 ರಂದು ನಿಫ್ಟಿಯ 15-ನಿಮಿಷಗಳ ಚಾರ್ಟ್ ಅನ್ನು ತೋರಿಸುತ್ತದೆ. ಎರಡನೇ ಮೇಣದಬತ್ತಿಯ ಎತ್ತರವು 15880 ಆಗಿದೆ, ಮತ್ತು ಬೆಲೆಯು ಈ ಮಟ್ಟಕ್ಕಿಂತ ಹೆಚ್ಚು ವ್ಯಾಪಾರ ಮಾಡಲು ವಿಫಲವಾಗಿದೆ. ಆದ್ದರಿಂದ, ಇದು 16-ಜೂನ್-2021 ರ ದಿನದ ಗರಿಷ್ಠವಾಗಿರುತ್ತದೆ.

ಕೊನೆಯ ಖರೀದಿಯು 15880 ಹಂತಗಳಲ್ಲಿ ಮುಗಿದಿದೆ ಮತ್ತು ಈ ನಿರ್ದಿಷ್ಟ ದಿನದಂದು ಮಾರಾಟವು ಈ ಮಟ್ಟದಿಂದ ಪ್ರಾರಂಭವಾಯಿತು ಎಂದು ಇದು ಸೂಚಿಸುತ್ತದೆ.

ಮಾರುಕಟ್ಟೆಯ ಸಕ್ರಿಯ ಸಮಯದಲ್ಲಿ ಮಾತ್ರ ಮಾರುಕಟ್ಟೆ ತೆರೆದಿರುತ್ತದೆ ಎಂದು ನಾವೆಲ್ಲರೂ ಭಾವಿಸುತ್ತೇವೆ. ಆದರೆ ಅದು ತಪ್ಪು. ಮಾರುಕಟ್ಟೆಯು ಜನರ ಮನಸ್ಸಿನಲ್ಲಿ 24x7 ತೆರೆದಿರುತ್ತದೆ. ಮಾರುಕಟ್ಟೆಯ ಸಮಯ ಎಂಬುದು ವ್ಯಾಪಾರದ ಕಾರ್ಯಗತಗೊಳಿಸುವಿಕೆಗೆ ಮಾತ್ರ ಅನ್ವಯವಾಗುತ್ತದೆ.

ವ್ಯಾಪಾರಿಗಳು ಅನೇಕ ಮೂಲಗಳಿಂದ ಮಾಹಿತಿಯನ್ನು ಕೇಳಿ, ತಿಳಿದುಕೊಂಡು ತಮ್ಮ ಅಭಿಪ್ರಾಯವನ್ನು ರೂಪಿಸಿಕೊಳ್ಳುತ್ತಾರೆ (ಬುಲ್ ಅಥವಾ ಬೇರ್). ಈ ಅಭಿಪ್ರಾಯಗಳು ವಹಿವಾಟುಗಳಾಗಿ ಪರಿವರ್ತನೆಗೊಳ್ಳುತ್ತವೆ ಮತ್ತು ಆದ್ದರಿಂದ ಮರುದಿನ ಮಾರುಕಟ್ಟೆ ತೆರೆದಾಗ, ಹಿಂದಿನ ದಿನದ ಮುಕ್ತಾಯಕ್ಕೆ ಹೋಲಿಸಿದರೆ ಇಂದು ವಿಭಿನ್ನ ಮಟ್ಟದಲ್ಲಿ ಮಾರುಕಟ್ಟೆ ಆರಂಭವಾಗಿರುತ್ತದೆ.

ರಾತ್ರಿ ಹೆಚ್ಚೇನೂ ಸಂಭವಿಸಲಿಲ್ಲ ಮತ್ತು ಎಲ್ಲಾ ಮಾರುಕಟ್ಟೆಗಳು ಸ್ಥಿರವಾಗಿರುತ್ತವೆ ಎಂದು ಊಹಿಸಿ. ಈ ಸಂದರ್ಭದಲ್ಲಿ, ಅದೇ ಮಟ್ಟವು (ಅಂದರೆ, PDH 15880) ಮುಂದಿನ ವ್ಯಾಪಾರದ ದಿನದಂದು ಪ್ರತಿರೋಧವಾಗಿ ಕಾರ್ಯನಿರ್ವಹಿಸುವ ಸಾಧ್ಯತೆ ಬಹಳ ಹೆಚ್ಚು.

ಮತ್ತೊಂದೆಡೆ, ರಾತ್ರಿಯಿಡೀ ಅನೇಕ ಸಕಾರಾತ್ಮಕ ಸಂಗತಿಗಳು ಸಂಭವಿಸಿ ಮುಂದಿನ ವ್ಯಾಪಾರದ ದಿನದಂದು ವಹಿವಾಟು ಹಿಂದಿನ ದಿನದ ಮೌಲ್ಯಕ್ಕಿಂತ (PDH 15880) ಹೆಚ್ಚಾಗಿ ಪ್ರಾರಂಭವಾಯಿತು ಎಂದಿಟ್ಟುಕೊಳ್ಳಿ. ಆಗ PDH ಮಟ್ಟವು ಬೆಂಬಲವಾಗಿ ಕಾರ್ಯನಿರ್ವಹಿಸುವ ಹೆಚ್ಚಿನ ಸಂಭವನೀಯತೆ ಇರುತ್ತದೆ (ಪ್ರತಿರೋಧವು ಬೆಂಬಲ ಪರಿಲ್ಪನೆಯಾಗಿ ಕಾರ್ಯನಿರ್ವಹಿಸುತ್ತದೆ).

ನೀವು ತರ್ಕವನ್ನು ತಿಳಿದುಕೊಂಡಿದ್ದೀರಿ ಎಂದು ನಾನು ಭಾವಿಸುತ್ತೇನೆ. ಅದೇ ರೀತಿ, PDL ಸಮತೋಲಿತ ಮಾರುಕಟ್ಟೆ ಪರಿಸ್ಥಿತಿಗಳಲ್ಲಿ ಬೆಂಬಲವಾಗಿ ಕಾರ್ಯನಿರ್ವಹಿಸುತ್ತದೆ ಮತ್ತು ಅಸಮತೋಲಿತ ಮಾರುಕಟ್ಟೆ ಪರಿಸ್ಥಿತಿಗಳಲ್ಲಿ ಪ್ರತಿರೋಧವಾಗಿ ಕಾರ್ಯನಿರ್ವಹಿಸುತ್ತದೆ. ಮುಂದಿನ ವಹಿವಾಟಿನ ದಿನ ಏನಾಯಿತು ಎಂದು ನೋಡೋಣ.

ಚಿತ್ರ 3.6 - ನಿಫ್ಟಿಯ PDL ನ ಓಪನ್ ಮತ್ತು ಟೇಕ್ ರೆಸಿಸ್ಟೆನ್ಸ್ ನಲ್ಲಿ ಅಸಮತೋಲನ-

ನೀವು ಮೇಲಿನ ಚಾರ್ಟ್ ಅನ್ನು ನೋಡಿದರೆ (ಚಿತ್ರ 3.6), ನಿಫ್ಟಿ ಅಸಮತೋಲನವನ್ನು ಪ್ರದರ್ಶಿಸುತ್ತದೆ ಮತ್ತು ಮುಂದಿನ ವ್ಯಾಪಾರದ ದಿನದಂದು PDL ಎರಡು ಬಾರಿ ಪ್ರತಿರೋಧವನ್ನು ಪ್ರದರ್ಶಿಸಿದೆ.

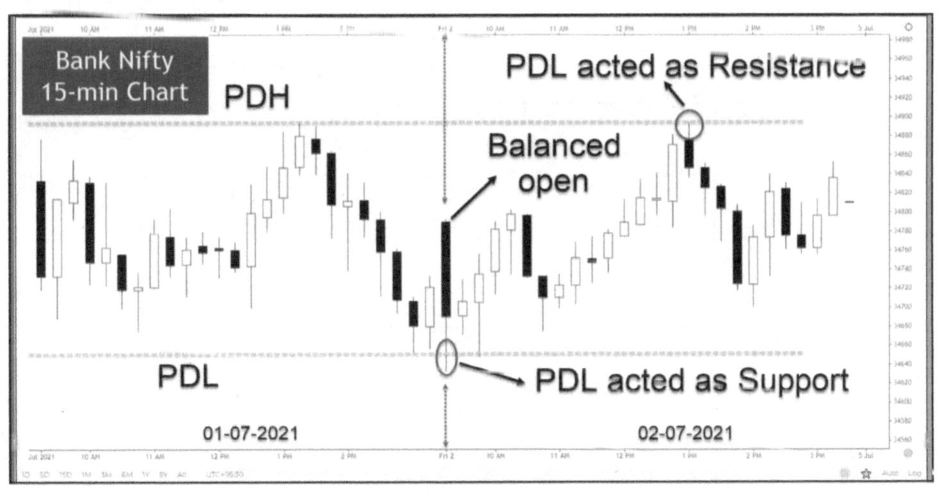

ಚಿತ್ರ 3.7 – ಬ್ಯಾಂಕ್ ನಿಫ್ಟಿಯಲ್ಲಿ ಸಮತೋಲಿತ ಓಪನ್

ಮೇಲಿನ ಚಿತ್ರ 3.7 ಬ್ಯಾಂಕ್ನಿಫ್ಟಿಯಲ್ಲಿ ಸಮತೋಲಿತ ಮುಕ್ತ ಸನ್ನಿವೇಶವನ್ನು ತೋರಿಸುತ್ತದೆ. ಮುಂದಿನ ವ್ಯಾಪಾರದ ದಿನದಂದು, ಬೆಲೆಯು ಹಿಂದಿನ ದಿನದ

ಶ್ರೇಣಿಯ ಮಧ್ಯದಲ್ಲಿ ನಿಖರವಾಗಿ ತೆರೆಯಲ್ಪಟ್ಟಿತು (ಸಮತೋಲಿತ ಮುಕ್ತ), ರಾತ್ರಿಯಲ್ಲಿ ಯಾವುದೇ ಮೂಲಭೂತ ಬದಲಾವಣೆಗಳು ಆಗಿಲ್ಲ. ಆದ್ದರಿಂದ, ಮರುದಿನವೂ PDH ಮತ್ತು PDL ಕ್ರಮವಾಗಿ ಪ್ರತಿರೋಧ ಮತ್ತು ಬೆಂಬಲವಾಗಿ ಕಾರ್ಯನಿರ್ವಹಿಸುವ ಹೆಚ್ಚಿನ ಸಂಭವನೀಯತೆ ಇದೆ. ಬೆಲೆ ನಿಖರವಾಗಿ PDL ನಲ್ಲಿ ಬೆಂಬಲವನ್ನು ತೆಗೆದುಕೊಂಡಿತು ಮತ್ತು PDH ನಲ್ಲಿ ಪ್ರತಿರೋಧವನ್ನು ಸಹ ತೆಗೆದುಕೊಂಡಿತು.

ಆದ್ದರಿಂದ, ಹಿಂದಿನ ದಿನದ ಹೆಚ್ಚಿನ ಮತ್ತು ಕಡಿಮೆ ಮಟ್ಟಗಳು ನಿರ್ಣಾಯಕ ಬೆಂಬಲ ಮತ್ತು ಪ್ರತಿರೋಧವಾಗಿ ಕಾರ್ಯನಿರ್ವಹಿಸುತ್ತವೆ (ಸಮತೋಲನ ಅಥವಾ ಅಸಮತೋಲನವನ್ನು ಆಧರಿಸಿ) ಎಂಬುದನ್ನುಇಂಟ್ರಾಡೇ ವ್ಯಾಪಾರಿಗಳು ಎಂದಿಗೂ ಮರೆಯಬಾರದು. ಈ ಪರಿಕಲ್ಪನೆಯು ಎಲ್ಲಾ ದಿನದ ವ್ಯಾಪಾರಿಗಳಿಗೆ ಗಮನಾರ್ಹ ಅಂಶವಾಗಿದೆ!

ವಾರಾಂತ್ಯದ ಹೆಚ್ಚು ಹಾಗೂ ಕಡಿಮೆಯ ಮೌಲ್ಯಗಳ ಬಗ್ಗೆ

ಹಿಂದಿನ ದಿನದ ಗರಿಷ್ಠ ಮಟ್ಟ (PDH) ಮತ್ತು ಹಿಂದಿನ ದಿನದ ಕನಿಷ್ಠ ಮಟ್ಟ (PDL) ದಿನದ ವ್ಯಾಪಾರಿಗಳಿಗೆ ನಿರ್ಣಾಯಕವಾಗದುದು. ಅಂತೆಯೇ, ಹಿಂದಿನ ವಾರದ ಗರಿಷ್ಠ ಮತ್ತು ಹಿಂದಿನ ವಾರದ ಕನಿಷ್ಠವು ಸ್ವಿಂಗ್ ಟ್ರೇಡರ್ಸ್, ಮೊಮೆಂಟಮ್ ಟ್ರೇಡರ್ಸ್ ಮತ್ತು ಹೂಡಿಕೆದಾರರಿಗೆ ನಿರ್ಣಾಯಕ ಮಟ್ಟಗಳಾಗಿವೆ.

ಆದ್ದರಿಂದ, ಬೆಲೆಯು ಹಿಂದಿನ ವಾರದ ಕನಿಷ್ಠ ಅಥವಾ ಗರಿಷ್ಠವನ್ನು ತಲುಪಿದಾಗ ಈ ವ್ಯಾಪಾರಿಗಳು ಅಥವಾ ಹೂಡಿಕೆದಾರರು ಟ್ರೇಡಿಂಗ್ ಪ್ರವೇಶ ಮಾಡುವ ಹೆಚ್ಚಿನ ಸಂಭವನೀಯತೆ ಯಾವಾಗಲೂ ಇರುತ್ತದೆ. ಅವರ ಪ್ರವೇಶವು ಇಂಟ್ರಾಡೇ ವ್ಯಾಪಾರಿಗಳಿಗೆ ನಿರ್ಣಾಯಕ ಪಾತ್ರವನ್ನು ವಹಿಸುತ್ತದೆ.

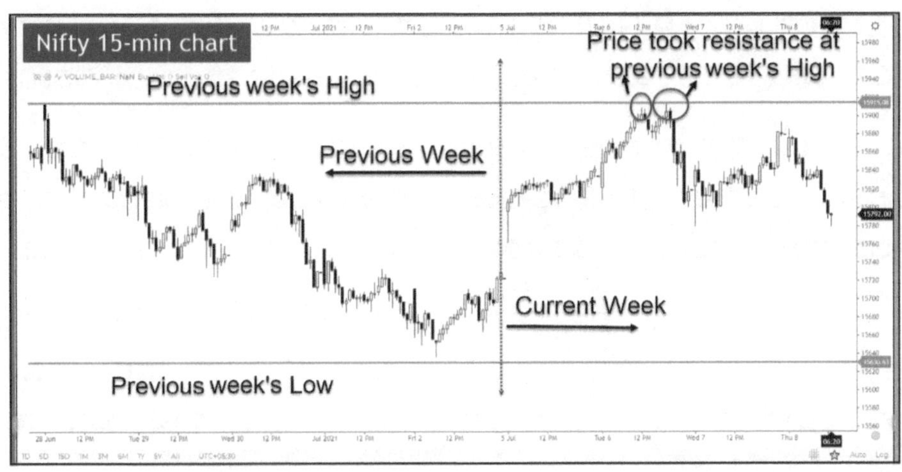

ಚಿತ್ರ 3.8 - ಹಿಂದಿನ ವಾರದ ಹೆಚ್ಚಿನ ಮತ್ತು ಕಡಿಮೆ ಪ್ರಾಮುಖ್ಯತೆ

ಮೇಲಿನ ಚಿತ್ರವು ನಿಫ್ಟಿಯ 15-ನಿಮಿಷಗಳ ಚಾರ್ಟ್ ಆಗಿದೆ. ಹಿಂದಿನ ವಾರದ ಗರಿಷ್ಠ ಮತ್ತು ಹಿಂದಿನ ವಾರದ ಕನಿಷ್ಠ ಎರಡನ್ನೂ ಚಾರ್ಟ್‌ನಲ್ಲಿ ಗುರುತಿಸಲಾಗಿದೆ.

6-ಜುಲೈ-2021 ರಂದು, ಬೆಲೆಯು ಹಿಂದಿನ ವಾರದ ಗರಿಷ್ಠ ಮಟ್ಟಕ್ಕೆ ತಲುಪಿತು, ಆದರೆ ಎರಡು ಬಾರಿ ಈ ಮಟ್ಟಕ್ಕಿಂತ ಹೆಚ್ಚಿನ ವ್ಯಾಪಾರ ಮಾಡಲು ವಿಫಲವಾಯಿತು. ಈ ಸಂದರ್ಭದಲ್ಲಿ, ಹಿಂದಿನ ವಾರದ ಹೆಚ್ಚಿನವು ಪ್ರತಿರೋಧವಾಗಿ ಕಾರ್ಯನಿರ್ವಹಿಸಿತು.

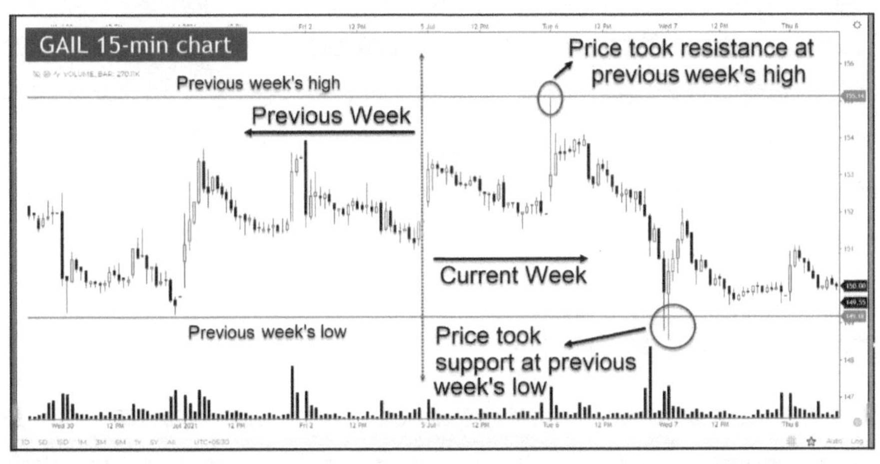

ಚಿತ್ರ 3.9 - ಹಿಂದಿನ ವಾರದ ವೀಕ್ ಹೈ ಹಾಗೂ ವೀಕ್ ಲೋನ ಪ್ರಾಮುಖ್ಯತೆ

ಮೇಲಿನ ಚಿತ್ರ 3.9 GAIL ನ 15-ನಿಮಿಷಗಳ ಚಾರ್ಟ್ ಆಗಿದೆ. ಹಿಂದಿನ ವಾರದ ಗರಿಷ್ಠ ಮತ್ತು ಹಿಂದಿನ ವಾರದ ಕನಿಷ್ಠ ಎರಡನ್ನೂ ಚಾರ್ಟ್‌ನಲ್ಲಿ ಗುರುತಿಸಲಾಗಿದೆ.

6-ಜುಲೈ-2021 ರಂದು ಬೆಲೆಯು ಹಿಂದಿನ ವಾರದ ಗರಿಷ್ಠ ಮಟ್ಟಕ್ಕೆ ತಲುಪಿದೆ, ಆದರೆ ಈ ಮಟ್ಟಕ್ಕಿಂತ ಹೆಚ್ಚಿನ ವ್ಯಾಪಾರ ಮಾಡಲು ವಿಫಲವಾಗಿದೆ. ಈ ಸಂದರ್ಭದಲ್ಲಿ, ಹಿಂದಿನ ವಾರದ ಗರಿಷ್ಠವು ಪ್ರತಿರೋಧವಾಗಿ ಕಾರ್ಯನಿರ್ವಹಿಸಿತು.

ಅದೇ ದಿನ ಮತ್ತು ಮರುದಿನದ ಮೊದಲ ಕ್ಯಾಂಡಲ್‌ನಲ್ಲಿ (07-ಜುಲೈ-2021), ಬೆಲೆಯು ಹಿಂದಿನ ವಾರದ ಕನಿಷ್ಠಕ್ಕಿಂತ ಕಡಿಮೆ ವ್ಯಾಪಾರ ಮಾಡಲು ವಿಫಲವಾಗಿದೆ. ಆದ್ದರಿಂದ, ಈ ಸಂದರ್ಭದಲ್ಲಿ, ಹಿಂದಿನ ವಾರದ ಕನಿಷ್ಠ ಬೆಂಬಲವಾಗಿ ಕಾರ್ಯನಿರ್ವಹಿಸಿತು.

ಆದ್ದರಿಂದ, ಹಿಂದಿನ ವಾರದ ಹೆಚ್ಚಿನ ಮತ್ತು ಕಡಿಮೆ ಮಟ್ಟವನ್ನು ಗುರುತಿಸುವುದು ಯಾವಾಗಲೂ ಅವಶ್ಯ. ನೀವು ಯಾವುದೇ ವ್ಯಾಪಾರದ ದಿನದಂದು ಲಾಂಗ್ ಟ್ರೇಡ್ ಮಾಡುವಾಗ ಬೆಲೆಯು ಹಿಂದಿನ ವಾರದ ಗರಿಷ್ಠ ಮಟ್ಟವನ್ನು ತಲುಪಿದರೆ ನೀವು ಕೆಲವು ಪ್ರಮಾಣದಿಂದ ನಿರ್ಗಮಿಸಬೇಕು ಅಥವಾ ನಿಮ್ಮ ಸ್ಟಾಪ್-ಲಾಸ್ ಅನ್ನು ನಿಕಟವಾಗಿ ಅನುಸರಿಸಬೇಕು. ಆಗ ಮಾತ್ರ ನಿಮ್ಮ ಲಾಂಗ್ ಪೊಸಿಷನ್‌ನಿಂದ ಗರಿಷ್ಠ ಪ್ರಯೋಜನಗಳನ್ನು ಪಡೆಯುವುದು ಸಾಧ್ಯ.

ಅಂತೆಯೇ, ನೀವು ಕಡಿಮೆ ಸ್ಥಾನವನ್ನು ಹೊಂದಿದ್ದರೆ ಮತ್ತು ಬೆಲೆಯು ಹಿಂದಿನ ವಾರದ ಕನಿಷ್ಠ ಮಟ್ಟವನ್ನು ತಲುಪಿದರೆ, ನಿಮ್ಮ ವ್ಯಾಪಾರದಿಂದ ಗರಿಷ್ಠ ಪ್ರಯೋಜನಗಳನ್ನು ಪಡೆಯಲು ಕೆಲವು ಭಾಗಗಳಲ್ಲಿ ನಿರ್ಗಮಿಸುವುದು ಅಥವಾ ನಿಮ್ಮ ಸ್ಟಾಪ್-ಲಾಸ್ ಅನ್ನು ಅನುಸರಿಸುವುದು ಉತ್ತಮ. ಹಿಂದಿನ ವಾರದ ಕಡಿಮೆ ಬೆಲೆಗಿಂತ ಇಂದಿನ ಬೆಲೆಯು ಕಡಿಮೆಯಾದರೆ ನೀವು ಹೇಗೂ ಪ್ರಯೋಜನಗಳನ್ನು ಪಡೆಯುತ್ತೀರಿ. ಆದರೆ ಅದು ಆ ಮಟ್ಟದಿಂದ ಹಿಂತಿರುಗಿದರೆ, ನೀವು ಸ್ವಲ್ಪ ಲಾಭದಲ್ಲಿರುತ್ತೀರಿ.

ಪೂರ್ಣ ಸಂಖ್ಯೆಗಳ ಮ್ಯಾಜಿಕ್!

ಸ್ಟಾಕ್‌ಗಳಲ್ಲಿ ಪೂರ್ಣ ಸಂಖ್ಯೆಗಳನ್ನು ನೆನಪಿಟ್ಟುಕೊಳ್ಳುವುದು ಸುಲಭ. ಇದಲ್ಲದೆ, ಹೆಚ್ಚಿನ ಪೂರ್ಣ ಸಂಖ್ಯೆಗಳು ನಮ್ಮ ಮನಸ್ಸಿನಲ್ಲಿ ಆಳವಾದ ಸ್ಥಾನವನ್ನು ಆಕ್ರಮಿಸುತ್ತವೆ.

ಉದಾಹರಣೆಗೆ, ರೂ.1,00,000+ ಮಾಸಿಕ ಸಂಬಳದ ಕೆಲಸವನ್ನು ಪಡೆಯುವುದು ಅನೇಕ ಭಾರತೀಯ ಯುವಕರ ಕನಸು. ಆದ್ದರಿಂದ, ಸ್ವಯಂಚಾಲಿತವಾಗಿ 1,00,000 ಸಂಖ್ಯೆಯನ್ನು ನಾವು ನೆನಪಿಟ್ಟುಕೊಳ್ಳುತ್ತೇವೆ. ಇದು ಜೀವನದ ಎಲ್ಲಾ ಇತರ ಕ್ಷೇತ್ರಗಳ ಮೇಲೆ ಪರಿಣಾಮ ಬೀರುತ್ತದೆ.

ಅಂತೆಯೇ, 100 ಪೂರ್ಣ ಸಂಖ್ಯೆ. ಪೆಟ್ರೋಲ್/ಡೀಸೆಲ್ ಬೆಲೆ ರೂ.100 ದಾಟಿದಾಗಲೆಲ್ಲ ಜನರು ಪ್ರತಿಭಟಿಸಲು ಪ್ರಾರಂಭಿಸುತ್ತಾರೆ ಮತ್ತು ಟಿವಿ ಚಾನೆಲ್‌ಗಳು ಸಂವೇದನಾಶೀಲ ಸುದ್ದಿಗಳನ್ನು ಸೃಷ್ಟಿಸುತ್ತವೆ.

ಅದೇ ಕಾರಣಕ್ಕಾಗಿ, ಅನೇಕ ಉತ್ಪನ್ನಗಳ ಬೆಲೆ ಪೂರ್ಣ ಸಂಖ್ಯೆಗಳಲ್ಲಿ ಇಲ್ಲ. ಉದಾಹರಣೆಗೆ, ಹೆಚ್ಚಿನ ಉತ್ಪನ್ನಗಳ ರೂ.99, 199, 499, 999, ಇತ್ಯಾದಿಯಾಗಿ ನಿಗದಿ ಮಾಡಲಾಗುತ್ತದೆ. ಅವರು 1 ಅನ್ನು ಸೇರಿಸಿದರೆ ಅದರಲ್ಲಿ ಹೆಚ್ಚಿನ ವ್ಯತ್ಯಾಸವಿಲ್ಲ. ಆದರೆ ಮಾನಸಿಕವಾಗಿ, 99 ಮತ್ತು 100 ರ ನಡುವೆ ವ್ಯತ್ಯಾಸ ಇದೆ. ಅದೇ ರೀತಿ 999 ಮತ್ತು 1000 ರ ನಡುವೆಯೂ ಭಾರಿ ವ್ಯತ್ಯಾಸವಿದೆ.

ಅದೇ ಕಾರಣಗಳಿಂದಾಗಿ, ಈ ಪೂರ್ಣ ಸಂಖ್ಯೆಗಳು ವ್ಯಾಪಾರದಲ್ಲಿ ಬೆಂಬಲ ಮತ್ತು ಪ್ರತಿರೋಧವಾಗಿ ಕಾರ್ಯನಿರ್ವಹಿಸುತ್ತವೆ.

ಚಿತ್ರ 3.10 - ಭಾರ್ತಿ ಏರ್‌ಟೆಲ್‌ನಲ್ಲಿ 500 ರಿಂದ ಬೌನ್ಸ್

ಚಿತ್ರ 3.11 - ಬ್ಯಾಂಕ್ ನಿಫ್ಟಿಯಲ್ಲಿ 25000 ನಲ್ಲಿ ಪ್ರತಿರೋಧ

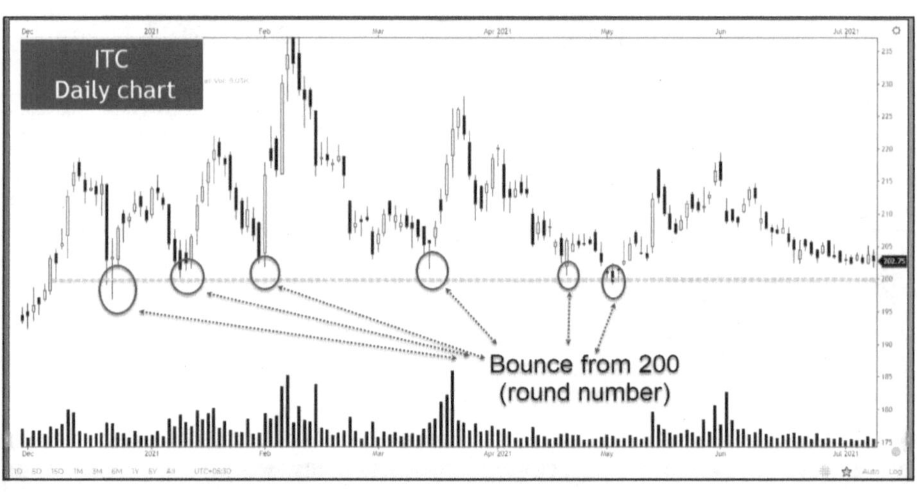

ಚಿತ್ರ 3.12 - ITC ಯಲ್ಲಿ 200 ರಿಂದ ಬೌನ್ಸ್

ನೀವು 3.10, 3.11, 3.12 ಚಿತ್ರಗಳನ್ನು ನೋಡಿದರೆ, ಪೂರ್ಣ ಸಂಖ್ಯೆಗಳು ನಿರ್ಣಾಯಕ ಪಾತ್ರವನ್ನು ವಹಿಸುತ್ತವೆ. ಭಾರ್ತಿ ಏರ್‌ಟೆಲ್‌ನಲ್ಲಿ ಬೆಲೆ ಇಳಿಕೆಯ ಹಾದಿಯಲ್ಲಿತ್ತು. ಆದರೆ ಇದು 500ಕ್ಕೆ ಬಂದಾಗ ಅದು ಬಲವಾದ ಬೌನ್ಸ್‌ಗೆ ಸಾಕ್ಷಿಯಾಯಿತು ಮತ್ತು ಮುಂದಿನ ಕೆಲವು ವಾರಗಳವರೆಗೆ ಬೆಲೆಯು ಆ ಮಟ್ಟಕ್ಕೆ ಹಿಂತಿರುಗಲಿಲ್ಲ.

ಅಂತೆಯೇ, ಬ್ಯಾಂಕ್ನಿಫ್ಟಿಯು 25000 ಕ್ಕೆ ಬಲವಾದ ಪ್ರತಿರೋಧವನ್ನು ತೆಗೆದುಕೊಂಡಿತು, ಮತ್ತು ಬೆಲೆಯು ಸಹ ಅಪರೂಪದ ಬೇರ್ ಮಾದರಿಯನ್ನು ಪ್ರದರ್ಶಿಸಿತು. ಐಟಿಸಿ ಬೆಲೆ 200ಕ್ಕೆ ಬಂದಾಗಲೆಲ್ಲ ಹಲವು ಬಾರಿ ಬೌನ್ಸ್ ಆಗುತ್ತದೆ.

ಆದರೆ ದಯವಿಟ್ಟು ಗಮನಿಸಿ, ಪ್ರತಿ ಪೂರ್ಣ ಸಂಖ್ಯೆಯು ಬೆಂಬಲ ಅಥವಾ ಪ್ರತಿರೋಧವಾಗಿ ಕಾರ್ಯನಿರ್ವಹಿಸುತ್ತದೆ ಎಂಬ ನಿಯಮವೇನಿಲ್ಲ. ಬೆಲೆಯು ಪೂರ್ಣ ಸಂಖ್ಯೆಗಳಿಗೆ ಹತ್ತಿರ ಬಂದಾಗಲೆಲ್ಲಾ ನಿಮ್ಮ ಸ್ಥಾನಗಳೊಂದಿಗೆ ಜಾಗರೂಕರಾಗಿರಿ ಎಂಬುದು ನನ್ನ ಏಕೈಕ ಸಲಹೆ. ಇದು ನಿಮ್ಮ ವ್ಯಾಪಾರಕ್ಕೆ ವಿರುದ್ಧವಾಗಿ ಹೋಗುವ ಲಕ್ಷಣಗಳನ್ನು ತೋರಿಸಿದರೆ, ವ್ಯಾಪಾರವನ್ನು ಮುಚ್ಚಿ ಅಥವಾ SL ಅನ್ನು ಅನುಸರಿಸಿ. ಈ ಕ್ರಿಯೆಯು ಯಾವುದೇ ವ್ಯಾಪಾರದಲ್ಲಿ ನಷ್ಟದ ಗಮನಾರ್ಹ ಭಾಗವನ್ನು ಉಳಿಸುತ್ತದೆ.

ಆರಂಭಿಕ ಬ್ಯಾಲೆನ್ಸ್ (IB) ಶ್ರೇಣಿ

ಮಾರುಕಟ್ಟೆ ತೆರೆದ ನಂತರದ ಮೊದಲ 1-ಗಂಟೆಯ ಬೆಲೆ ಶ್ರೇಣಿಯನ್ನು ಇನಿಶಿಯಲ್ ಬ್ಯಾಲೆನ್ಸ್ (IB) ಶ್ರೇಣಿ ಎಂದು ಕರೆಯಲಾಗುತ್ತದೆ. ಹೆಚ್ಚಿನ ಸಂದರ್ಭಗಳಲ್ಲಿ ರೀಟೇಲ್ ವ್ಯಾಪಾರಿಗಳು ಇದನ್ನು ರಚಿಸುತ್ತಾರೆ. ಅವರು ಕೇವಲ ಲಿಕ್ವಿಡಿಟಿಯನ್ನು ಮಾತ್ರ ಒದಗಿಸುತ್ತಾರೆಯೇ ಹೊರತು ಮೊಮೆಂಟಮ್ ಹಾಗೂ ದಿಕ್ಕನ್ನಲ್ಲ.

ಬೆಲೆಯು ಹಿಂದಿನ ದಿನದ ಶ್ರೇಣಿಗಿಂತ ದೂರದಲ್ಲಿದ್ದರೆ, ಹೈ ಹಾಗೂ ಲೋ ಆಗಿ ಸ್ವಿಂಗ್ ಆಗುತ್ತಿದ್ದರೆ ಈ ಸಣ್ಣ 1-ಗಂಟೆಯ ಶ್ರೇಣಿಯು ದಿನದ ವ್ಯಾಪಾರಿಗಳಿಗೆ ಹೆಚ್ಚು ಪ್ರಯೋಜನಕ್ಕೆ ಬರುತ್ತದೆ. ಈ ಶ್ರೇಣಿಯು ಸಾಮಾನ್ಯ ಪರಿಸ್ಥಿತಿಗಳಲ್ಲಿ ಬೆಂಬಲ ಮತ್ತು ಪ್ರತಿರೋಧವಾಗಿ ಕಾರ್ಯನಿರ್ವಹಿಸುತ್ತದೆ.

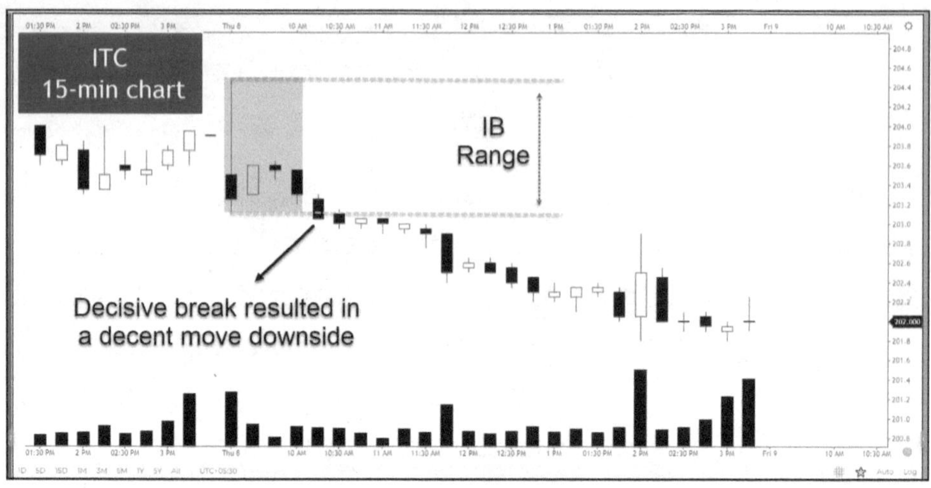

ಚಿತ್ರ 3.13 - ITC 15-ನಿಮಿಷದ ಚಾರ್ಟ್

ಮೇಲಿನ ಚಿತ್ರದಲ್ಲಿ ಬೆಲೆಯು IB ಲೋ ನ ನಿರ್ಣಾಯಕ ವಿರಾಮವನ್ನು ತೋರಿಸಿದೆ, ಮತ್ತು ಅದು ಶ್ರೇಣಿಗೆ ಹಿಂತಿರುಗಲಿಲ್ಲ. ಇದು ಕೆಳಮುಖವಾಗಿ ಯೋಗ್ಯವಾದ ಚಲನೆಯನ್ನು ತೋರಿಸಿದೆ.

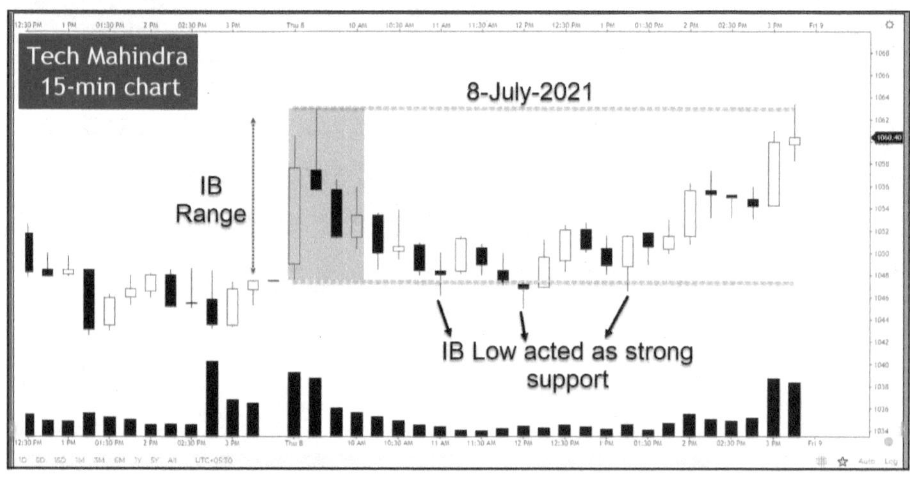

ಚಿತ್ರ 3.14 - ಟೆಕ್ ಮಹೀಂದ್ರಾ 15-ನಿಮಿಷದ ಚಾರ್ಟ್

IB ಲೋ ದಿನವಿಡೀ ಬಲವಾದ ಬೆಂಬಲವಾಗಿ ಕಾರ್ಯನಿರ್ವಹಿಸಿತು ಮತ್ತು ಮೇಲಿನ ಚಿತ್ರದಲ್ಲಿ ದಿನದ ಗರಿಷ್ಠ ಸಮೀಪದಲ್ಲಿ ಬೆಲೆ ಕೊನೆಗೊಂಡಿದೆ.

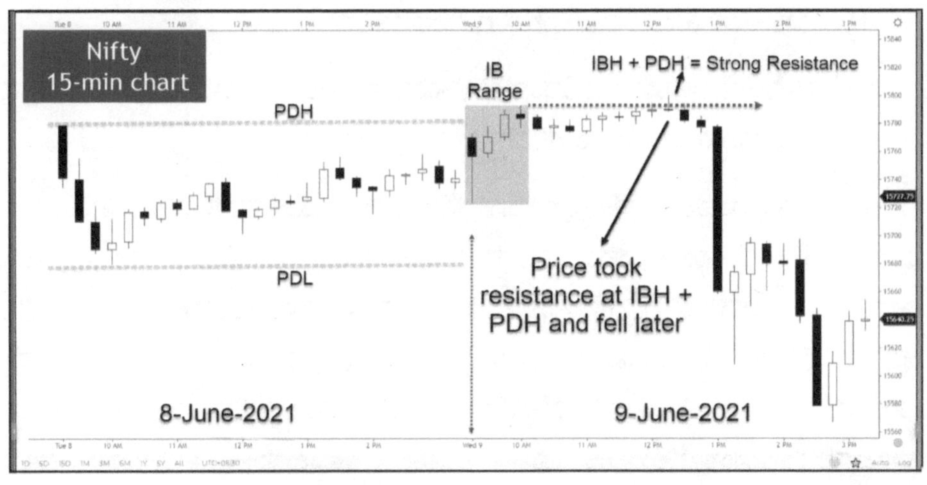

ಚಿತ್ರ 3.15 - ನಿಫ್ಟಿ IBH + PDH ನಲ್ಲಿ ಪ್ರತಿರೋಧವನ್ನು ತೆಗೆದುಕೊಳ್ಳುತ್ತದೆ

ನಿಫ್ಟಿಯ ಮೇಲಿನ ಚಾರ್ಟ್ ಈ ಹಂತಗಳ ಸಂಯೋಜನೆಯ ಬಗ್ಗೆ ವಿಭಿನ್ನ ಕಥೆಯನ್ನು ಹೇಳುತ್ತದೆ. ಜೂನ್ 9 ರಂದು, IB ಎತ್ತರವು ಹಿಂದಿನ ದಿನದ ಗರಿಷ್ಠ ಮಟ್ಟಕ್ಕೆ ಹತ್ತಿರದಲ್ಲಿದೆ. ಆದ್ದರಿಂದ ಈ ಬೆಲೆ ಶ್ರೇಣಿಯು ಬಲವಾದ ಪ್ರತಿರೋಧವನ್ನು ನೀಡುತ್ತದೆ. ದ್ವಿತೀಯಾರ್ಧದಲ್ಲಿ, ಬೆಲೆ ಈ ಮಟ್ಟವನ್ನು ಮುರಿಯಲು ಹೆಣಗಾಡಿ ಮತ್ತು ಗಮನಾರ್ಹ ಕುಸಿತವನ್ನು ಪ್ರದರ್ಶಿಸಿದೆ.

IB ಶ್ರೇಣಿಯ ಸುತ್ತ ಅನೇಕ ದಿನದ ವ್ಯಾಪಾರ ತಂತ್ರಗಳು ಸುತ್ತುತ್ತವೆ. ಎಲ್ಲಾ ತಂತ್ರಗಳಲ್ಲಿ ಜನಪ್ರಿಯವಾದದ್ದು ಓಪನ್ ರೇಂಜ್ ಬ್ರೇಕ್‌ಔಟ್ (ORB) ಸ್ಟ್ರಾಟಜಿ. ಬೆಲೆಯು IB ಅನ್ನು ಮುರಿದರೆ ಲಾಂಗ್ ಟ್ರೇಡ್ ಅನ್ನು ತೆಗೆದುಕೊಳ್ಳುವುದು ಮತ್ತು IB ಕಡಿಮೆಯಾದರೆ ಸಣ್ಣ ವ್ಯಾಪಾರವನ್ನು ಆರಿಸಿಕೊಳ್ಳುವುದೇ ಓಪನ್ ರೇಂಜ್ ಬ್ರೇಕ್‌ಔಟ್ (ORB) ಸ್ಟ್ರಾಟಜಿ.

ಅಧ್ಯಾಯ 5 ರಲ್ಲಿ, ಪ್ರವೇಶ/ನಿರ್ಗಮನ ನಿಯಮಗಳು ಮತ್ತು ಬ್ಯಾಕ್‌ಟೆಸ್ಟಿಂಗ್ ಫಲಿತಾಂಶಗಳೊಂದಿಗೆ ಈ ಕಾರ್ಯತಂತ್ರವನ್ನು ವಿವರವಾಗಿ ತಿಳಿಸಲಾಗುತ್ತದೆ.

ಸಾರಾಂಶ

ಉತ್ತಮ ಅಪಾಯ-ಪ್ರತಿಫಲವನ್ನು ಸಾಧಿಸಲು ಅತ್ಯುತ್ತಮವಾದ 'ಪ್ರವೇಶ' ಮತ್ತು 'ನಿರ್ಗಮನ' ಅಂಕಗಳನ್ನು ಪಡೆಯಲು ಇಂಟ್ರಾಡೇ ಟ್ರೇಡಿಂಗ್‌ನಲ್ಲಿ ಎರಡು ಪರಿಕಲ್ಪನೆಗಳು ಅವಶ್ಯಕ:

1) ನಿರ್ಣಾಯಕ ಬೆಲೆ ಮಟ್ಟಗಳ ಗುರುತಿಸುವಿಕೆ

2) ಈ ಹಂತಗಳ ಸಮೀಪವಿರುವ ಬೆಲೆ ನಡವಳಿಕೆ (ಅದು ಹಿಡಿದಿಟ್ಟುಕೊಳ್ಳುತ್ತದೆ ಅಥವಾ ವಿಫಲಗೊಳ್ಳುತ್ತದೆ)

ಈ ಅಧ್ಯಾಯದಲ್ಲಿ, ಡೇ ಟ್ರೇಡಿಂಗ್‌ನಲ್ಲಿ ನಿರ್ಣಾಯಕ ಪಾತ್ರ ವಹಿಸುವ ಎಲ್ಲಾ ಮಹತ್ವದ ಬೆಲೆ ಮಟ್ಟವನ್ನು ನಾನು ಪರಿಚಯಿಸಿದ್ದೇನೆ. ನಿಮ್ಮ ಮನಸ್ಸಿನಲ್ಲಿ ಈಗಾಗಲೇ ಕೆಲವು ಪ್ರಶ್ನೆಗಳು ಉದ್ಭವಿಸುತ್ತಿರಬಹುದು, ಉದಾಹರಣೆಗೆ, 'IBL ಅಥವಾ PDL ಬೆಂಬಲವಾಗಿ ಕಾರ್ಯನಿರ್ವಹಿಸುತ್ತದೆಯೇ ಅಥವಾ ಇಲ್ಲವೇ ಎಂಬುದನ್ನು ಗುರುತಿಸುವುದು ಹೇಗೆ?', 'IBH ಅಥವಾ PDH ಪ್ರತಿರೋಧವಾಗಿ ಕಾರ್ಯನಿರ್ವಹಿಸುತ್ತದೆಯೇ ಅಥವಾ ಇಲ್ಲವೇ ಎಂಬುದನ್ನು ತಿಳಿದುಕೊಳ್ಳುವುದು ಹೇಗೆ?', ಇತ್ಯಾದಿ.

ಈ ಪ್ರಶ್ನೆಗಳು ಸಾಮಾನ್ಯ. ಇದಕ್ಕೆ ಉತ್ತರಗಳನ್ನು ಪಡೆಯಲು ನಾವು ಈ ಬೆಲೆ ಹಂತಗಳ ಸಮೀಪವಿರುವ ಬೆಲೆ ಕ್ರಮವನ್ನು ಆಳವಾಗಿ ಅಧ್ಯಯನ ಮಾಡಬೇಕಾಗುತ್ತದೆ. ಆರಂಭಿಕರು ಕೆಲವು ಶಕ್ತಿಯುತ ಕ್ಯಾಂಡಲ್ ಸ್ಟಿಕ್ ರಚನೆಗಳನ್ನು ಅವಲಂಬಿಸಬಹುದು (ಮುಂದಿನ ಅಧ್ಯಾಯದಲ್ಲಿ ವಿವರಿಸಲಾಗಿದೆ), ಮತ್ತು ಮಧ್ಯಂತರ-ಹಂತದ ವ್ಯಾಪಾರಿಗಳು ಬೆಲೆ ಸ್ವೀಕಾರ/ನಿರಾಕರಣೆ ಪರಿಕಲ್ಪನೆಗಳನ್ನು ಬಳಸಬಹುದು.

ಅಧ್ಯಾಯ 4

ಪ್ರತಿದಿನ ಟ್ರೇಡಿಂಗ್ ಮಾಡುವವರು ತಿಳಿದಿರಲೇಬೇಕಾದ 5 ಕ್ಯಾಂಡಲ್ ಸ್ಟಿಕ್ ಮಾದರಿಗಳು

“ಪಿಕಾಸೊ ಒಂದು ಮಾತನ್ನು ಹೇಳುತ್ತಿದ್ದರು - ‘ಒಳ್ಳೆಯ ಕಲಾವಿದರು ನಕಲು ಮಾಡುತ್ತಾರೆ; ಶ್ರೇಷ್ಠ ಕಲಾವಿದರು ಕದಿಯುತ್ತಾರೆ’ - ಮತ್ತು ನಾವು ಯಾವಾಗಲೂ ಉತ್ತಮ ಆಲೋಚನೆಗಳನ್ನು ಕದಿಯಲು ಸಂಕೋಚ ಪಡಬಾರದು” - ಸ್ಟೀವ್ ಜಾಬ್ಸ್

ಆರಂಭಿಕರು ಅಗತ್ಯ ಬೆಲೆ ಮಟ್ಟಗಳು ಹಾಗೂ ಬೆಲೆಯ ಕ್ರಮವನ್ನು ಅರ್ಥಮಾಡಿಕೊಳ್ಳಲು ಕಷ್ಟಪಡಬಹುದು. ಆರಂಭದಲ್ಲಿ ವಿಶ್ಲೇಷಣೆ ಮಾಡುವಾಗ ತಪ್ಪಾಗಿಹೋದರೆ ಅವರು ಆತ್ಮವಿಶ್ವಾಸವನ್ನು ಕಳೆದುಕೊಳ್ಳುತ್ತಾರೆ.

ಹಾಗಾದರೆ, ಸ್ಟೀವ್ ಜಾಬ್ಸ್ ಅವರಂತೆ, ಒಂದು ‘ಮಹಾ ಕಲ್ಪನೆ’ಯನ್ನು ಕದ್ದು ಅದನ್ನು ನಮ್ಮದಾಗಿಸಿಕೊಳ್ಳಬಾರದೇಕೆ?

ನಾನು ಸ್ಟೀವ್ ನಿಸನ್ ಅವರ ಎಲ್ಲಾ ಪುಸ್ತಕಗಳನ್ನು ಓದಿದ್ದೇನೆ ಮತ್ತು ಅದರಲ್ಲಿನ ಎಲ್ಲಾ ಮಾಹಿತಿಯೂ ಅತ್ಯುತ್ತಮವಾಗಿದೆ. ಎಲ್ಲಾ 100 ಕ್ಯಾಂಡಲ್ ಸ್ಟಿಕ್ ಮಾದರಿಗಳನ್ನು ಹೇಗೆ ನೆನಪಿಟ್ಟುಕೊಳ್ಳುವುದು ಎಂಬುದು ನನ್ನ ಏಕೈಕ ಪ್ರಶ್ನೆಯಾಗಿದೆ. ಅಲ್ಲದೆ, ಲೈವ್ ಮಾರುಕಟ್ಟೆಯಲ್ಲಿ ಈ ಎಲ್ಲಾ ಮಾದರಿಗಳನ್ನು ಹೇಗೆ ನೆನಪಿಟ್ಟುಕೊಳ್ಳುವುದು? ಜೊತೆಗೆ ಹೇಗೆ ಟ್ರೇಡ್ ತೆಗೆದುಕೊಳ್ಳುವುದು? ಆದ್ದರಿಂದ, ಕೆಲವು ವರ್ಷಗಳ ಹಿಂದೆ, ನಾನು ಈ ಕ್ಯಾಂಡಲ್ ಸ್ಟಿಕ್ ಮಾದರಿಗಳ ಬಗ್ಗೆ ವಿವರವಾದ ಅಧ್ಯಯನವನ್ನು ಮಾಡಿ ಇಂಟ್ರಾಡೇ ಮಟ್ಟದಲ್ಲಿ (15-ನಿಮಿಷ ಮತ್ತು 5-ನಿಮಿಷದ ಚಾರ್ಟ್‌ಗಳಲ್ಲಿ) ಆಗಾಗ್ಗೆ ಸಂಭವಿಸುವ ಕೆಲವು ಶಕ್ತಿಯುತ ಕ್ಯಾಂಡಲ್‌ಸ್ಟಿಕ್

ಮಾದರಿಗಳನ್ನು ತಿಳಿದುಕೊಂಡಿದ್ದೇನೆ. ಈ ಪೈಕಿ ಕೆಲವನ್ನು ಶಾರ್ಟ್‌ಲಿಸ್ಟ್ ಮಾಡಲು ಬಯಸುತ್ತೇನೆ.

ನನ್ನ ಮಾನದಂಡವನ್ನು ಪೂರೈಸಿದ ಐದು ಕ್ಯಾಂಡಲ್ ಸ್ಟಿಕ್ ಮಾದರಿಗಳು ಕೆಳಗಿವೆ:

1) ಹ್ಯಾಮರ್ + ಬುಲ್ಲಿಶ್ ಹರಾಮಿ ಕಾಂಬೊ
2) ಪಿನ್ ಬಾರ್
3) ಮುಳುಗುವಿಕೆ
4) ಬೆಲೆ ಸ್ವೀಕಾರ
5) ಬೆಲೆ ನಿರಾಕರಣೆ

ಹ್ಯಾಮರ್ + ಬುಲ್ಲಿಶ್ ಹರಾಮಿ ಕಾಂಬೊ

ಇದು 'ಹ್ಯಾಮರ್' ಮತ್ತು 'ಬುಲ್ಲಿಶ್ ಹರಾಮಿ' ಎಂಬ ಎರಡು ಮಾದರಿಗಳ ಸಂಯೋಜನೆಯಾಗಿದೆ. ಇಂಟ್ರಾಡೇ ಟ್ರೇಡಿಂಗ್‌ನಲ್ಲಿ ನಾನು ಈ ಮಾದರಿಯನ್ನು ಪ್ರತಿದಿನ ನೋಡಿದ್ದೇನೆ. ಕಡಿಮೆ IB (ಆರಂಭಿಕ ಬ್ಯಾಲೆನ್ಸ್, ಮಾರುಕಟ್ಟೆ ಪ್ರೊಫೈಲ್ ವಿಧಾನಗಳಿಂದ), PDL (ಹಿಂದಿನ ದಿನ ಕನಿಷ್ಠ), ಸ್ವಿಂಗ್ ಲೋ, ಇತ್ಯಾದಿಗಳಂತಹ ನಿರ್ಣಾಯಕ ಹಂತಗಳಲ್ಲಿ ಬೆಲೆ ಬೆಂಬಲವನ್ನು ಪಡೆದಾಗ ಇದು ಸಂಭವಿಸುತ್ತದೆ.

ನೀವು 'ಲಾಂಗ್' ವಹಿವಾಟುಗಳನ್ನು ಯೋಜಿಸುತ್ತಿರುವಾಗ ಇದು ಸಹಾಯಕವಾಗಿರುತ್ತದೆ.

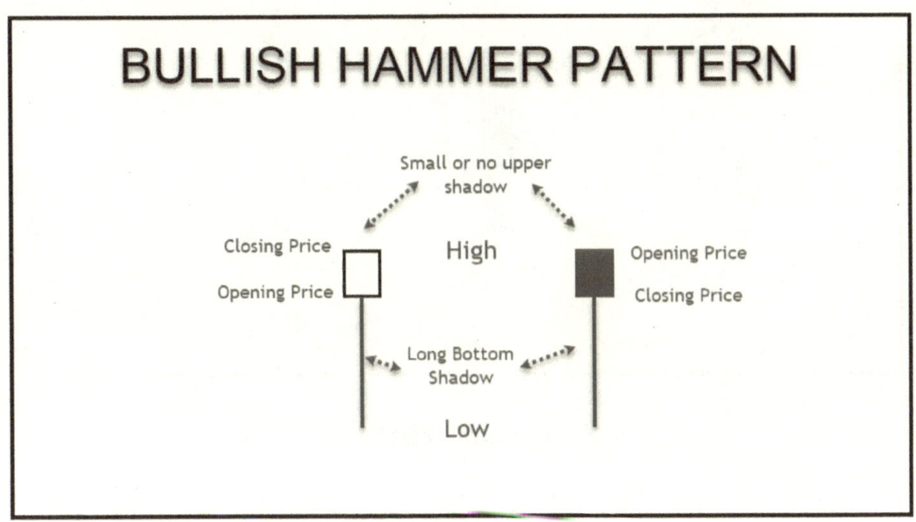

ಚಿತ್ರ 4.1 - ಬುಲ್ಲಿಶ್ ಹ್ಯಾಮರ್ ರಚನೆ

ಮೇಲಿನ ಚಿತ್ರವು ಎರಡು ರೀತಿಯ ಹ್ಯಾಮರ್ ಮಾದರಿಗಳನ್ನು ತೋರಿಸುತ್ತದೆ. ಸಾಮಾನ್ಯ ತರ್ಕವೆಂದರೆ ಅದು ಸಣ್ಣ ದೇಹ ಮತ್ತು ದೊಡ್ಡ ಬತ್ತಿಯನ್ನು ಹೊಂದಿರುತ್ತದೆ. ದೇಹವು ಬುಲಿಶ್ ಆಗಿರಬಹುದು (ಕ್ಲೋಸಿಂಗ್ ಮೌಲ್ಯವು ಓಪನಿಂಗ್‌ಗಿಂತ ಹೆಚ್ಚಾಗಿದ್ದರೆ) ಅಥವಾ ಬೇರಿಶ್ (ಕ್ಲೋಸಿಂಗ್ ಮೌಲ್ಯವು ಓಪಿನಿಂಗ್‌ಗಿಂತ ಸ್ವಲ್ಪ ಕಡಿಮೆ ಮೊತ್ತದಲ್ಲಿ ತೆರೆದಿದ್ದರೆ). ಆದರೆ ಎರಡೂ ಸಂದರ್ಭಗಳಲ್ಲಿ ದೊಡ್ಡ ಖರೀದಿ ಬತ್ತಿಯು ಹೆಚ್ಚು ಮುಖ್ಯವಾಗಿದೆ. ಇದು ಮೇಣದಬತ್ತಿಯಲ್ಲಿ (candlestick) ಬಲವಾದ ಖರೀದಿದಾರರ ಉಪಸ್ಥಿತಿಯನ್ನು ಸೂಚಿಸುತ್ತದೆ.

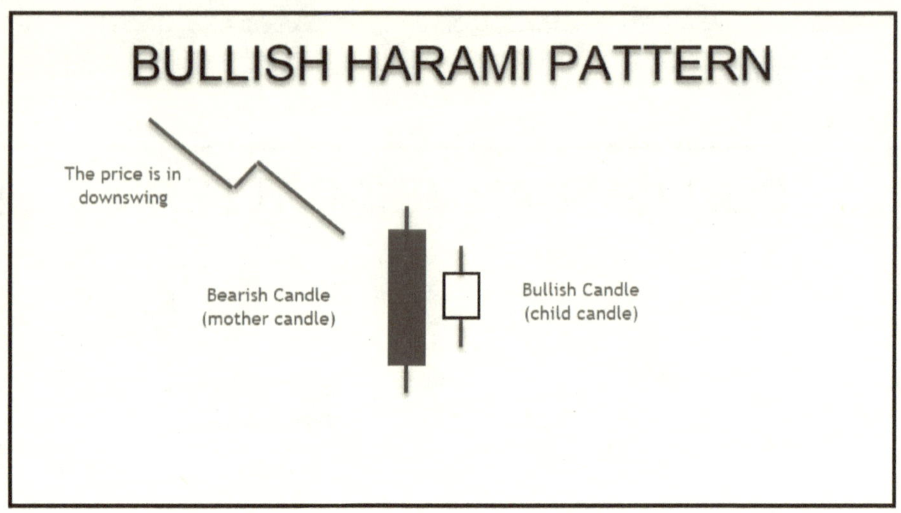

ಚಿತ್ರ 4.2 - ಬುಲ್ಲಿಶ್ ಹರಾಮಿ ಪ್ಯಾಟರ್ನ್

ಮೇಲಿನ ಚಿತ್ರವು ಬುಲಿಶ್ ಹರಾಮಿ ಮಾದರಿಯು ಹೇಗೆ ಕಾಣುತ್ತದೆ ಎಂಬುದನ್ನು ತೋರಿಸುತ್ತದೆ. ಇದು ಎರಡು ಮೇಣದಬತ್ತಿಗಳನ್ನು (candles) ಒಳಗೊಂಡಿದೆ - ಬೇರಿಶ್ ಮೇಣದಬತ್ತಿ ಮತ್ತು ಬುಲ್ಲಿಶ್ ಮೇಣದಬತ್ತಿ. ಬುಲ್ಲಿಶ್ ಹರಾಮಿ ಇಳಿಜಾರಿನಲ್ಲಿ ಸಂಭವಿಸುತ್ತದೆ, ಇದು ಎರಡನೇ ಮೇಣದಬತ್ತಿಯಲ್ಲಿ ಗಂಭೀರ ಖರೀದಿದಾರರ ಕ್ರಿಯೆಯನ್ನು ಸೂಚಿಸುತ್ತದೆ. ಆದ್ದರಿಂದ, ನಾವು ಇಲ್ಲಿಂದ ಸ್ವಲ್ಪ ಬೌನ್ಸ್ ನಿರೀಕ್ಷಿಸಬಹುದು.

IB ಕಡಿಮೆ ಇದ್ದಾಗ, ಹಿಂದಿನ ದಿನ ಕನಿಷ್ಠ ಮೊತ್ತ ತಲುಪಿದಾಗ ಮತ್ತು ಸ್ವಿಂಗ್ ಕಡಿಮೆ ಇದ್ದಾಗ (15-ನಿಮಿಷದ ಚಾರ್ಟ್‌ನಲ್ಲಿ) ಈ ಎರಡು ಪ್ಯಾಟರ್ನ್‌ಗಳ ಮಿಳಿತ ಸಂಭವಿಸುತ್ತದೆ ಎಂಬ ಅಂಶವನ್ನು ನಾನು ಗಮನಿಸಿದ್ದೇನೆ. ಹೆಚ್ಚಿನ ಸಮಯಗಳಲ್ಲಿ ಬೆಲೆಯು ಬಲವಾದ ಬೆಂಬಲವನ್ನು ಪಡೆದುಕೊಂಡು ಮತ್ತೆ ಹೆಚ್ಚಾಗುತ್ತದೆ.

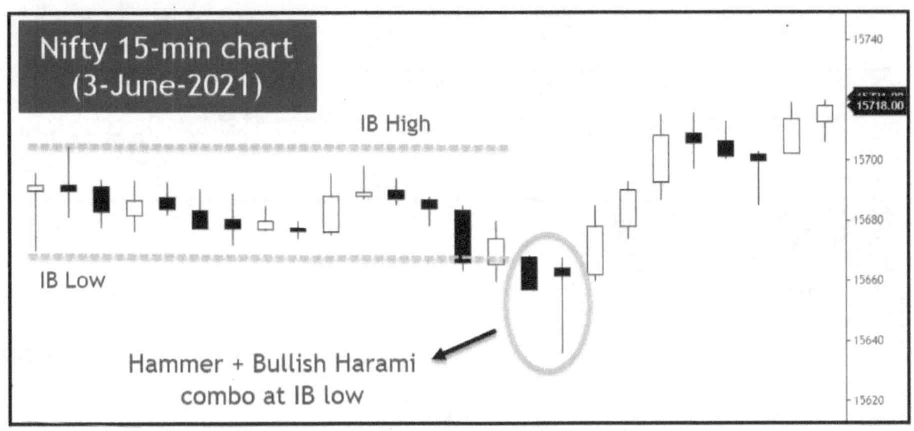

ಚಿತ್ರ 4.3 - ನಿಫ್ಟಿಯಲ್ಲಿ ಹ್ಯಾಮರ್ ಮತ್ತು ಬುಲ್ಲಿಶ್ ಹರಾಮಿ ಕಾಂಬೊ ಪ್ಯಾಟರ್ನ್

ಮೇಲಿನ ಚಾರ್ಟ್ 3-ಜೂನ್-2021 ರಂದು ನಿಫ್ಟಿಯ 15-ನಿಮಿಷಗಳ ಚಾರ್ಟ್ ಆಗಿದೆ. ಇಲ್ಲಿ IB ಕಡಿಮೆಯಾದಾಗ ಹ್ಯಾಮರ್ ಮತ್ತು ಬುಲಿಶ್ ಹರಾಮಿಯ ಸಂಯೋಜನ ಆಗಿದೆ ಮತ್ತು ಅಗಿನಿಂದ ಬೇಗೆಯು ಹಿಮ್ಮುಖವಾಗಿ ಚಲಿಸುತ್ತಿದೆ. (2 ನೇ ಮೇಣದಬತ್ತಿಯು ಹ್ಯಾಮರ್ ಮತ್ತು ಉದ್ದನೆಯ ಬತ್ತಿಯನ್ನು ನಿರ್ಲಕ್ಷಿಸುತ್ತದೆ, ಎರಡೂ ಮೇಣದಬತ್ತಿಗಳು ಬುಲಿಶ್ ಹರಾಮಿಯನ್ನು ಪ್ರತಿನಿಧಿಸುತ್ತವೆ)

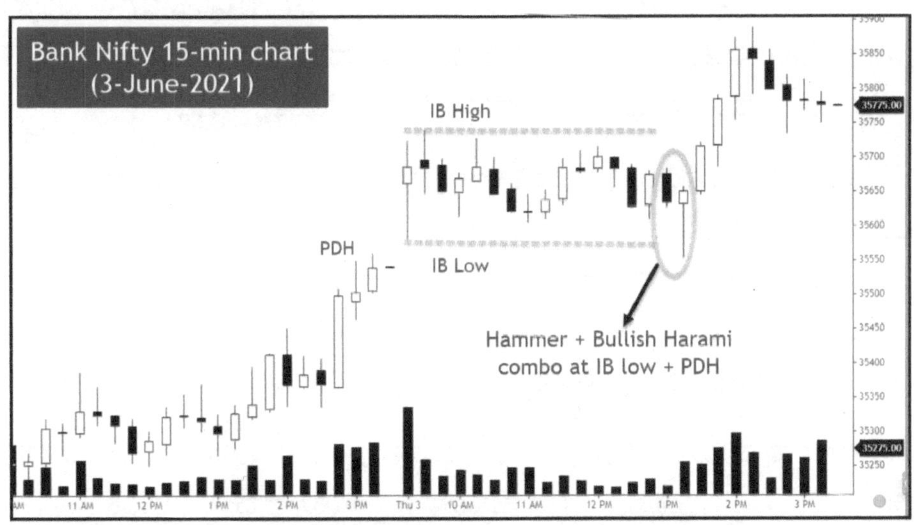

ಚಿತ್ರ 4.4 - ಬ್ಯಾಂಕ್ ನಿಫ್ಟಿಯಲ್ಲಿ ಹ್ಯಾಮರ್ ಮತ್ತು ಬುಲ್ಲಿಶ್ ಹರಾಮಿ ಕಾಂಬೊ ಪ್ಯಾಟರ್ನ್

ಮೇಲಿನ ಚಿತ್ರವು ಬ್ಯಾಂಕ್‌ನಿಫ್ಟಿ ಚಾರ್ಟ್ ಅನ್ನು ತೋರಿಸುತ್ತದೆ. ಮತ್ತೊಮ್ಮೆ 'ಹ್ಯಾಮರ್ + ಬುಲಿಶ್ ಹರಾಮಿ' ಸಂಯೋಜನೆಯು IB ಲೋ ಮತ್ತು PDH (ಹಿಂದಿನ ದಿನದ ಗರಿಷ್ಠ) ಮಟ್ಟದಲ್ಲಿ ಸಂಭವಿಸಿದೆ. ನಂತರ ಬೆಲೆ ಏರಲು ಆರಂಭಿಸಿದೆ.

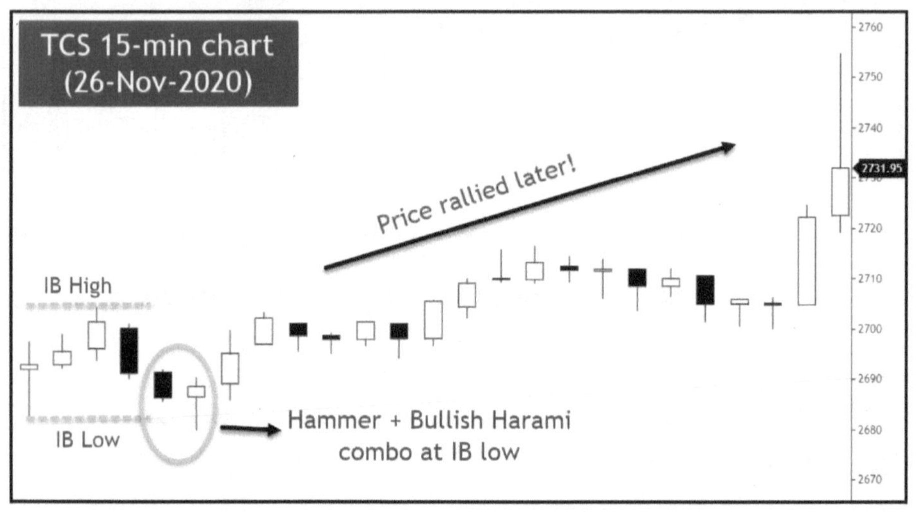

ಚಿತ್ರ 4.5 - TCS ನಲ್ಲಿ ಹ್ಯಾಮರ್ ಮತ್ತು ಬುಲ್ಲಿಶ್ ಹರಾಮಿ ಕಾಂಬೊ ಪ್ಯಾಟರ್ನ್

ಮೇಲಿನ ಚಿತ್ರವು 26-Nov-2020 ರಂದು TCS 15-ನಿಮಿಷಗಳ ಚಾರ್ಟ್ ಅನ್ನು ತೋರಿಸುತ್ತದೆ. 'ಹ್ಯಾಮರ್ + ಬುಲಿಶ್ ಹರಾಮಿ' ಸಂಯೋಜನೆಯು IB ಕಡಿಮೆ ಮಟ್ಟದಲ್ಲಿ ಸಂಭವಿಸಿದೆ. ನಂತರ, ಬೆಲೆ ಏರಿಕೆಯತ್ತ ಸಾಗಿದೆ.

ಈ ಮಾದರಿಯನ್ನು ಅರ್ಥಮಾಡಿಕೊಳ್ಳಲು ಈ ಮೂರು ಉದಾಹರಣೆಗಳು ಸಾಕು ಎಂದು ನಾನು ನಂಬುತ್ತೇನೆ. ಈ ಮಾದರಿಯನ್ನು ಬಳಸುವ ಮೊದಲು, ದಯವಿಟ್ಟು ಯಾವುದೇ ಸ್ಟಾಕ್ ಅಥವಾ ಇಂಡೆಕ್ಸ್‌ನ ಐತಿಹಾಸಿಕ ಇಂಟ್ರಾಡೇ ಚಾರ್ಟ್‌ನಲ್ಲಿ (ಆದ್ಯತೆ 15-ನಿಮಿಷದ ಚಾರ್ಟ್) ಈ ಮಾದರಿಯನ್ನು ಗುರುತಿಸಲು ಪ್ರಯತ್ನಿಸಿ. ನಂತರ ಲೈವ್ ಮಾರುಕಟ್ಟೆಯಲ್ಲಿ ಈ ಮಾದರಿಯನ್ನು ಗುರುತಿಸಲು ಸುಲಭವಾಗುತ್ತದೆ.

ಈ ಮಾದರಿಯು 100% ನಿಖರತೆಯನ್ನು ನೀಡುವುದಿಲ್ಲ ಎಂಬುದನ್ನು ದಯವಿಟ್ಟು ಗಮನಿಸಿ (ವಾಸ್ತವವಾಗಿ, ಯಾವುದೇ ಪರಿಕಲ್ಪನೆಗಳು ಮಾರುಕಟ್ಟೆಯಲ್ಲಿ 100% ನಿಖರತೆಯನ್ನು ಹೊಂದಿಲ್ಲ).

ಪಿನ್ ಬಾರ್ ಪ್ಯಾಟರ್ನ್

ಅನೇಕ ವ್ಯಾಪಾರಿಗಳು ವಿವಿಧ ರೀತಿಯ ಪಿನ್ ಬಾರ್‌ಗಳನ್ನು ಬಳಸುತ್ತಾರೆ. ಆದಾಗ್ಯೂ, ಹೆಚ್ಚಿನ ದಿನಗಳಲ್ಲಿ IB ಹೈ, PDH ಮತ್ತು ಸ್ವಿಂಗ್ ಹೈ ಬಳಿ ಒಂದು ರೀತಿಯ ಪಿನ್ ಬಾರ್ ಆಗಾಗ ಸಂಭವಿಸುತ್ತದೆ ಎಂಬುದನ್ನು ನಾನು ಗಮನಿಸಿದ್ದೇನೆ.

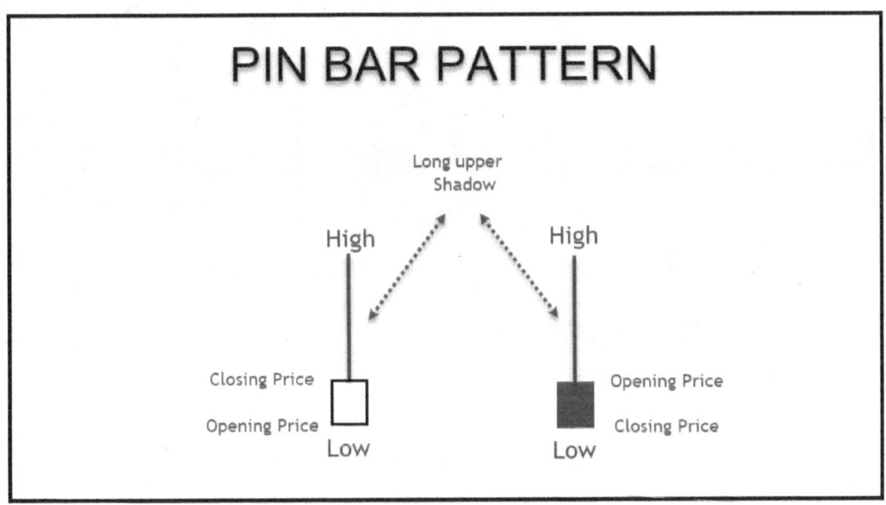

ಚಿತ್ರ 4.6 - ಪಿನ್ ಬಾರ್ ಪ್ಯಾಟರ್ನ್

ಮೇಲಿನ ಚಿತ್ರವು ಪಿನ್ ಬಾರ್ ಮಾದರಿಯು ಹೇಗೆ ರೂಪುಗೊಳ್ಳುತ್ತದೆ ಎಂಬುದನ್ನು ತೋರಿಸುತ್ತದೆ. ಇದು ಸಣ್ಣ ದೇಹವನ್ನು (ಬುಲ್ಲಿಶ್ ಅಥವಾ ಬೇರಿಶ್) ಮತ್ತು ಮೇಲ್ಭಾಗದಲ್ಲಿ ಉದ್ದವಾದ ವಿಕ್ ಅನ್ನು ಒಳಗೊಂಡಿರುತ್ತದೆ. ಈ ದೀರ್ಘ ವಿಕ್ ಬಲವಾದ ಮಾರಾಟಗಾರರ ಪ್ರಾಬಲ್ಯವನ್ನು ಸೂಚಿಸುತ್ತದೆ.

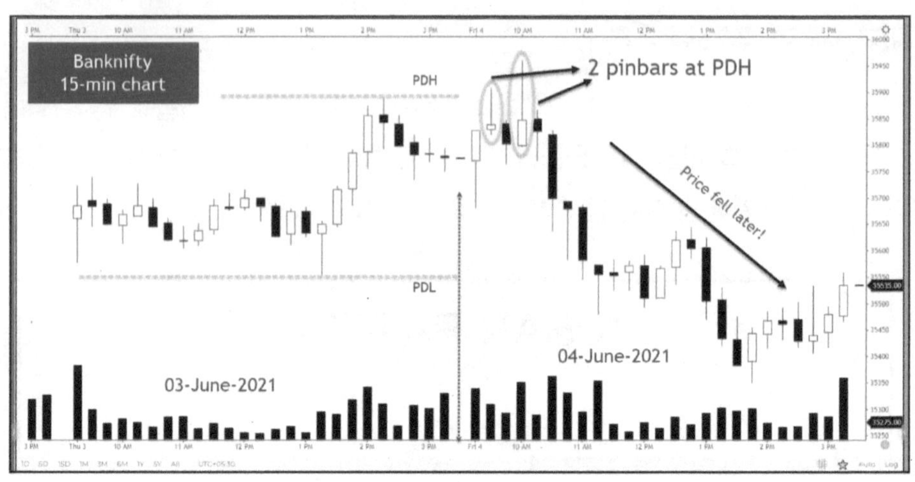

ಚಿತ್ರ 4.7 - ಬ್ಯಾಂಕ್‌ನಿಫ್ಟಿಯಲ್ಲಿ ಪಿನ್ ಬಾರ್ ಪ್ಯಾಟರ್ನ್

ಚಿತ್ರ 4.7 3ನೇ ಮತ್ತು 4ನೇ ಜೂನ್ 2021 ರ ಬ್ಯಾಂಕ್‌ನಿಫ್ಟಿ 15-ನಿಮಿಷದ ಚಾರ್ಟ್ ಅನ್ನು ತೋರಿಸುತ್ತದೆ.

ಜೂನ್ 4 ರಂದು, ಎರಡನೇ ಮತ್ತು ನಾಲ್ಕನೇ ಮೇಣದಬತ್ತಿಗಳು ಹಿಂದಿನ ದಿನದ ಗರಿಷ್ಠ (PDH) ದಲ್ಲಿ ಪಿನ್ ಬಾರ್‌ಗಳನ್ನು ಪ್ರದರ್ಶಿಸಿದವು. ಬೆಲೆಯ ಕ್ರಮವು PDH ಪ್ರತಿರೋಧವಾಗಿ ಕಾರ್ಯನಿರ್ವಹಿಸುವ ಹೆಚ್ಚಿನ ಸಂಭವನೀಯತೆಯನ್ನು ಸೂಚಿಸಿತು. ನಂತರ ಬೆಲೆ ಕುಸಿಯಲು ಆರಂಭಿಸಿತು.

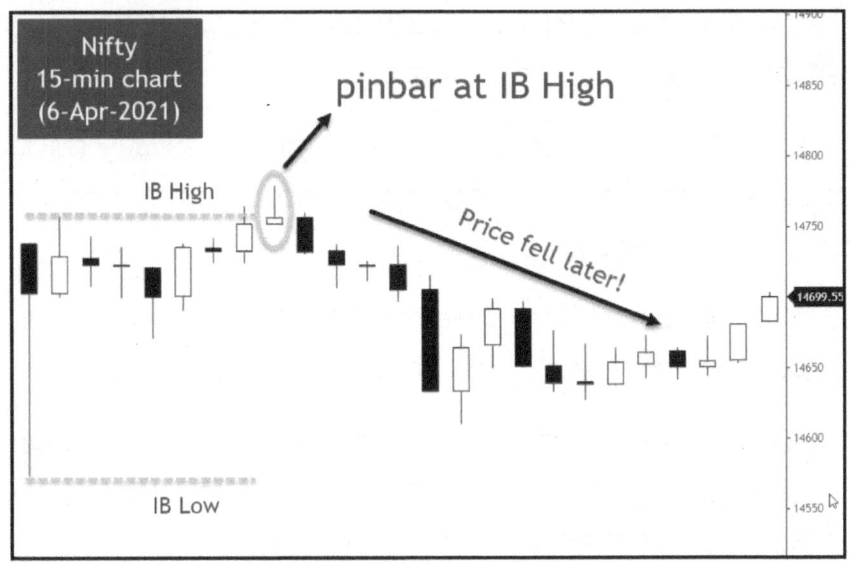

ಚಿತ್ರ 4.8 - ನಿಫ್ಟಿಯಲ್ಲಿ ಪಿನ್ ಬಾರ್ ಪ್ಯಾಟರ್ನ್

ಮೇಲಿನ ಚಿತ್ರವು 6-ಏಪ್ರಿಲ್-2021 ರಂದು ನಿಫ್ಟಿಯ 15-ನಿಮಿಷಗಳ ಚಾರ್ಟ್ ಅನ್ನು ತೋರಿಸುತ್ತದೆ.

IB ಗರಿಷ್ಠದಲ್ಲಿದ್ದಾಗ ಬೆಲೆಯು ಪಿನ್ ಬಾರ್ ಅನ್ನು ಪ್ರದರ್ಶಿಸುತ್ತದೆ ಮತ್ತು ನಂತರ ದಿನದ ಕೊನೆಯವರೆಗೆ ಅದನ್ನು ಸರಿಪಡಿಸಲಾಗುತ್ತದೆ.

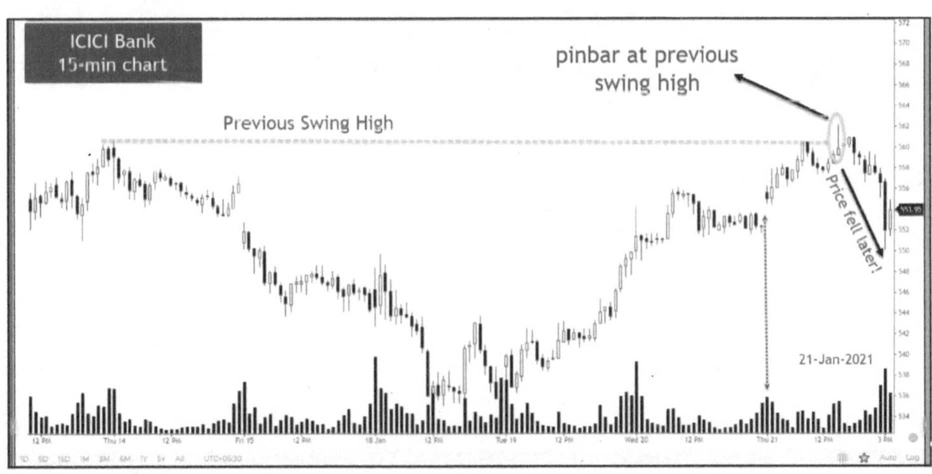

ಚಿತ್ರ 4.9 - ICICI ಬ್ಯಾಂಕ್‌ನಲ್ಲಿ ಪಿನ್ ಬಾರ್ ಪ್ಯಾಟರ್ನ್

ಚಿತ್ರ 4.9 ಜನವರಿ 2021 ರಲ್ಲಿ ಒಂದು ವಾರದ ಅವಧಿಗೆ ICICI ಬ್ಯಾಂಕ್‌ನ 15 ನಿಮಿಷಗಳ ಚಾರ್ಟ್ ಅನ್ನು ತೋರಿಸುತ್ತದೆ.

ಜನವರಿ 21 ರಂದು, ಬೆಲೆಯು ಹಿಂದಿನ ಸ್ವಿಂಗ್ ಹೈನಲ್ಲಿ ಪಿನ್ ಬಾರ್ ಮಾದರಿಯನ್ನು ಪ್ರದರ್ಶಿಸಿತು. ನಂತರ ಮಾರಾಟಗಾರರು ದಿನದ ಕೊನೆಯವರೆಗೆ ನಿಯಂತ್ರಣವನ್ನು ಪಡೆದರು.

ಪಿನ್ ಬಾರ್ ಮಾದರಿಯನ್ನು ಅರ್ಥಮಾಡಿಕೊಳ್ಳಲು ಈ ಮೂರು ವಿಭಿನ್ನ ಉದಾಹರಣೆಗಳು ಸಾಕಾಗುತ್ತದೆ ಎಂದು ನಾನು ಭಾವಿಸುತ್ತೇನೆ.

ನಾನು ಮೊದಲೇ ಹೇಳಿದಂತೆ, ಕೆಲವು ಐತಿಹಾಸಿಕ ಇಂಟ್ರಾಡೇ ಚಾರ್ಟ್‌ಗಳೊಂದಿಗೆ ಈ ಮಾದರಿಯನ್ನು ಪತ್ತೆಹಚ್ಚಲು ಪ್ರಯತ್ನಿಸಿ. ನಂತರ ಅದನ್ನು ಲೈವ್ ಮಾರುಕಟ್ಟೆಯಲ್ಲಿ ಗುರುತಿಸುವುದು ಸುಲಭವಾಗುತ್ತದೆ.

ಪ್ರಮುಖ ಪ್ರತಿರೋಧ ವಲಯಗಳಲ್ಲಿ (IBH, PDH ಮತ್ತು ಸ್ವಿಂಗ್ ಹೈ) ಬೆಲೆ ನಿರಾಕರಣೆಯನ್ನು ಗುರುತಿಸಲು ಇದು ಅತ್ಯುತ್ತಮ ಮಾದರಿಯಾಗಿದೆ. ಈ ಮಾದರಿಯು 100% ನಿಖರತೆಯನ್ನು ನೀಡುವುದಿಲ್ಲ. ಆದ್ದರಿಂದ ಪಿನ್ ಬಾರ್‌ನ ಮೇಲೆ ಸ್ಟಾಪ್ ಲಾಸ್ ಕಡ್ಡಾಯವಾಗಿದೆ.

ಎನ್‌ಗಲ್ಫಿಂಗ್

ಎಲ್ಲಾ ರೀತಿಯ ವ್ಯಾಪಾರಗಳಲ್ಲಿ ಎನ್‌ಗಲ್ಫಿಂಗ್ ಅತ್ಯಂತ ಶಕ್ತಿಶಾಲಿ ಕ್ಯಾಂಡಲ್ ಸ್ಟಿಕ್ ಮಾದರಿಯಾಗಿದೆ. ಇದು ಪ್ರತಿದಿನ ಸಂಭವಿಸುವುದಿಲ್ಲ. ಆದರೆ ಅದು ಕಾಣಿಸಿಕೊಂಡಾಗ ಬೆಂಬಲ ಅಥವಾ ಪ್ರತಿರೋಧದಲ್ಲಿ ಬೆಲೆ ನಿರಾಕರಣೆಯನ್ನು ಸ್ಪಷ್ಟವಾಗಿ ತೋರಿಸುತ್ತದೆ.

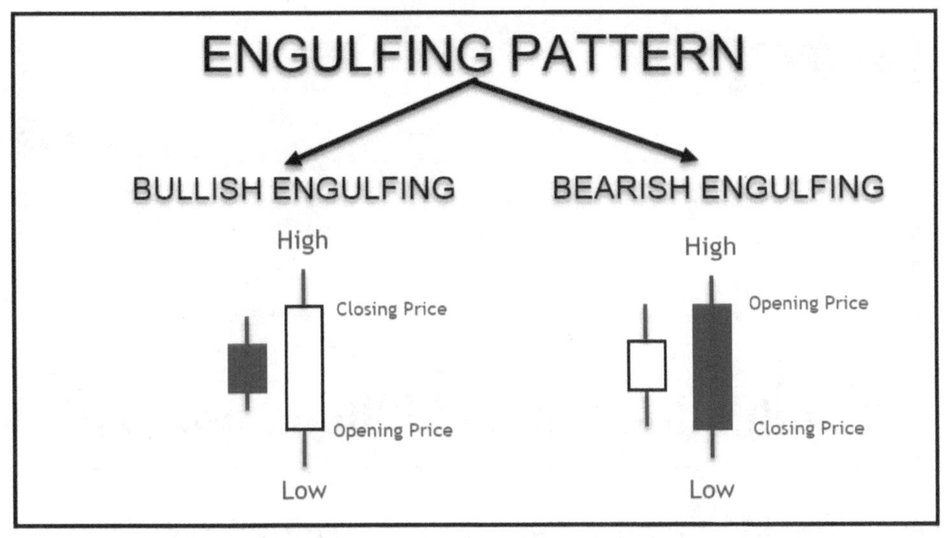

ಚಿತ್ರ 4.10 - ಎನ್‌ಗಲ್ಫಿಂಗ್ ಪ್ಯಾಟರ್ನ್

ಎರಡು ವಿಧದ ಎಂಗಲ್ಫಿಂಗ್ ಪ್ಯಾಟರ್ನ್‌ಗಳಿವೆ - 1) ಬುಲ್ಲಿಶ್ ಎನ್‌ಗಲ್ಫಿಂಗ್ ಮತ್ತು 2) ಬೇರಿಶ್ ಎನ್‌ಗಲ್ಫಿಂಗ್.

ಚಿತ್ರ 4.10 ಬುಲಿಶ್ ಮತ್ತು ಬೇರಿಶ್ ಎನ್‌ಗಲ್ಫಿಂಗ್ ಮಾದರಿಗಳನ್ನು ತೋರಿಸುತ್ತದೆ. ಬುಲಿಶ್ ಎಂಗಲ್ಫಿಂಗ್‌ನಲ್ಲಿ, ಮೊದಲ ಕ್ಯಾಂಡಲ್ ಸಣ್ಣ ಬೇರಿಶ್ ಕ್ಯಾಂಡಲ್ ಆಗಿರುತ್ತದೆ ಮತ್ತು ಎರಡನೇ ಕ್ಯಾಂಡಲ್ ದೊಡ್ಡ ಬುಲಿಶ್ ಕ್ಯಾಂಡಲ್ ಆಗಿದ್ದು, ಅದು ಮೊದಲ ಬೇರಿಶ್ ಕ್ಯಾಂಡಲ್ ಅನ್ನು ಆವರಿಸುತ್ತದೆ. ಗಮನಾರ್ಹವಾದ ಬೆಂಬಲ ವಲಯದ ಬಳಿ ಬುಲಿಶ್ ಎಂಗಲ್ಫಿಂಗ್ ಮಾದರಿಗಳು ಸಂಭವಿಸಿದಾಗ ಇದು ಕಡಿಮೆ ಬೆಲೆಗಳ ನಿರಾಕರಣೆಯನ್ನು ಸೂಚಿಸುತ್ತದೆ (ಬೆಂಬಲವನ್ನು ಮುರಿಯುವುದಿಲ್ಲ), ಆದ್ದರಿಂದ ಬೆಲೆಯು ಉತ್ತರ ದಿಕ್ಕಿನಲ್ಲಿ ಹೋಗುವ ಹೆಚ್ಚಿನ ಸಂಭವನೀಯತೆ.

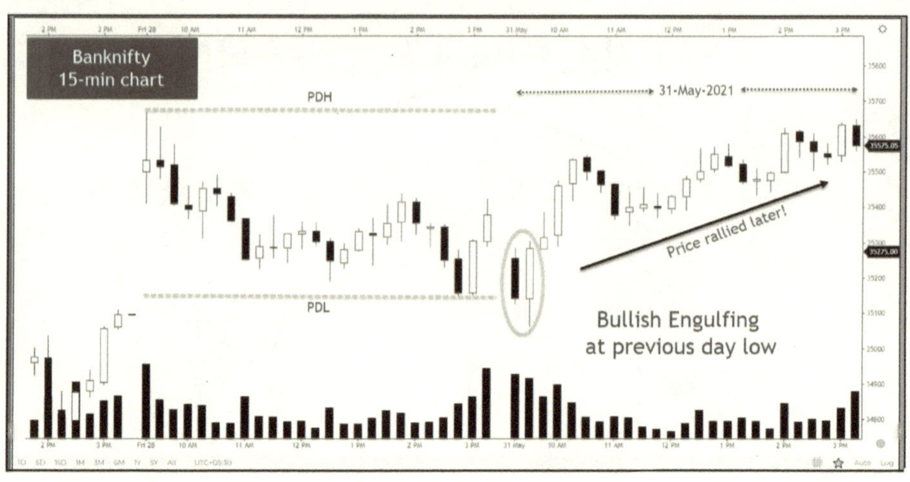

ಚಿತ್ರ 4.11 - ಬ್ಯಾಂಕ್‌ನಿಫ್ಟಿಯಲ್ಲಿ ಬುಲ್ಲಿಶ್ ಎನ್‌ಗಲ್ಫಿಂಗ್ ಪ್ಯಾಟರ್ನ್

ಮೇಲಿನ ಚಿತ್ರವು 15 ನಿಮಿಷಗಳ ಬ್ಯಾಂಕ್‌ನಿಫ್ಟಿ ಚಾರ್ಟ್ ಅನ್ನು ತೋರಿಸುತ್ತದೆ. ಮೇ 31 ರಂದು, PDL ಬಳಿ ಬೆಲೆ ಪ್ರಾರಂಭವಾಯಿತು ಮತ್ತು PDL ನಲ್ಲಿ ಬುಲಿಶ್ ಎನ್‌ಗಲ್ಫಿಂಗ್ ಮಾದರಿಯನ್ನು ಪ್ರದರ್ಶಿಸಿತು. ಇದು ಬೆಲೆ ಬೆಂಬಲವನ್ನು ತೆಗೆದುಕೊಳ್ಳುತ್ತಿದೆ ಮತ್ತು ಖರೀದಿದಾರರು ಪ್ರಬಲರಾಗಿದ್ದಾರೆ ಎಂಬುದರ ಸ್ಪಷ್ಟ ಸಂಕೇತವಾಗಿದೆ. ನಂತರ ಬೆಲೆ ಏರಿಳಿತ ಕಂಡಿತು.

ಚಿತ್ರ 4.12 - ರಿಲಯನ್ಸ್‌ನಲ್ಲಿ ಬುಲ್ಲಿಶ್ ಎನ್‌ಗಲ್ಫಿಂಗ್ ಪ್ಯಾಟರ್ನ್

ಚಿತ್ರ 4.12 ಬುಲ್ಲಿಶ್ ಎಂಗಲ್ಫಿಂಗ್‌ಗೆ ಇನ್ನೊಂದು ಉದಾಹರಣೆಯನ್ನು ತೋರಿಸುತ್ತದೆ. ಜೂನ್ 7 ರಂದು, PDL ಬಳಿ ಬೆಲೆ ಪ್ರಾರಂಭವಾಯಿತು. ಇದು ಈ ಹಿಂದಿನ ಸ್ವಿಂಗ್ ಹೈ. ಆದ್ದರಿಂದ, ಸಾಮಾನ್ಯವಾಗಿ ಈ ಲೆವೆಲ್‌ನ ಪ್ರಾಮುಖ್ಯತೆ ಹೆಚ್ಚಾಗುತ್ತದೆ.

ಬೆಲೆಯು ಈ ಹಂತದಲ್ಲಿ ಬುಲಿಶ್ ಎನ್‌ಗಲ್ಫಿಂಗ್ ಅನ್ನು ಪ್ರದರ್ಶಿಸುತ್ತದೆ. ಇದು ಬೆಲೆಯು ಬೆಂಬಲವನ್ನು ತೆಗೆದುಕೊಳ್ಳುತ್ತಿದೆ ಮತ್ತು ಖರೀದಿದಾರರು ಪ್ರಬಲರಾಗಿದ್ದಾರೆ ಎಂಬುದನ್ನು ಸ್ಪಷ್ಟವಾಗಿ ತೋರಿಸುತ್ತದೆ. ನಂತರ ಬೆಲೆ ಏರಿಳಿತ ಕಂಡಿತು.

ಬೇರಿಶ್ ಎಂಗಲ್ಫಿಂಗ್ ಕೂಡ ಬುಲಿಶ್ ಎಂಗಲ್ಫಿಂಗ್ ಅನ್ನು ಹೋಲುತ್ತದೆ ಆದರೆ ಹಿಮ್ಮುಖ ಕ್ರಮದಲ್ಲಿದೆ. ಬೇರಿಶ್ ಎಂಗಲ್ಫಿಂಗ್‌ನಲ್ಲಿ ಮೊದಲ ಕ್ಯಾಂಡಲ್ ಸಣ್ಣ ಬುಲಿಶ್ ಕ್ಯಾಂಡಲ್ ಆಗಿರುತ್ತದೆ ಮತ್ತು ಎರಡನೇ ಕ್ಯಾಂಡಲ್ ದೊಡ್ಡ ಬೇರಿಶ್ ಕ್ಯಾಂಡಲ್ ಆಗಿ ಮೊದಲ ಬುಲಿಷ್ ಕ್ಯಾಂಡಲ್ ಅನ್ನು ಆವರಿಸುತ್ತದೆ. ಪ್ರಮುಖ ಪ್ರತಿರೋಧ ವಲಯದ ಬಳಿ ಬೇರಿಶ್ ಆವರಿಸುವ ಮಾದರಿಗಳು ಸಂಭವಿಸಿದಾಗ, ಇದು ಬೆಲೆಯ ನಿರಾಕರಣೆಯನ್ನು ಸೂಚಿಸುತ್ತದೆ (ಪ್ರತಿರೋಧವನ್ನು ಮೀರಿ ವ್ಯಾಪಾರ ಮಾಡಲು ವಿಫಲವಾಗಿದೆ). ಆದ್ದರಿಂದ, ಬೆಲೆ ದಕ್ಷಿಣ ದಿಕ್ಕಿನಲ್ಲಿ ಹೋಗುವ ಹೆಚ್ಚಿನ ಸಂಭವನೀಯತೆ ಇದೆ.

ಚಿತ್ರ 4.13 - ಎಸಿಸಿಯಲ್ಲಿ ಬೇರಿಶ್ ಎನ್‌ಗಲ್ಫಿಂಗ್ ಪ್ಯಾಟರ್ನ್

ಮೇಲಿನ ಚಿತ್ರವು ಎಸಿಸಿ ಚಾರ್ಟ್‌ನಲ್ಲಿ ಬೇರಿಶ್ ಆವರಿಸುವ ಮಾದರಿಯ ಉದಾಹರಣೆಯನ್ನು ತೋರಿಸುತ್ತದೆ. ಹಿಂದಿನ ದಿನದ ಗರಿಷ್ಠ (PDH) ಸಹ ಹಿಂದಿನ ಸ್ವಿಂಗ್ ಹೈ ಜೊತೆ ಮಿಳಿತವಾಗಿದೆ ಮತ್ತು ಆದ್ದರಿಂದ ಎತ್ತುಗಳಿಗೆ (bulls) ಈ ಬೆಲೆ ಮಟ್ಟವನ್ನು ಮುರಿಯುವುದು ಬಹಳ ನಿರ್ಣಾಯಕವಾಗಿದೆ.

ಆದರೆ ಬೆಲೆಯು ಈ ಹಂತದಲ್ಲಿ ದೊಡ್ಡ ಬೇರಿಶ್ ಎನ್‌ಗಲ್ಫಿಂಗ್ ಮಾದರಿಯನ್ನು ಪ್ರದರ್ಶಿಸುತ್ತದೆ. ಇದು ಎತ್ತುಗಳು (bulls) ಈ ಮಟ್ಟಕ್ಕಿಂತ ಹೆಚ್ಚು ಹೋಗಲು ವಿಫಲವಾಗಿದೆ ಎಂದು ಸೂಚಿಸುತ್ತದೆ. ದಿನದ ಆನಂತರದ ಭಾಗವನ್ನು ಮಾರಾಟಗಾರರು (bears) ತಮ್ಮ ನಿಯಂತ್ರಣಕ್ಕೆ ತೆಗೆದುಕೊಂಡರು.

IMAGE 4.14 – BEARISH ENGULFING PATTERN IN ASIAN PAINTS

ಮೇಲೆಯಲ್ಲಿ ಕೊಟ್ಟಿರುವ ಚಿತ್ರವು ಏಷ್ಯನ್ ಪೇಂಟ್ಸ್ ಚಾರ್ಟ್‌ನಲ್ಲಿ bearish engulfing ಮತ್ತೊಂದು ಉದಾಹರಣವನ್ನು ತೋರಿಸುತ್ತದೆ.

ಈ ಸಂದರ್ಭದಲ್ಲಿ, ಬೆಲೆ PDH ಕೆಳಗೆ ತೆರೆದಿತ್ತು ಮತ್ತು bearish engulfing ಪ್ಯಾಟರ್ನ್ PDH ನ ಹತ್ತಿರ ತೋರಿಸಿತು. ಇದು PDH ನಲ್ಲಿ ಬೆಲೆ ಬಾಳುವುದಕ್ಕೆ ವಿಪರ್ಯಾಸದ ಸೂಚನೆಯೇನೆಂದರೆ PDH ಕೆಳಗೆ ವ್ಯಾಪಾರ ಮಾಡಲು ಖರೀದಿದವರು ವಿಫಲರಾದರು.

ಈ ಮೂಲಕ ಮೊದಲಿಗೆ ಕಂಪನಿ ಮಾಡಲು ಸುಮಾರು ಪ್ರಯತ್ನಿಸಿದ ನಂತರ, ಮಿತಿಯೊಂದಿಗೆ ಮತ್ತೊಬ್ಬರು ನಿಯಂತ್ರಣ ಹೊಂದಿದರು.

Note:

The above three are powerful patterns and frequently occur on intraday trading charts. Beginners and intermediate-level traders can depend on these three crucial candlestick patterns in their trading. Once they are comfortable with them, they can look at the subsequent two advanced concepts.

ಬೆಲೆ ಸ್ವೀಕಾರ (price acceptance)

Price ಚಾರ್ಟ್‌ನಲ್ಲಿ ಬೆಲೆ ಸ್ವೀಕಾರ ಎಂಬುದು ಸುಧಾರಿತ ಪರಿಕಲ್ಪನೆಯಾಗಿದೆ. ಮೂಲಭೂತವಾಗಿ, ಇದು ಒಂದೇ ಕ್ಯಾಂಡಲ್ ಸ್ಟಿಕ್ ಮಾದರಿಯಲ್ಲ. ಆದರೆ ಬೆಲೆ ಒಂದು ಪ್ರಮುಖ ಹಂತದಲ್ಲಿರುವಾಗ ಅದು ಹೇಗೆ ನಡೆದುಕೊಳ್ಳುತ್ತದೆ ಎಂಬುದನ್ನು ತಿಳಿದುಕೊಳ್ಳಲು ಇದು ಸಹಾಯ ಮಾಡುತ್ತದೆ.

ಚಿತ್ರ 4.15 - TCS ನಲ್ಲಿ ಬೆಲೆ ಸ್ವೀಕಾರ

ಮೇಲಿನ ಚಿತ್ರವು 2021 ರಲ್ಲಿ ಜೂನ್ ಮೊದಲ ವಾರದಲ್ಲಿ TCS ನ 15-ನಿಮಿಷಗಳ ಚಾರ್ಟ್ ಅನ್ನು ತೋರಿಸುತ್ತದೆ. ಇಲ್ಲಿ ಸ್ಪಷ್ಟವಾದ ಪ್ರತಿರೋಧದ ಟ್ರೆಂಡ್ ಲೈನ್ ಇದೆ ಮತ್ತು ಈ ಟ್ರೆಂಡ್ ಲೈನ್‌ನಲ್ಲಿ ಬೆಲೆ ಹಲವು ಬಾರಿ ಪ್ರತಿರೋಧವನ್ನು ತೆಗೆದುಕೊಂಡಿದೆ.

ಆದರೆ ಜೂನ್ 7 ರಂದು, ಇದ್ದಕ್ಕಿದ್ದಂತೆ ಬೆಲೆಯು ಪ್ರತಿರೋಧದ ಟ್ರೆಂಡ್ ಲೈನ್‌ಗಿಂತ ಸ್ವಲ್ಪ ಕೆಳಗೆ ಏಕೀಕರಣಗೊಳ್ಳಲು ಪ್ರಾರಂಭಿಸಿತು ಮತ್ತು ಇಲ್ಲಿ ಹೆಚ್ಚಿನ ಸಮಯವನ್ನು ಕಳೆಯಿತು. ಇದು ಮಾರಾಟಗಾರರ ಅನುಪಸ್ಥಿತಿಯನ್ನು ಸೂಚಿಸುತ್ತದೆ ಅಥವಾ ಬೆಲೆಯನ್ನು ಕಡಿಮೆ ಮಾಡಲು ಗಮನಾರ್ಹವಾದ ಮಾರಾಟದ ಪ್ರಮಾಣದ ಅನುಪಸ್ಥಿತಿಯನ್ನು ಸೂಚಿಸುತ್ತದೆ (ಶಾರ್ಟ್ ಬಿಲ್ಡಪ್). ಈ ಪ್ರದೇಶದಲ್ಲಿ ಅದು ಕ್ರೋಢೀಕರಿಸುವ ಹೆಚ್ಚಿನ ಸಮಯ, ಪ್ರತಿರೋಧ ರೇಖೆಯ ಬ್ರೇಕ್‌ಔಟ್ನ ಹೆಚ್ಚಿನ ಸಂಭವನೀಯತೆ ಇರುತ್ತದೆ. ಈ ಪರಿಕಲ್ಪನೆಯನ್ನು 'ಬೆಲೆ ಸ್ವೀಕಾರ' ಎಂದು ಗುರುತಿಸಲಾಗಿದೆ.

ಚಿತ್ರ 4.16 – TCS ನಲ್ಲಿ ಬೆಲೆ ಸ್ವೀಕಾರ ಫಲಿತಾಂಶ

ಪ್ರತಿರೋಧದ ಪ್ರವೃತ್ತಿಯ ರೇಖೆಯ ಕೆಳಗೆ ಬೆಲೆ ಸ್ವೀಕಾರವನ್ನು ತೋರಿಸಿದ ನಂತರ ಬೆಲೆ ಕ್ರಿಯೆಯ ಫಲಿತಾಂಶ ಏನಾಯಿತು ಎಂಬುದನ್ನು ಮೇಲಿನ ಚಿತ್ರವು ತೋರಿಸುತ್ತದೆ.

ಚಿತ್ರ 4.17 - ಟಾಟಾ ಸ್ಟೀಲ್‌ನಲ್ಲಿ ಬೆಲೆ ಸ್ವೀಕಾರ

ಮೇಲಿನ ಚಿತ್ರವು ಟಾಟಾ ಸ್ಟೀಲ್‌ನ 15-ನಿಮಿಷಗಳ ಚಾರ್ಟ್ ಆಗಿದೆ ಮತ್ತು ಇದು ಹಿಂದಿನ ಉದಾಹರಣೆಯಂತೆಯೇ ಇದೆ. ಇಲ್ಲಿ, ಸ್ಪಷ್ಟವಾದ ಪ್ರತಿರೋಧ ಟ್ರೆಂಡ್ ಲೈನ್ ಇದೆ. ಮತ್ತು ಈ ಟ್ರೆಂಡ್ ಲೈನ್‌ನಲ್ಲಿ ಬೆಲೆಯು ಕೆಲವು ಬಾರಿ ಪ್ರತಿರೋಧವನ್ನು ತೆಗೆದುಕೊಂಡಿದೆ. ಇದು ಪ್ರತಿರೋಧವನ್ನು ತೆಗೆದುಕೊಂಡಾಗ, ಬೆಲೆ ವೇಗವಾಗಿ ಕುಸಿದಿದೆ.

ಆದರೆ ಜುಲೈ 7 ರಂದು ಬೆಲೆಯು ಪ್ರತಿರೋಧದ ಟ್ರೆಂಡ್ ಲೈನ್‌ನಲ್ಲಿ ಕ್ರೋಢೀಕರಣಗೊಳ್ಳಲು ಆರಂಭಿಸಿತು. ಇದೇ ಬೆಲೆ ಸ್ವೀಕಾರ. ಇದು ಮಾರಾಟಗಾರರ ಅನುಪಸ್ಥಿತಿಯನ್ನು ಸೂಚಿಸುತ್ತದೆ (ತೀಕ್ಷ್ಣವಾದ ಮಾರಾಟ ಇಲ್ಲ) ಮತ್ತು ಬೆಲೆಯು ಪ್ರತಿರೋಧದ ಟ್ರೆಂಡ್ ಲೈನ್ ಅನ್ನು ಮುರಿಯುವ ಸಂಭವನೀಯತೆಯಿ ಹೆಚ್ಚಿದೆ.

ಚಿತ್ರ 4.18 – ಟಾಟಾ ಸ್ಟೀಲ್‌ನಲ್ಲಿ ಬೆಲೆ ಸ್ವೀಕಾರ ಫಲಿತಾಂಶ

ಬೆಲೆ ಸ್ವೀಕಾರವು ಪ್ರತಿರೋಧದ ಟ್ರೆಂಡ್ ಲೈನ್‌ನಗಿಂತ ಕೆಳಗೆ ಬಂದ ನಂತರದ ಬೆಲೆ ಕ್ರಿಯೆಯ ಫಲಿತಾಂಶವನ್ನು ಚಿತ್ರ 4.18 ತೋರಿಸುತ್ತದೆ.

ಚಿತ್ರ 4.19 - IOC ನಲ್ಲಿ ಬೆಲೆ ಸ್ವೀಕಾರ

ಹಿಂದಿನ ಎರಡು ಉದಾಹರಣೆಗಳು ಪ್ರತಿರೋಧ ಟ್ರೆಂಡ್ ಲೈನ್‌ಗೆ ಹತ್ತಿರವಿದ್ದ ಬೆಲೆ ಸ್ವೀಕಾರವನ್ನು ತೋರಿಸಿದೆ. ಆದರೆ ಸಪೋರ್ಟ್ ಟ್ರೆಂಡ್ ಲೈನ್‌ಗಿಂತ ಕಡಿಮೆ

ಮಟ್ಟ ತಲುಪಿದ ಬೆಲೆ ಸ್ವೀಕಾರವನ್ನು ಚಿತ್ರ 4.19 ತೋರಿಸುತ್ತದೆ. ಇದು IOCಯ 15-ನಿಮಿಷದ ಚಾರ್ಟ್ ಆಗಿದೆ ಮತ್ತು ಇಲ್ಲಿ ಸ್ಪಷ್ಟವಾದ ಬೆಂಬಲ ರೇಖೆ ಇದೆ.

ಬೆಂಬಲ ರೇಖೆಯು ಖರೀದಿದಾರರಿಗೆ ಸೇರಿದೆ ಎಂದು ನೀವು ಒಪ್ಪುತ್ತೀರಾ? ಇದಲ್ಲದೆ, ಅವರು ಶಕ್ತಿಯುತವಾಗಿದ್ದರೆ, ಅವರು ತಮ್ಮ ಬೆಲೆ ಮಟ್ಟವನ್ನು ರಕ್ಷಿಸಿಕೊಳ್ಳಬೇಕು.

ಆದರೆ ಈ ಸಂದರ್ಭದಲ್ಲಿ, ಬೆಲೆ ಸಪೋರ್ಟ್ ಟ್ರೆಂಡ್ ಲೈನ್ ಅನ್ನು ಮುರಿದು ಸ್ವಲ್ಪ ಸಮಯದವರೆಗೆ ಈ ಹಂತದಲ್ಲಿ ವ್ಯಾಪಾರವನ್ನು ಪ್ರಾರಂಭಿಸಿತು. ಆದರೆ ಖರೀದಿದಾರರು ಗೈರುಹಾಜರಾಗಿದ್ದಾರೆ. ಇದು ಬೆಂಬಲ ರೇಖೆಗಿಂತ ಕೆಳಗಿರುವ ಬೆಲೆ ಸ್ವೀಕಾರ.

ಚಿತ್ರ 4.20 – IOC ನಲ್ಲಿ ಬೆಲೆ ಸ್ವೀಕಾರ ಫಲಿತಾಂಶ

ಬೆಲೆ ಸ್ವೀಕಾರವನ್ನು ಸಪೋರ್ಟ್ ಟ್ರೆಂಡ್ ಲೈನ್‌ಗಿಂತ ಕಡಿಮೆ ತೋರಿಸಿದ ನಂತರದ ಬೆಲೆ ಕ್ರಿಯೆಯ ಫಲಿತಾಂಶವನ್ನು ಚಿತ್ರ 4.20 ತೋರಿಸುತ್ತದೆ.

ಬೆಲೆ ನಿರಾಕರಣೆ (price rejection)

ಬೆಲೆ ನಿರಾಕರಣೆಯು ಬೆಲೆ ಸ್ವೀಕಾರ ಪರಿಕಲ್ಪನೆಗೆ ವಿರುದ್ಧವಾಗಿದೆ. ಇಲ್ಲಿ ಬೆಲೆಯು ನಿರ್ಣಾಯಕ ಬೆಲೆಯ ಮಟ್ಟವನ್ನು ತಲುಪಿದಾಗಲೆಲ್ಲಾ ತೀಕ್ಷ್ಣವಾದ ಪ್ರತಿಕ್ರಿಯೆಯನ್ನು

ತೋರಿಸುತ್ತದೆ (ಇದು ಬೆಂಬಲ ಅಥವಾ ಪ್ರತಿರೋಧವಾಗಿರಬಹುದು). ಈ ತೀಕ್ಷ್ಣವಾದ ಪ್ರತಿಕ್ರಿಯೆಯು ತ್ವರಿತ ಸಮಯದಲ್ಲಿ ಬರಬೇಕು (ಮೇಲಾಗಿ 1-2 candlesticks).

ಚಿತ್ರ 4.21 - ಬ್ಯಾಂಕ್‌ನಿಫ್ಟಿಯಲ್ಲಿ ಬೆಲೆ ನಿರಾಕರಣೆ

ಮೇಲಿನ ಚಿತ್ರವು 15 ನಿಮಿಷಗಳ ಕಾಲಾವಧಿಯಲ್ಲಿ 3 ವಾರಗಳ ಬ್ಯಾಂಕ್‌ನಿಫ್ಟಿ ಚಾರ್ಟ್ ಅನ್ನು ತೋರಿಸುತ್ತದೆ. ನಾನು ಸ್ವಿಂಗ್ ಹೈ ಅನ್ನು ಸೂಚಿಸಲು ಬಯಸಿದ್ದರಿಂದ ಇದು ಸ್ವಲ್ಪ ಸಂಕುಚಿತಗೊಂಡಂತೆ ಕಾಣುತ್ತದೆ. ಜೂನ್ 28 ರಂದು ಮಾರುಕಟ್ಟೆಯು ಪ್ರಾರಂಭವಾದಾಗ, ಮೊದಲ candlestick (15-ನಿಮಿಷಗಳ ಕಾಲಮಿತಿಯಲ್ಲಿ) ದೊಡ್ಡ ಮಾರಾಟದ ವಿಕ್ ಮೂಲಕ ಬೆಲೆ ನಿರಾಕರಣೆಯನ್ನು ತೋರಿಸಿತು.

ಇದು ಪ್ರತಿರೋಧದ ಪ್ರವೃತ್ತಿಯ ರೇಖೆಯ ಮೇಲಿನ ಮಾರಾಟಗಾರರ ತೀಕ್ಷ್ಣವಾದ ಪ್ರತಿಕ್ರಿಯೆಯನ್ನು ಸೂಚಿಸುತ್ತದೆ. ಆದ್ದರಿಂದ ಬೆಲೆಯು ಪಕ್ಕಕ್ಕೆ ಅಥವಾ ಕೆಳಕ್ಕೆ ಚಲಿಸುವ ಹೆಚ್ಚಿನ ಸಂಭವನೀಯತೆಯಿದೆ.

ಚಿತ್ರ 4.22 - ನಿಫ್ಟಿಯಲ್ಲಿ ಬೆಲೆ ನಿರಾಕರಣೆ

ಪ್ರತಿರೋಧದ ಟ್ರೆಂಡ್‌ಲೈನ್ ಹಾಗೂ IB ಲೋ ಒಟ್ಟಿಗೆ ಸೇರಿದಾಗ ಆಗಿರುವ ಬೆಲೆ ನಿರಾಕರಣೆಯನ್ನು ಮೇಲಿನ ಚಿತ್ರವು ತೋರಿಸುತ್ತದೆ. ಇಲ್ಲಿ buying wick ತೀಕ್ಷ್ಣವಾಗಿತ್ತು ಮತ್ತು ಬೆಲೆಯು ತಕ್ಷಣವೇ ಪುಟಿದೇಳಿತು. ಒಮ್ಮೆ ಅದು ಅಂತಹ ಸ್ಪಷ್ಟವಾದ ನಿರಾಕರಣೆಯನ್ನು ತೋರಿಸಿದರೆ, ನಾವು 'Not Bearish' ಕೋನವನ್ನು ಕಾಪಾಡಿಕೊಳ್ಳಬಹುದು. ದಿನದ ಉಳಿದ ಸಮಯದಲ್ಲಿ ಬೆಲೆಯು ಸ್ವಲ್ಪಮಟ್ಟಿಗೆ ಬುಲಿಶ್ ದೃಷ್ಟಿಕೋನಕ್ಕೆ ಸೈಡ್‌ವೇಸ್‌ನಲ್ಲಿ ಪ್ರದರ್ಶಿಸುವುದನ್ನು ನೀವು ನೋಡಬಹುದು.

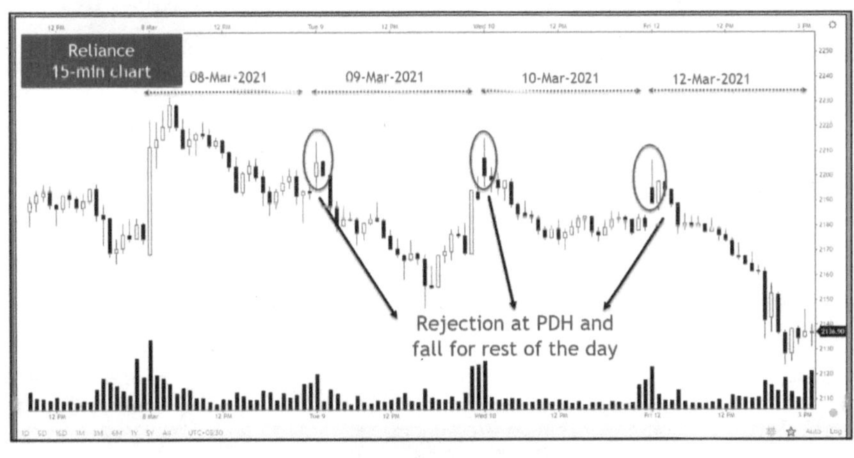

ಚಿತ್ರ 4.23 - ರಿಲಯನ್ಸ್‌ನಲ್ಲಿ ಬೆಲೆ ನಿರಾಕರಣೆ

ಚಿತ್ರ **4.23** ಆಸಕ್ತಿದಾಯಕ ಮತ್ತು ಅಪರೂಪದ ಚಾರ್ಟ್ ಅನ್ನು ಪ್ರಸ್ತುತಪಡಿಸುತ್ತದೆ. ಸತತ ಮೂರು ದಿನಗಳಲ್ಲಿ, **PDH** ನಲ್ಲಿ ರಿಲಯನ್ಸ್ ಮೊದಲ ಕ್ಯಾಂಡಲ್‌ನಲ್ಲಿ (15-ನಿಮಿಷದ ಚಾರ್ಟ್) ನಿರಾಕರಣೆಯನ್ನು ಪ್ರದರ್ಶಿಸಿತು ಮತ್ತು ದಿನದ ಉಳಿದ ಭಾಗಕ್ಕೆ ಕುಸಿಯಿತು.

ನೀವು ಬೆಲೆ ಸ್ವೀಕಾರ ಅಥವಾ ಬೆಲೆ ನಿರಾಕರಣೆಯನ್ನು ವ್ಯಾಪಾರ ಮಾಡುತ್ತಿದ್ದರೂ ಎದುರು ಭಾಗದಲ್ಲಿ ಸ್ಟಾಪ್-ಲಾಸ್ ಕಡ್ಡಾಯವಾಗಿರುತ್ತದೆ.

ಅಧ್ಯಾಯ 5

10 ಶಕ್ತಿಯುತ ಇಂಟ್ರಾಡೇ ಟ್ರೇಡಿಂಗ್ ಸಿಸ್ಟಂಗಳು

ಅನೇಕ ಜನರ ಪ್ರಕಾರ, ಇಂಟ್ರಾಡೇ ಟ್ರೇಡಿಂಗ್ ನಿಮ್ಮ ಹಣವನ್ನು ಕದಿಯುತ್ತದೆ. ಏಕೆಂದರೆ ಇದರಲ್ಲಿ ವ್ಯಾಪಾರಿಗಳು P&L ಮೇಲೆ ಕೇಂದ್ರೀಕರಿಸುವ ಬದಲು ಇತರ ಟ್ರೇಡರ್‌ಗಳನ್ನು ಸೋಲಿಸುವ ಆಟವನ್ನು ಆನಂದಿಸಲು ಪ್ರಾರಂಭಿಸುತ್ತಾರೆ ಎಂದು ಜನರ ಅಭಿಪ್ರಾಯ.

ಯಶಸ್ವಿ ವ್ಯಾಪಾರಿಗಳು ಮತ್ತು ಇತರ ವ್ಯಾಪಾರಿಗಳ ನಡುವಿನ ವ್ಯತ್ಯಾಸ ಕೌಶಲ್ಯಕ್ಕೆ ಸಂಬಂಧಿಸಿದ್ದಲ್ಲ, ಪರಿಶ್ರಮಕ್ಕೆ ಸಂಬಂಧಿಸಿದ್ದು. ಸರಾಸರಿ ಮಟ್ಟದ ಜನರು ಬೇಗನೆ ಟ್ರೇಡಿಂಗ್ ಅನ್ನು ತ್ಯಜಿಸಿಬಿಡುತ್ತಾರೆ. ಉತ್ತಮ ವ್ಯಾಪಾರಿಗಳು ಮುಂದುವರಿಯುತ್ತಾರೆ (ಸರಿಯಾದ ಹಣ ನಿರ್ವಹಣೆಯೊಂದಿಗೆ).

ನಾವು ಮನುಷ್ಯರು, ತಪ್ಪು ಮಾಡುವುದು ಸಹಜ. ಇಂಟ್ರಾಡೇ ಟ್ರೇಡಿಂಗ್‌ಗೆ ಬಂದಾಗ, ನಮ್ಮಲ್ಲಿ ಹೆಚ್ಚಿನವರು ಭಾವನಾತ್ಮಕವಾಗಿ ಯೋಚಿಸುತ್ತೇವೆ ಅಥವಾ ರಾತ್ರೋರಾತ್ರಿ ಲಕ್ಷಾಂತರ ರೂ. ಲಾಭ ಗಳಿಸುವ ಗುರಿಯನ್ನು ಹೊಂದಿರುತ್ತೇವೆ. ಹೆಚ್ಚಿನ ಆರಂಭಿಕರು ಹೆಚ್ಚು ಉತ್ಸಾಹದಿಂದ ಟ್ರೇಡಿಂಗ್ ಮಾಡಿಯೂ ತಾವು ಕಷ್ಟಪಟ್ಟು ಗಳಿಸಿದ ಹಣವನ್ನು ಮಾರುಕಟ್ಟೆಯಲ್ಲಿ ಕಳೆದುಕೊಳ್ಳುತ್ತಾರೆ.

ಆರಂಭದಲ್ಲಿ ತಪ್ಪುಗಳನ್ನು ಮಾಡುವುದು ಸರಿ, ಏಕೆಂದರೆ ತಪ್ಪುಗಳನ್ನು ಮಾಡದಿದ್ದರೆ ನೀವು ಕಲಿಯುವುದಿಲ್ಲ. ಆದರೆ ಅದೇ ತಪ್ಪುಗಳನ್ನು ಪುನರಾವರ್ತಿಸುವುದು ದೊಡ್ಡ ತಪ್ಪು.

ಆದ್ದರಿಂದ, ನಾವು ಇಂಟ್ರಾಡೇ ಸಿಸ್ಟಮ್‌ಗಳನ್ನು ಕಲಿಯುವ ಮೊದಲು, ಜನರು ಮಾಡುವ 4 ಸಾಮಾನ್ಯ ತಪ್ಪುಗಳನ್ನು ಅಧ್ಯಯನ ಮಾಡೋಣ:

1. ಸುದ್ದಿಗಳನ್ನು ಆಧರಿಸಿ Trade ಮಾಡುವುದು

ಕೋವಿಡ್ -19 ಸಾಂಕ್ರಾಮಿಕ ಇದ್ದ ಪರಿಸ್ಥಿತಿಯಲ್ಲಿ ಮಾಸ್ಕ್ ಇಲ್ಲದೆ ಹೊರಗೆ ಹೋಗುವುದು ಅಪಾಯಕಾರಿಯಾಗಿತ್ತು. ಆದರೆ ಇದಕ್ಕಿಂತ ಅಪಾಯಕಾರಿ ಸಂಗತಿ ಏನೆಂದು ತಿಳಿಯಲು ಬಯಸುವಿರಾ? ಅದು ಸುದ್ದಿಯನ್ನು ಆಧರಿಸಿ ಮಾಡುವ ವ್ಯಾಪಾರ (trades)!

ಒಬ್ಬ ವ್ಯಕ್ತಿಯು ಪ್ರತಿಷ್ಠಿತ ಕಂಪನಿಯಲ್ಲಿ ಪ್ರಮುಖ ಸ್ಥಾನವನ್ನು ಹೊಂದಿದ್ದಾನೆ ಎಂದು ತಿಳಿಯೋಣ. ಅವರ ಕಂಪನಿಯು ಉತ್ತಮ ಉತ್ಪನ್ನವನ್ನು ಉತ್ಪಾದಿಸುತ್ತದೆ, ಈ ತ್ರೈಮಾಸಿಕದಲ್ಲಿ ಉತ್ತಮ ಲಾಭವನ್ನು ಗಳಿಸುತ್ತದೆ ಎಂದು ಆತನಿಗೆ ತಿಳಿಯುತ್ತದೆ.

ಕಂಪನಿಯ ನಿಯಮಗಳು ಮತ್ತು ಷರತ್ತುಗಳ ಕಾರಣದಿಂದಾಗಿ ಅವರು ನೇರವಾಗಿ ಷೇರುಗಳನ್ನು ಖರೀದಿಸಲು ಸಾಧ್ಯವಿಲ್ಲ. ನೀವು ಅವರ ಸ್ಥಾನದಲ್ಲಿದ್ದರೆ ನೀವು ಏನು ಮಾಡುತ್ತಿದ್ದಿರಿ? ನೀವು ಪ್ರಾಮಾಣಿಕ ವ್ಯಕ್ತಿಯಾಗಿರಬಹುದು ಮತ್ತು ಈ

ಮಾಹಿತಿಯಿಂದ ಯಾವುದೇ ಪ್ರಯೋಜನವನ್ನು ಪಡೆಯದಿರಬಹುದು. ಆದರೆ ಅದೇ ಮಾರ್ಗವನ್ನು ಎಷ್ಟು ಜನರು ಅನುಸರಿಸುತ್ತಾರೆ?

ಹೆಚ್ಚಿನ ಜನರು ತಮ್ಮ ಸ್ನೇಹಿತರು ಅಥವಾ ಸಂಬಂಧಿಕರೊಂದಿಗೆ ರಹಸ್ಯವಾಗಿ ಮಾಹಿತಿಯನ್ನು ಹಂಚಿಕೊಳ್ಳುತ್ತಾರೆ. ಆದ್ದರಿಂದ, ಮಾಹಿತಿಯು ಸುದ್ದಿಯಲ್ಲಿ ಬರುವ ಮೊದಲು ಅವರು ಉತ್ತಮ ಪ್ರಮಾಣದ ಷೇರುಗಳನ್ನು ಸಂಗ್ರಹಿಸುತ್ತಾರೆ.

ಸಂಗ್ರಹಣೆಯ ನಂತರ, ಅವರ ಅವುಗಳನ್ನು ಮಾರಾಟ ಮಾಡಲು ಉತ್ತಮ ಸಮಯ ಯಾವುದು?

ಯಾವುದೆಂದರೆ, ಸುದ್ದಿಯಾದ ತಕ್ಷಣ. ಏಕೆಂದರೆ ಸಾರ್ವಜನಿಕರು ಹೆಚ್ಚು ಷೇರುಗಳನ್ನು ಖರೀದಿಸಲು ಪ್ರಾರಂಭಿಸುವುದರಿಂದ, ಬೆಲೆಯನ್ನು ಕಡಿಮೆ ಮಾಡದೆ ಷೇರ್‌ಗಳನ್ನು ಮಾರಾಟ ಮಾಡಲು ಸಾಧ್ಯವಾಗುತ್ತದೆ. ನೀವು ಸಾರ್ವಜನಿಕರಲ್ಲಿ ಒಬ್ಬರಾಗಿದ್ದಾಗ ತಡವಾಗಿ ಖರೀದಿಸುವವರ ಪೈಕಿಯೂ ಒಬ್ಬರಾಗಿರುತ್ತೀರಿ. ಆ ಸಮಯದಲ್ಲಿ ಬೆಲೆಗಳು ಕುಸಿಯಬಹುದು ಮತ್ತು ಅದರಿಂದ ನಿಮಗೆ ನಷ್ಟವಾಗಬಹುದು!

ಆದ್ದರಿಂದ, ಸುದ್ದಿಯ ಆಧಾರದ ಮೇಲೆ ನಿಮ್ಮ ಇಂಟ್ರಾಡೇ ವಹಿವಾಟುಗಳನ್ನು ಎಂದಿಗೂ ಯೋಜಿಸಬೇಡಿ!

2. ತಯಾರಿಯ ಕೊರತೆ

ಒಂದು ಒಳ್ಳೆಯ ಕೆಲಸ ಪಡೆಯಬೇಕೆಂದರೆ ಒಳ್ಳೆಯ ಕಾಲೇಜಿನಲ್ಲಿ ಓದಿ ಪದವಿ ಪಡೆಯುವುದೇ ಮುಖ್ಯ ಮಾನದಂಡ ಎಂದು ನಾವೆಲ್ಲರೂ ಭಾವಿಸುತ್ತೇವೆ. ಅಂತೆಯೇ trading ವಿಷಯಕ್ಕೆ ಬಂದಾಗ, trading ಕಾರ್ಯಾಗಾರದಲ್ಲಿ ಭಾಗವಹಿಸಿದ ನಂತರ ಅಥವಾ YouTube ವೀಡಿಯೊವನ್ನು ವೀಕ್ಷಿಸಿದ ತಕ್ಷಣ ಹಣವನ್ನು ಗಳಿಸಬಹುದು ಎಂದು ಹಲವರು ನಂಬುತ್ತಾರೆ.

ಆದರೆ ವಾಸ್ತವ ಬೇರೆಯೇ ಇದೆ. ಇಂಟ್ರಾಡೇ ಟ್ರೇಡಿಂಗ್‌ನಲ್ಲಿ ಯಶಸ್ವಿಯಾಗಲು, ಒಬ್ಬರು ಒಂದು ವ್ಯಾಪಾರದ ಪರಿಕಲ್ಪನೆಯಲ್ಲಿ ನಿರಂತರ ಪ್ರಯತ್ನವನ್ನು ಮಾಡಬೇಕಾಗುತ್ತದೆ. ಪ್ರತಿಯೊಂದು ವ್ಯಾಪಾರವೂ ಶಿಸ್ತುಬದ್ಧವಾಗಿರಬೇಕು ಮತ್ತು ಅವು ನಿಮ್ಮ ಹಠಾತ್ ಆಲೋಚನೆಗಳ ಫಲಿತಾಂಶವಾಗಿರಬಾರದು.

ಇಂಟ್ರಾಡೇ ವ್ಯಾಪಾರ ಆರಂಭಿಸುವ ಮೊದಲು ಪ್ರವೇಶ ಮತ್ತು ನಿರ್ಗಮನ ಮಾನದಂಡಗಳು ಮತ್ತು ಹಣ ನಿರ್ವಹಣೆ ನಿಯಮಗಳನ್ನು ಒಳಗೊಂಡಿರುವ ಸ್ಪಷ್ಟ ವ್ಯಾಪಾರ ಯೋಜನೆಯನ್ನು ರೂಪಿಸುವುದು ಕಡ್ಡಾಯ.

3. ಸ್ಟಾಪ್-ಲಾಸ್ ಇಲ್ಲದೆ

ನನ್ನ ವ್ಯಾಪಾರ ವೃತ್ತಿಯಲ್ಲಿ, 50 ಅಥವಾ 100 ಸಣ್ಣ ನಷ್ಟಗಳ ಮೂಲಕ ತಮ್ಮ ಸಂಪೂರ್ಣ ಬಂಡವಾಳವನ್ನು ಕಳೆದುಕೊಂಡ ಯಾರನ್ನೂ ನಾನು ನೋಡಿಲ್ಲ. ಆದರೆ ತಮ್ಮ ಸಂಪೂರ್ಣ ಬಂಡವಾಳವನ್ನು ಕಳೆದುಕೊಂಡ ಎಲ್ಲಾ ವ್ಯಾಪಾರಿಗಳೂ ಎದುರಿಸಿದ್ದು 3-4 ಬೃಹತ್ ಬ್ಲೋ-ಅಪ್ (ನಷ್ಟ) ಮಾತ್ರ.

ಯಾವುದೇ ವ್ಯಾಪಾರವು ಕೇವಲ 5 ಫಲಿತಾಂಶಗಳನ್ನು ಹೊಂದಿರುತ್ತದೆ:

- ಒಂದು ಬ್ರೇಕ್ಈವನ್
- ಸಣ್ಣ ಲಾಭ
- ಸಣ್ಣ ನಷ್ಟ
- ದೊಡ್ಡ ಲಾಭ
- ಒಂದು ದೊಡ್ಡ ನಷ್ಟ

ಆಟದಲ್ಲಿ ಉಳಿಯಲು ನಿಮ್ಮ ವ್ಯಾಪಾರದಲ್ಲಿ 'ಬಿಗ್ ಲಾಸ್' ಅನ್ನು ತಪ್ಪಿಸುವುದು ಯಾವಾಗಲೂ ಅತ್ಯಗತ್ಯ. ನಿಮ್ಮ ಎಲ್ಲಾ ವಹಿವಾಟುಗಳಿಗೆ ಸ್ಟಾಪ್-ಲಾಸ್ ಅನ್ನು ಇಟ್ಟುಕೊಳ್ಳುವುದರಿಂದ ಈ ಗುರಿಯನ್ನು ಸಾಧಿಸಲು ಸಹಾಯವಾಗುತ್ತದೆ.

ಸ್ಟಾಪ್-ಲಾಸ್‌ಗೆ ಸಂಬಂಧಿಸಿದಂತೆ ವ್ಯಾಪಾರಿಗಳು ಮಾಡುವ ಇನ್ನೂ ಎರಡು ತಪ್ಪುಗಳನ್ನು ನಾನು ನೋಡಿದ್ದೇನೆ - 1) ಸ್ಟಾಪ್-ಲಾಸ್ ಅನ್ನು ಮನಸ್ಸಿನಲ್ಲಿಟ್ಟುಕೊಳ್ಳುವುದು (ದೊಡ್ಡ ಆಟಗಾರರು ಬೇಟೆಯಾಡುತ್ತಾರೆ ಎಂದು ಯೋಚಿಸುವುದು) ಮತ್ತು 2) ಸ್ಟಾಪ್-ಲಾಸ್ ಅಥವಾ ಮುಕ್ತಾಯದ ಆಧಾರದ ಮೇಲೆ ನಿರ್ಗಮಿಸುವುದು.

ಈ ಎರಡೂ ತಂತ್ರಗಳು ಇಂಟ್ರಾಡೇ ಟ್ರೇಡಿಂಗ್ ವಿಚಾರದಲ್ಲಿ ಉತ್ತಮ ಸಲಹೆ ನೀಡಿದರೂ ಇದರಲ್ಲಿ ಗಂಭೀರ ಅಪಾಯಗಳೂ ಇವೆ. ನಿಮ್ಮ ಮನಸ್ಸಿನಲ್ಲಿ

ಸ್ಟಾಪ್-ಲಾಸ್ ಇದೆ ಎಂದು ಊಹಿಸಿಕೊಳ್ಳಿ, ಆದರೆ ನಿಮ್ಮ ಸಿಸ್ಟಮ್, ಇಂಟರ್ನೆಟ್ ಅಥವಾ ಬ್ರೋಕರ್‌ನಲ್ಲಿ ನಿಮಗೆ ಸಮಸ್ಯೆಯಿದ್ದರೆ ಏನಾಗುತ್ತದೆ? ಅದೇ ತರ್ಕವು ಮುಕ್ತಾಯದ ಆಧಾರದ ಸ್ಟಾಪ್-ಲಾಸ್‌ಗೆ ಅನ್ವಯವಾಗುತ್ತದೆ. ಈ ಎರಡೂ ತಂತ್ರಗಳು ಅಗಾಧವಾದ ನಷ್ಟದ ಸನ್ನಿವೇಶಕ್ಕೆ ಮುಕ್ತ ಆಹ್ವಾನವನ್ನು ನೀಡುತ್ತವೆ.

ಈ ಸಮಸ್ಯೆಯನ್ನು ತಪ್ಪಿಸಲು ಸರಳವಾದ ಸಲಹೆಯೆಂದರೆ ವ್ಯಾಪಾರವನ್ನು ತೆಗೆದುಕೊಳ್ಳುವ ಮೊದಲು ನಿಮ್ಮ ಸ್ಟಾಪ್-ಲಾಸ್ ಮಟ್ಟವನ್ನು ತಿಳಿದಿರುವುದು. ನಿಮ್ಮ trade ಕಾರ್ಯಗತಗೊಳಿಸಿದ ನಂತರ, ತಕ್ಷಣವೇ ಸ್ಟಾಪ್-ಲಾಸ್ ಆರ್ಡರ್ ಮಾಡಿ.

4. ತಪ್ಪಿಸಿಕೊಳ್ಳುವ ಭಯ (FOMO)

ಒಂದು ವ್ಯಾಪಾರದ ದಿನ, ನೀವು ಚಾರ್ಟ್‌ಗಳನ್ನು ಗಮನಿಸುತ್ತಿದ್ದೀರಿ. trade ತೆಗೆದುಕೊಳ್ಳಲು ನಿಮ್ಮ ಮನಸ್ಸು ನಿಮಗೆ ಸಲಹೆ ನೀಡುತ್ತದೆ, ಆದರೆ ಕೆಲವು ಕಾರಣಗಳಿಗಾಗಿ ನೀವು ಅದನ್ನು ನಿರ್ಲಕ್ಷಿಸುತ್ತೀರಿ. ನಿಮ್ಮ ಸ್ನೇಹಿತನು ಅದೇ ವ್ಯಾಪಾರವನ್ನು ತೆಗೆದುಕೊಂಡು ಅದರಿಂದ ಉತ್ತಮ ಲಾಭವನ್ನು ಗಳಿಸುತ್ತಾನೆ. ಇದನ್ನು ಕೇಳಿದಾಗ, ನಿಮಗೆ ಅಹಿತಕರ ಭಾವನೆ ಉಂಟಾಗುತ್ತದೆ ಮತ್ತು ಈ ರೀತಿ ಸಂಗ್ರಹವಾದ ಅನುಭವಗಳು FOMO ಗೆ ಕಾರಣವಾಗುತ್ತವೆ.

ನೀವು ಇನ್ನೊಂದು ದಿನ ಇದೇ ರೀತಿಯ ಚಾರ್ಟ್ ಸೆಟಪ್ ಅನ್ನು ಗಮನಿಸುತ್ತೀರಿ. ಆದರೆ ಈ ಸಂದರ್ಭದಲ್ಲಿ ನೀವು ಈ ಬಗ್ಗೆ 100% ಖಚಿತವಾಗಿಲ್ಲ. ಆದಾಗ್ಯೂ, ನಿಮ್ಮ ಮನಸ್ಸು ಹಿಂದಿನ ಅನುಭವದ ಬಗ್ಗೆ ಯೋಚಿಸುತ್ತದೆ ಮತ್ತು trade ತೆಗೆದುಕೊಳ್ಳುವಂತೆ ನಿಮ್ಮನ್ನು ಉತ್ತೇಜಿಸುತ್ತದೆ. ಆದರೆ ಬೆಲೆಯು ವಿರುದ್ಧ ದಿಕ್ಕಿನಲ್ಲಿ ಹೋಗುತ್ತದೆ ಮತ್ತು ನಿಮ್ಮ ಸ್ಟಾಪ್-ಲಾಸ್ನ ಮಟ್ಟ ತಲುಪುತ್ತದೆ.

ಕೆಲವೊಮ್ಮೆ, FOMO ವ್ಯಾಪಾರಿಗಳ ಚಿಂತನೆಯ ಪ್ರಕ್ರಿಯೆಯಿಂದಾಗಿ ಸಹ ಸಂಭವಿಸುತ್ತದೆ. ಅನೇಕ ಜನರು ಪ್ರತಿ ವ್ಯಾಪಾರದಲ್ಲಿ ಮತ್ತು ಪ್ರತಿ ವ್ಯಾಪಾರದ ದಿನದಲ್ಲಿ ಲಾಭವನ್ನು ಗಳಿಸಲು ಬಯಸುತ್ತಾರೆ. ಈ ರೀತಿಯ ಆಲೋಚನೆಯೊಂದಿಗೆ ಅವರಿಗೆ ಪ್ರತಿ ಸಣ್ಣ ಚಲನೆಯು ದೊಡ್ಡ ಚಲನೆಯ ಪ್ರಾರಂಭದಂತೆ ಕಂಡುಬರುತ್ತದೆ ಮತ್ತು ಅವರು ಬಹಳಷ್ಟು ಅನಗತ್ಯ ವಹಿವಾಟುಗಳನ್ನು ತೆಗೆದುಕೊಳ್ಳುತ್ತಾರೆ.

FOMO ಅನ್ನು ತಪ್ಪಿಸಲು ಸರಳವಾದ ಮಾರ್ಗವೆಂದರೆ 100% ವ್ಯಾಖ್ಯಾನಿಸಲಾದ 'ಪ್ರವೇಶ' (entry rules) ನಿಯಮಗಳೊಂದಿಗೆ ಒಂದು trade ವ್ಯವಸ್ಥೆಯನ್ನು ಅನುಸರಿಸುವುದು. ಪ್ರವೇಶ ನಿಯಮಗಳನ್ನು ಸಂಪೂರ್ಣವಾಗಿ ವ್ಯಾಖ್ಯಾನಿಸಿದಾಗ, ಯಾದೃಚ್ಛಿಕ ವಹಿವಾಟುಗಳನ್ನು ತೆಗೆದುಕೊಳ್ಳುವ ಸಾಧ್ಯತೆಯು ಕಡಿಮೆಯಾಗುತ್ತದೆ.

Trading System ಹೇಗೆ ಅಂತಿಮಗೊಳಿಸುವುದು?

ನೀವು YouTube ನಲ್ಲಿ 'Intraday Strategy' ಎಂದು ಹುಡುಕಿದರೆ, ನೀವು ವಿವಿಧ ರೀತಿಯ ಇಂಟ್ರಾಡೇ trading ತಂತ್ರಗಳನ್ನು ವಿವರಿಸುವ ಮಿಲಿಯನ್‌ಗಟ್ಟಲೆ ವೀಡಿಯೊಗಳನ್ನು ನೋಡಬಹುದು. ಆದರೆ ಈ ತಂತ್ರಗಳಲ್ಲಿ ಹೆಚ್ಚಿನವು ಬ್ಯಾಕ್‌ಟೆಸ್ಟ್ ಆಗಿರುವುದಿಲ್ಲ. ಅಥವಾ ಅಲ್ಪಾವಧಿಗೆ ಮಾತ್ರ ಬ್ಯಾಕ್‌ಟೆಸ್ಟ್ ಮಾಡಲ್ಪಡುತ್ತವೆ

ನೀವು ದೀರ್ಘಾವಧಿಯಲ್ಲಿ ಹಣ ಸಂಪಾದಿಸಲು ಬಯಸಿದರೆ, ದೀರ್ಘಾವಧಿಯಲ್ಲಿ ಧನಾತ್ಮಕ ಫಲಿತಾಂಶಗಳನ್ನು ತೋರಿಸುವ ವ್ಯಾಪಾರ ತಂತ್ರವನ್ನು ನೀವು ಆರಿಸಬೇಕಾಗುತ್ತದೆ. 10 ವರ್ಷಗಳ (ಕನಿಷ್ಠ 5 ವರ್ಷಗಳ) ಐತಿಹಾಸಿಕ ಡೇಟಾವನ್ನು ಬ್ಯಾಕ್‌ಟೆಸ್ಟ್ ಮಾಡಿ ತಯಾರಿಸಿದ ವ್ಯಾಪಾರ ತಂತ್ರವನ್ನು ಬಳಸಲು ನಾನು ಸಲಹೆ ನೀಡುತ್ತೇನೆ. ವ್ಯಾಪಾರ ತಂತ್ರಗಳು 10 ವರ್ಷಗಳೂ ಧನಾತ್ಮಕ ಫಲಿತಾಂಶಗಳನ್ನು ನೀಡಿದರೆ ಅವು ಭವಿಷ್ಯದಲ್ಲೂ ಲಾಭವನ್ನು ಒದಗಿಸುವ ಹೆಚ್ಚಿನ ಸಂಭವನೀಯತೆಯಿದೆ.

ನೀವು ವ್ಯಾಪಾರ ತಂತ್ರವನ್ನು ನಿರ್ಣಯಿಸುವಾಗ ವಿಶ್ಲೇಷಿಸಲು ನಿರ್ಣಾಯಕ ನಿಯತಾಂಕಗಳನ್ನು ಕೆಳಗೆ ನೀಡಲಾಗಿದೆ:

1. ನಿಖರತೆ

ನೀವು ಇಂಟ್ರಾಡೇ ಟ್ರೇಡಿಂಗ್‌ಗೆ ಹೊಸಬರಾಗಿದ್ದರೆ, ದಯವಿಟ್ಟು ಈ ಅಂಶವನ್ನು ಗಮನಿಸಿ - "90% ವ್ಯಾಪಾರದ ನಿಖರತೆ" ಎಂಬಂತಹ ಯಾವುದೇ ಸಂಗತಿ ಅಸ್ತಿತ್ವದಲ್ಲಿಲ್ಲ.

ಏಕೆಂದರೆ ಇಂಟ್ರಾಡೇ ಟ್ರೇಡಿಂಗ್‌ನ ಅನಿಶ್ಚಿತ ಜಗತ್ತಿನಲ್ಲಿ, ಇತರ ಅಂಶಗಳೊಂದಿಗೆ ರಾಜಿ ಮಾಡಿಕೊಳ್ಳದೆ 90% ನಿಖರತೆ ಹೊಂದಲು ಅಸಾಧ್ಯ.

ಉದಾಹರಣೆಗೆ, ನಿಫ್ಟಿಯನ್ನು 16000ದಲ್ಲಿ ಖರೀದಿಸಿ, ಟಾರ್ಗೆಟ್ 16100ರಲ್ಲಿ ಮತ್ತು ಸ್ಟಾಪ್-ಲಾಸ್ ಅನ್ನು 12000 ನಲ್ಲಿ ಎಂದು ನಾನು ಹೇಳಬಹುದು. ಇದರಿಂದ ನೀವು ಹಣ ಸಂಪಾದಿಸಲು ಸಾಧ್ಯವಾಗುತ್ತದೆ ಎಂದು ನೀವು ಭಾವಿಸುತ್ತೀರಾ?

ಸತ್ಯ #1 - ಉತ್ತಮ ವ್ಯಾಪಾರ ವ್ಯವಸ್ಥೆಯು ಇತರ ಅಂಶಗಳೊಂದಿಗೆ ರಾಜಿ ಮಾಡಿಕೊಳ್ಳದಿದ್ದಾಗ ಕೇವಲ 40-60% ನಿಖರತೆಯನ್ನು ಹೊಂದಿರುತ್ತದೆ.

2. ಲಾಭದ ಅಂಶ (PF)

ಇದು ರಿಸ್ಕ್-ರಿವಾರ್ಡ್ ಪರಿಕಲ್ಪನೆಯ ರೀತಿ. ಕೆಳಗಿನ ಸೂತ್ರವನ್ನು ಬಳಸಿಕೊಂಡು ಇದನ್ನು ಕಂಡುಹಿಡಿಯಲಾಗಿದೆ:

ಲಾಭದ ಅಂಶ = ವಹಿವಾಟುಗಳನ್ನು ಗೆದ್ದಾಗ ಬಂದ ಒಟ್ಟು ಲಾಭ / ವಹಿವಾಟುಗಳನ್ನು ಕಳೆದುಕೊಂಡಾಗಗ ಆದ ಮೂಲಕ ಒಟ್ಟು ನಷ್ಟ

ಹೆಚ್ಚಿನ ಸಂದರ್ಭಗಳಲ್ಲಿ, PF ನಿಖರತೆಗೆ ವಿಲೋಮ ಅನುಪಾತದಲ್ಲಿರುತ್ತದೆ. ನಾವು ಹೆಚ್ಚಿನ ನಿಖರತೆಯ ವ್ಯಾಪಾರ ವ್ಯವಸ್ಥೆಯನ್ನು ಹುಡುಕಿದಾಗಲೆಲ್ಲಾ, PF ಸ್ವಯಂಚಾಲಿತವಾಗಿ ಕಡಿಮೆಯಾಗುತ್ತದೆ. ಇದಕ್ಕೆ ವ್ಯತಿರಿಕ್ತವಾಗಿ, ಕಡಿಮೆ ನಿಖರತೆಯನ್ನು ಹೊಂದಿರುವ ಅನೇಕ ವ್ಯಾಪಾರ ವ್ಯವಸ್ಥೆಗಳು ಹೆಚ್ಚಿನ PF ಅನ್ನು ಹೊಂದಬಹುದು (ಆದಾಗ್ಯೂ, ಕಡಿಮೆ ನಿಖರತೆ ಹೊಂದಿರುವ ಎಲ್ಲಾ ವ್ಯವಸ್ಥೆಗಳು ಹೆಚ್ಚಿನ PF ಅನ್ನು ಹೊಂದಿರುತ್ತದೆ ಎಂದು ಅರ್ಥವಲ್ಲ).

ಸತ್ಯ #2 - 1.2 ಕ್ಕಿಂತ ಹೆಚ್ಚಿನ ಲಾಭದ ಅಂಶವನ್ನು ಹೊಂದಿರುವ ವ್ಯಾಪಾರ ವ್ಯವಸ್ಥೆಯು ಇತರ ಅಂಶಗಳೊಂದಿಗೆ ಉತ್ತಮವಾಗಿ ಸ್ಕೋರ್ ಮಾಡಿದರೆ ಒಳ್ಳೆಯದು.

3. ಗರಿಷ್ಠ ಡ್ರಾಡೌನ್

ಒಬ್ಬ ವ್ಯಾಪಾರಿ ಉತ್ತಮ trading ವ್ಯವಸ್ಥೆಯನ್ನು ಹೊಂದಿದ್ದಾನೆ ಎಂದು ಊಹಿಸಿ. ಆಗ ಯಶಸ್ಸಿನ ಅನುಪಾತ 60%, ಲಾಭದ ಅಂಶ 1.5.

ಇದರರ್ಥ 100 trading ವಹಿವಾಟುಗಳಲ್ಲಿ 60 ವಹಿವಾಟುಗಳು ಗೆದ್ದವು ಮತ್ತು 40 ವಹಿವಾಟುಗಳು ಸೋತವು. ಹೆಚ್ಚುವರಿಯಾಗಿ, ನಾವು ಪ್ರತಿ ವ್ಯಾಪಾರಕ್ಕೆ 10K ಅಪಾಯವನ್ನು ಹೊಂದಿದ್ದರೆ, ಗೆಲ್ಲುವ ವಹಿವಾಟುಗಳು 15K (1-1.5 ರ RR) ಲಾಭವನ್ನು ಗಳಿಸಿದವು.

ಆದ್ದರಿಂದ ದಾಖಲೆಗಳಲ್ಲಿ ಎಲ್ಲವೂ ಚೆನ್ನಾಗಿ ಕಾಣುತ್ತದೆಯಲ್ಲವೇ?

ಒಬ್ಬ ವ್ಯಾಪಾರಿ ಮೇಲಿನ ವ್ಯವಸ್ಥೆಯನ್ನು ಬಳಸಲು ಪ್ರಾರಂಭಿಸುತ್ತಾನೆ ಮತ್ತು ಈ ವ್ಯವಸ್ಥೆಗೆ 1,000,000 (10 ಲಕ್ಷ) ಬಂಡವಾಳವನ್ನು ನಿಯೋಜಿಸುತ್ತಾನೆ.

ಕೆಲವು ವಹಿವಾಟುಗಳ ನಂತರ, ಅವನ ಬಂಡವಾಳವು 700,000 ಕ್ಕೆ ಕಡಿಮೆಯಾಗುತ್ತದೆ (7 ಲಕ್ಷಗಳು, ಇದು 30% ಸವೆತ). ಇದಾದ ನಂತರ ಅವನು ಅದೇ ವ್ಯಾಪಾರ ತಂತ್ರವನ್ನು ಬಳಸಿ ಅದೇ ಮನಸ್ಥಿತಿಯಲ್ಲಿ ವಹಿವಾಟುಗಳನ್ನು ತೆಗೆದುಕೊಳ್ಳಲು, ಅದೇ ಭಾವನಾತ್ಮಕ ಸ್ಥಿರತೆಯನ್ನು ಉಳಿಸಿಕೊಳ್ಳಲು ಸಾಧ್ಯವಾಗುತ್ತದೆ ಎಂದು ನೀವು ಭಾವಿಸುತ್ತೀರಾ?

ಉತ್ತರ, ಇಲ್ಲ!

ಮೇಲಿನ ಪ್ರಕರಣದಲ್ಲಿ, ಗರಿಷ್ಠ ಡ್ರಾಡೌನ್ ಕೇವಲ 10% ಆಗಿದ್ದರೆ (ಅಂದರೆ 9 ಲಕ್ಷದವರೆಗೆ ಬಂಡವಾಳದ ಸವೆತ ಆಗಿದ್ದರೆ), ಆಗ ಅದೇ ವ್ಯಾಪಾರಿ ಅದೇ ವ್ಯಾಪಾರ ವ್ಯವಸ್ಥೆಯನ್ನು ಬಳಸಿಕೊಂಡು ವಹಿವಾಟುಗಳನ್ನು ತೆಗೆದುಕೊಳ್ಳುವ ಉತ್ತಮ ಮನಸ್ಥಿತಿಯಲ್ಲಿರುತ್ತಿದ್ದ.

ಆದ್ದರಿಂದ, ವ್ಯಾಪಾರ ವ್ಯವಸ್ಥೆಯನ್ನು ಆಯ್ಕೆಮಾಡುವಾಗ ಗರಿಷ್ಠ ಡ್ರಾಡೌನ್ ಮಾನಸಿಕವಾಗಿ ಪ್ರಮುಖ ಪಾತ್ರವನ್ನು ವಹಿಸುತ್ತದೆ.

ಸತ್ಯ #3 - ಯಾವುದೇ ವ್ಯಾಪಾರ ವ್ಯವಸ್ಥೆಯಲ್ಲಿ ಗರಿಷ್ಠ ಡ್ರಾಡೌನ್ 20% ಮೀರಬಾರದು. 10% ಕ್ಕಿಂತ ಕಡಿಮೆ ಗರಿಷ್ಠ ಡ್ರಾಡೌನ್ ಹೊಂದಿರುವ ತಂತ್ರಗಳನ್ನು ಮಾತ್ರ ಆಯ್ಕೆ ಮಾಡಲು ನಾನು ಸಲಹೆ ನೀಡುತ್ತೇನೆ.

4 - ಗರಿಷ್ಠ ಸತತವಾಗಿ ಸೋಲುಗಳು

ಜೀವನದಲ್ಲಿ ಯಶಸ್ವಿಯಾದ, ವಿಫಲವಾದ ಮತ್ತು ತ್ಯಜಿಸಿದ ಇತಿಹಾಸವನ್ನು ನಾವೆಲ್ಲರೂ ಹೊಂದಿದ್ದೇವೆ. ಆದರೆ ಈ ವೈಫಲ್ಯಗಳನ್ನು ನಾವು ಹೇಗೆ ಎದುರಿಸುತ್ತೇವೆ ಎಂಬುದು ನಮ್ಮನ್ನು ವ್ಯಾಖ್ಯಾನಿಸುತ್ತದೆ.

ನಾವು ಜೀವನದಲ್ಲಿ ವೈಫಲ್ಯವನ್ನು ಎದುರಿಸಿದಾಗ (ಅದು ಎಷ್ಟೇ ಚಿಕ್ಕದಾಗಿದ್ದರೂ), ನಮಗೆ ಬಹಳ ಕಸಿವಿಸಿಯಾಗುತ್ತದೆ. ಇದು ನಾವು ಬೆಳೆದುಬಂದ ರೀತಿ. ಇದೇ ತರ್ಕವು trading ಗೆ ಅನ್ವಯಿಸುತ್ತದೆ.

ವ್ಯಾಪಾರದಲ್ಲಿ ಕೇವಲ 1,000 ರೂ. ಕಳೆದುಕೊಂಡರೂ ನಮಗೆಲ್ಲರಿಗೂ ಬೇಸರವಾಗುತ್ತದೆ. ಏಕೆಂದರೆ ಇದು ಹಣದ ವಿಷಯ ಮಾತ್ರವಲ್ಲ. ವೈಫಲ್ಯವನ್ನು ಒಪ್ಪಿಕೊಳ್ಳುವುದು ಭಾವನಾತ್ಮಕವಾಗಿಯೂ ಕಷ್ಟ. ಆದ್ದರಿಂದ, ವ್ಯಾಪಾರ ವ್ಯವಸ್ಥೆಯಲ್ಲಿ ಸತತವಾಗಿ ನಷ್ಟ ಅನುಭವಿಸಿದಾಗ ಕಳೆದುಕೊಂಡಾಗ ನಾವು ಭವಿಷ್ಯದ ವಹಿವಾಟುಗಳನ್ನು ತೆಗೆದುಕೊಳ್ಳದೇ ಇರಬಹುದು. ಏಕೆಂದರೆ ಮಾನಸಿಕ ವ್ಯಾಕುಲತೆಯಿಂದಾಗಿ ಹೆಚ್ಚಿನ ವೈಫಲ್ಯಗಳನ್ನು ಎದುರಿಸಲು ನಾವು ಭಯಪಡುತ್ತೇವೆ.

ಸತ್ಯ #4 - ಉತ್ತಮ ವ್ಯಾಪಾರ ವ್ಯವಸ್ಥೆಯು ಸತತವಾಗಿ 12 ಕ್ಕಿಂತ ಕಡಿಮೆ ನಷ್ಟದ ವಹಿವಾಟುಗಳನ್ನು ಹೊಂದಿರುತ್ತದೆ. ಇದು ಕಾಗದದ ಮೇಲೆ ಗಮನಾರ್ಹ ಸಂಖ್ಯೆಯಂತೆ ಕಾಣಿಸಬಹುದು, ಆದರೆ ಅಂಕಿಅಂಶಗಳ ಪ್ರಕಾರ, 50% ನಿಖರತೆಯ ವ್ಯವಸ್ಥೆಗೆ ಸಹ 10 ಸತತ ಸೋತವರ ಸಾಧ್ಯತೆಯಿದೆ ಎಂಬುದನ್ನು ಮರೆಯಬೇಡಿ.

ಆರಂಭದಲ್ಲಿ, ವ್ಯಾಪಾರ ವ್ಯವಸ್ಥೆಗಳ ಬಗ್ಗೆ ಸಂಪೂರ್ಣ ವಿವರಗಳನ್ನು ಒದಗಿಸುವ ಬಗ್ಗೆ ನನಗೆ ಯೋಚನೆ ಇರಲಿಲ್ಲ. ಏಕೆಂದರೆ ಸಾಮಾನ್ಯವಾಗಿ ನಮ್ಮ ಮನಸ್ಸು ಯಾವುದೇ ಪ್ರಯತ್ನವನ್ನು ಮಾಡದೆ ಅಮೂಲ್ಯವಾದದ್ದನ್ನು ಪಡೆದರೆ ಅದಕ್ಕೆ ಸರಿಯಾದ ಮೌಲ್ಯವನ್ನು ನೀಡುವುದಿಲ್ಲ. ಆದರೆ ವ್ಯಾಪಾರ ತಂತ್ರವನ್ನು ನಿರ್ಣಯಿಸುವಾಗ ಮೇಲೆ ತಿಳಿಸಲಾದ ನಿಯತಾಂಕಗಳನ್ನು ಅರ್ಥಮಾಡಿಕೊಳ್ಳುವುದು ಕಷ್ಟ.

ಆದ್ದರಿಂದ, ನಾನು ಸಮತೋಲಿತ ವಿಧಾನವನ್ನು ಆರಿಸಿಕೊಂಡಿದ್ದೇನೆ. 5 ಡೇ-ಟ್ರೇಡಿಂಗ್ ಸಿಸ್ಟಮ್‌ಗಳಿಗಾಗಿ, ನೇರ ಪ್ರವೇಶ, SL ಮತ್ತು ನಿರ್ಗಮನ ನಿಯಮಗಳ ಜೊತೆಗೆ ಸಂಪೂರ್ಣ ಬ್ಯಾಕ್ ಟೆಸ್ಟ್ ಫಲಿತಾಂಶಗಳನ್ನು ನಾನು ಹಂಚಿಕೊಂಡಿದ್ದೇನೆ.

ನಾನು ಉಳಿದ 5 ದಿನ-ವ್ಯಾಪಾರ ಪರಿಕಲ್ಪನೆಗಳನ್ನು ಕಚ್ಚಾ trading ಪರಿಕಲ್ಪನೆಗಳಾಗಿ ವಿವರಿಸಿದ್ದೇನೆ ಮತ್ತು ಓದುಗರು ಅದನ್ನೇ ಬ್ಯಾಕ್‌ಟೆಸ್ಟ್ ಮಾಡಬಹುದು ಮತ್ತು ಅವುಗಳಿಗೆ ವ್ಯಾಪಾರ ನಿಯಮಗಳನ್ನು ಅಭಿವೃದ್ಧಿಪಡಿಸಬಹುದು.

ಹಕ್ಕು ನಿರಾಕರಣೆ - 10 ವರ್ಷಗಳ ಐತಿಹಾಸಿಕ ಬ್ಯಾಂಕ್‌ನಿಫ್ಟಿ ಡೇಟಾದ ವಿರುದ್ಧ ಈ ಎಲ್ಲಾ ವ್ಯವಸ್ಥೆಗಳನ್ನು ಬ್ಯಾಕ್‌ಟೆಸ್ಟ್ ಮಾಡಲಾಗಿದೆ. ವ್ಯಾಪಾರ ತಂತ್ರಗಳ ಡೇಟಾ ಮತ್ತು ಕೋಡಿಂಗ್‌ನೊಂದಿಗೆ ನಾನು ಹೆಚ್ಚಿನ ಮುನ್ನೆಚ್ಚರಿಕೆಗಳನ್ನು ತೆಗೆದುಕೊಂಡಿದ್ದೇನೆ.

ಆದಾಗ್ಯೂ, ಡೇಟಾ ದೋಷ ಅಥವಾ ಕೋಡಿಂಗ್‌ನಲ್ಲಿ ದೋಷದ ಸಾಧ್ಯತೆಯಿದೆ, ಇದು ಫಲಿತಾಂಶಗಳನ್ನು ಸ್ವಲ್ಪಮಟ್ಟಿಗೆ ಬದಲಾಯಿಸಬಹುದು.

ಇದಲ್ಲದೆ, ಕಳೆದ 10 ವರ್ಷಗಳ ಐತಿಹಾಸಿಕ ಡೇಟಾದೊಂದಿಗೆ ವ್ಯಾಪಾರ ತಂತ್ರವು ಲಾಭವನ್ನು ತೋರಿಸಿದರೆ, ಭವಿಷ್ಯದಲ್ಲಿ ಗಳಿಕೆಯನ್ನು ನೀಡುವ ಹೆಚ್ಚಿನ ಸಂಭವನೀಯತೆ ಇದೆ ಎಂದು ನಾನು ಊಹಿಸಿದ್ದೇನೆ.

ಯಾವುದೇ ವ್ಯವಸ್ಥೆಯನ್ನು ಅಳವಡಿಸುವ ಮೊದಲು ಓದುಗರಿಗೆ ಎಲ್ಲವನ್ನೂ ಪರಿಶೀಲಿಸಲು ನಾನು ಸಲಹೆ ನೀಡುತ್ತೇನೆ.

ಸಿಸ್ಟಂ 1 - ಬದಲಾಗುತ್ತಿರುವ ಸರಾಸರಿ ಮತ್ತು ಬೆಲೆ ಕ್ರಾಸ್ ಓವರ್ ವ್ಯವಸ್ಥೆ

ಚಲಿಸುವ ಸರಾಸರಿ (MA) ವ್ಯಾಪಾರ ಸಮುದಾಯದಲ್ಲಿ ಸರಳ ಮತ್ತು ಅತ್ಯಂತ ಜನಪ್ರಿಯ ಸೂಚಕವಾಗಿದೆ. ಅನೇಕ ವ್ಯಾಪಾರ ಕಲ್ಪನೆಗಳನ್ನು ಸೃಷ್ಟಿಸಲು ಇದನ್ನು ವಿವಿಧ ರೀತಿಯಲ್ಲಿ ಬಳಸಬಹುದು.

MA ಅನ್ನು ಟ್ರೆಂಡ್-ಫಾಲೋಯಿಂಗ್ ಸೂಚಕವಾಗಿ ಮತ್ತು ಟ್ರೆಂಡ್-ರಿವರ್ಸಲ್ ಸೂಚಕವಾಗಿ ಬಳಸಬಹುದು. ಈ ವ್ಯವಸ್ಥೆಯಲ್ಲಿ, ಇಂಟ್ರಾಡೇ ಮಟ್ಟದಲ್ಲಿ ಸಾಮಾನ್ಯವಾಗಿ ಸಂಭವಿಸುವ ಕಾಂಟ್ರಾ ಬಿಗ್ ಮೂವ್‌ಗಳನ್ನು ಸೆರೆಹಿಡಿಯುವ ಗುರಿಯನ್ನು ನಾವು ಹೊಂದಿದ್ದೇವೆ.

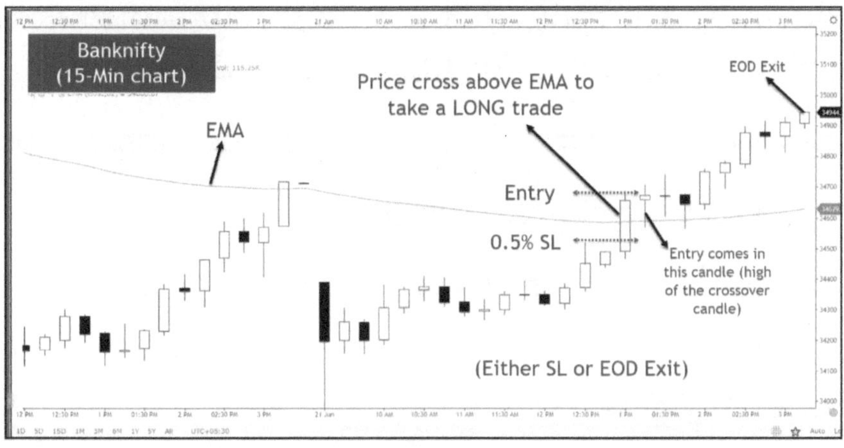

ಚಿತ್ರ 5.1 - ಇಎಂಎ ಮತ್ತು ಬೆಲೆ ಕ್ರಾಸ್‌ಓವರ್ ಲಾಂಗ್ ಟ್ರೇಡ್

ಮೇಲಿನ ಚಿತ್ರವು ದೀರ್ಘ ವ್ಯಾಪಾರಕ್ಕಾಗಿ ಇಎಂಎ ಮತ್ತು ಬೆಲೆ ಕ್ರಾಸ್‌ಓವರ್ ಅನ್ನು ತೋರಿಸುತ್ತದೆ (ಬೆಲೆಯು ಇಎಂಎಯನ್ನು ಇಳಿಮುಖದಿಂದ ದಾಟಬೇಕು).

ಪ್ರವೇಶ - ಕ್ರಾಸ್‌ಓವರ್ ಕ್ಯಾಂಡಲ್ನ ಹೆಚ್ಚಿನ ಬೆಲೆಯನ್ನು ಮುರಿದಾಗ

ಸ್ಟಾಪ್-ಲಾಸ್ - ಪ್ರವೇಶ ಬೆಲೆಯಿಂದ 0.5%

ನಿರ್ಗಮನ - ಬೆಲೆಯು ಸ್ಟಾಪ್-ಲಾಸ್ ತಲುಪಬೇಕು ಅಥವಾ ದಿನಾಂತ್ಯಕ್ಕೆ ನಿರ್ಗಮಿಸಬೇಕು.

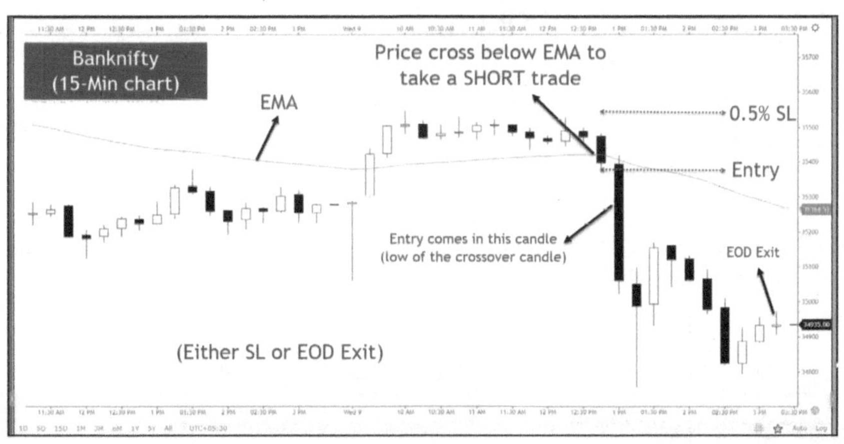

ಚಿತ್ರ 5.2 – EMA & ಬೆಲೆ ಕ್ರಾಸ್‌ಓವರ್ ಶಾರ್ಟ್ ಟ್ರೇಡ್

ಇದು ಶಾರ್ಟ್ ಟ್ರೇಡ್‌ಗಾಗಿ EMA ಮತ್ತು ಬೆಲೆ ಕ್ರಾಸ್‌ಓವರ್ ಉದಾಹರಣೆಯನ್ನು ತೋರಿಸುತ್ತದೆ (ಬೆಲೆಯು ಮೇಲಿನಿಂದ EMA ಯನ್ನು ದಾಟಬೇಕು).

ಪ್ರವೇಶ - ಬೆಲೆಯು ಕ್ರಾಸ್‌ಓವರ್ ಕ್ಯಾಂಡಲ್ನ ಕನಿಷ್ಟ ಮೌಲ್ಯವನ್ನು ಮುರಿದಾಗ

ಸ್ಟಾಪ್-ಲಾಸ್ - ಪ್ರವೇಶ ಬೆಲೆಯಿಂದ 0.5%

ನಿರ್ಗಮನ - ಬೆಲೆಯು ಸ್ಟಾಪ್-ಲಾಸ್ ತಲುಪಬೇಕು ಅಥವಾ ದಿನಾಂತ್ಯಕ್ಕೆ ನಿರ್ಗಮಿಸಬೇಕು.

ಬ್ಯಾಕ್ ಟೆಸ್ಟಿಂಗ್ ಸೆಟ್ಟಿಂಗ್‌ಗಳು

ಆರಂಭಿಕ ಬಂಡವಾಳ - ರೂ.350,000

ಟ್ರೇಡಿಂಗ್ ಇನ್ಸ್ಟ್ರುಮೆಂಟ್ - ಬ್ಯಾಂಕ್ನಿಫ್ಟಿ ಫ್ಯೂಚರ್ಸ್

ಸಮಯದ ಚೌಕಟ್ಟು - 15 ನಿಮಿಷ ಚಾರ್ಟ್

ಟ್ರೇಡಿಂಗ್ ವಿಂಡೋ - 2010 ರಿಂದ 2021

ಪೊಸಿಷನ್ ಸೈಝಿಂಗ್ - 2 ಸ್ಥಿರ ಲಾಟ್‌ಗಳು (ಬಂಡವಾಳದೊಂದಿಗೆ ಯಾವುದೇ ಹೆಚ್ಚಳವಿಲ್ಲ)

ವಹಿವಾಟು/ಜಾರುವಿಕೆ ವೆಚ್ಚ - 0.002%

EOD ನಿರ್ಗಮನ - 3.15 PM (IST - ಭಾರತೀಯ ಪ್ರಮಾಣಿತ ಸಮಯ)

ಮೂರು ವಿವಿಧ EMAಗಳ ಮೂಲಕ (63, 82 & 100) ಬ್ಯಾಕ್ ಟೆಸ್ಟಿಂಗ್ ಮಾಡಿದಾಗ ಸಿಕ್ಕ ಫಲಿತಾಂಶ ಈ ಕೆಳಗಿನಂತಿದೆ.

EMA	Initial Capital	Ending Capital	Accuracy	Profit Factor	Maximum Drawdown	Losing Trades (continu-ous)	Total Trades (10 yrs)
100	350,000	1,200,190	41.4%	1.33	14%	14	1223
82	350,000	1,434,289	41%	1.4	15%	10	1352
63	350,000	1,191,694	40%	1.25	12%	10	1573

ಸಿಸ್ಟಂ 2 - EMA ಕ್ರಾಸ್‌ಓವರ್ ಸಿಸ್ಟಮ್

ಬೆಲೆ ಮತ್ತು MA ಕ್ರಾಸ್‌ಓವರ್ ಅನ್ನು ಬಳಸುವ ಬದಲು, ವಹಿವಾಟುಗಳನ್ನು ಯೋಜಿಸಲು ನಾವು 2 EMA ಕ್ರಾಸ್‌ಓವರ್‌ಗಳನ್ನು ಸಹ ಬಳಸಬಹುದು. ಈ ವ್ಯವಸ್ಥೆಯು ವಹಿವಾಟುಗಳನ್ನು ಆಯ್ಕೆ ಮಾಡಲು ಎರಡು EMA ಗಳನ್ನು ಬಳಸುತ್ತದೆ.

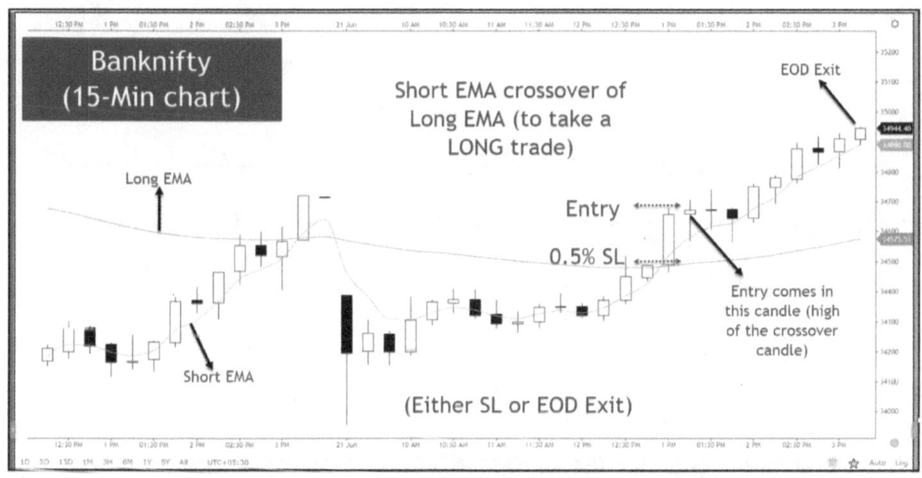

ಚಿತ್ರ 5.3 - ಲಾಂಗ್ ಟ್ರೇಡ್‌ಗಾಗಿ ಲಾಂಗ್ EMAಯ ಶಾರ್ಟ್ EMA ಕ್ರಾಸ್‌ಓವರ್

ಮೇಲಿನ ಚಿತ್ರವು ಲಾಂಗ್ ಟ್ರೇಡ್‌ಗಾಗಿ ಶಾರ್ಟ್ ಇಎಂಎ ಮತ್ತು ಲಾಂಗ್ ಇಎಂಎ ಕ್ರಾಸ್‌ಓವರ್‌ನ ಉದಾಹರಣೆಯನ್ನು ತೋರಿಸುತ್ತದೆ (ಶಾರ್ಟ್ ಇಎಂಎ ಡೌನ್‌ಸೈಡ್‌ನಿಂದ ಲಾಂಗ್ ಇಎಂಎ ದಾಟಬೇಕು).

ಪ್ರವೇಶ - ಕ್ರಾಸ್‌ಓವರ್ ಕ್ಯಾಂಡಲ್ನ ಗರಿಷ್ಠ ಬೆಲೆಯನ್ನು ಮುರಿದಾಗ

ಸ್ಟಾಪ್-ಲಾಸ್ - ಪ್ರವೇಶ ಬೆಲೆಯಿಂದ 0.5%

ನಿರ್ಗಮಿಸಿ - ಬೆಲೆಯು ಸ್ಟಾಪ್-ಲಾಸ್ ತಲುಪಬೇಕು ಅಥವಾ ದಿನಾಂತ್ಯಕ್ಕೆ ನಿರ್ಗಮಿಸಬೇಕು.

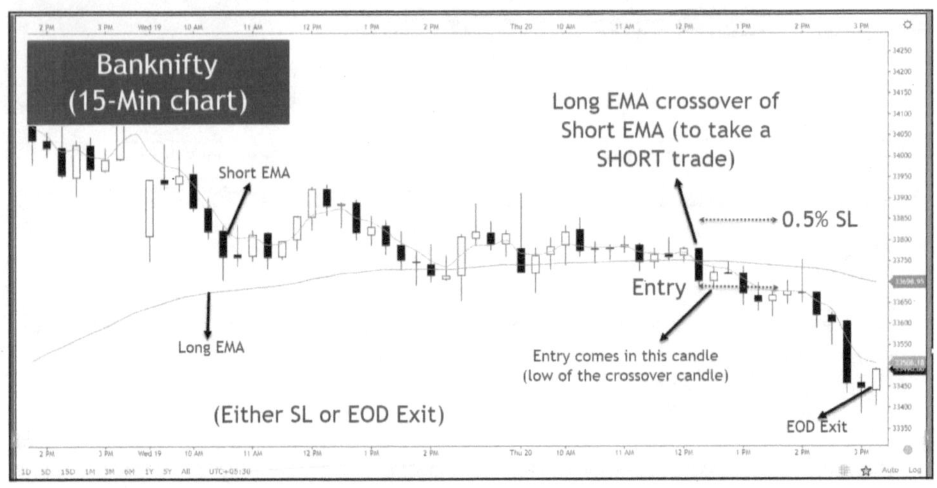

ಚಿತ್ರ 5.4 – ಶಾರ್ಟ್ ಟ್ರೇಡ್‌ಗಾಗಿ ಶಾರ್ಟ್ EMAಯ ದೀರ್ಘ EMA ಕ್ರಾಸ್ಓವರ್

ಇದು ಒಂದು ಸಣ್ಣ ವ್ಯಾಪಾರಕ್ಕಾಗಿ ಲಾಂಗ್ EMA ಮತ್ತು ಶಾರ್ಟ್ EMA ಕ್ರಾಸ್ಓವರ್‌ಗೆ ಒಂದು ಉದಾಹರಣೆಯನ್ನು ತೋರಿಸುತ್ತದೆ (ಲಾಂಗ್ EMA ಕಡಿಮೆ EMA ಅನ್ನು ಕಡಿಮೆಯಿಂದ ದಾಟಬೇಕು).

ಪ್ರವೇಶ - ಕ್ರಾಸ್ಓವರ್ ಕ್ಯಾಂಡಲ್ನ ಕಡಿಮೆ ಬೆಲೆಯನ್ನು ಮುರಿದಾಗ

ಸ್ಟಾಪ್-ಲಾಸ್ - ಪ್ರವೇಶ ಬೆಲೆಯಿಂದ 0.5%

ನಿರ್ಗಮಿಸಿ - ಬೆಲೆಯು ಸ್ಟಾಪ್-ಲಾಸ್ ಅಥವಾ EOD ನಿರ್ಗಮನವನ್ನು ಹೊಡೆಯಬೇಕು.

ಬ್ಯಾಕ್‌ಟೆಸ್ಟಿಂಗ್ ಸೆಟ್ಟಿಂಗ್‌ಗಳು

ಆರಂಭಿಕ ಬಂಡವಾಳ - ರೂ.350,000

ಟ್ರೇಡಿಂಗ್ ಇನ್ಸ್ಟ್ರುಮೆಂಟ್ - ಬ್ಯಾಂಕ್ನಿಫ್ಟಿ ಫ್ಯೂಚರ್ಸ್

ಸಮಯದ ಚೌಕಟ್ಟು - 15 ನಿಮಿಷ ಚಾರ್ಟ್

ಟ್ರೇಡಿಂಗ್ ವಿಂಡೋ - 2010 ರಿಂದ 2021

ಪೊಸಿಷನ್ ಗಾತ್ರ - 2 ಸ್ಥಿರ ಲಾಟ್‌ಗಳು (ಬಂಡವಾಳದೊಂದಿಗೆ ಯಾವುದೇ ಹೆಚ್ಚಳವಿಲ್ಲ)

ವಹಿವಾಟು/ಜಾರುವಿಕೆ ವೆಚ್ಚ - 0.002%

EOD ನಿರ್ಗಮನ - 3.15 PM (IST)

ಫಲಿತಾಂಶ

ಸಣ್ಣ ಮತ್ತು ದೀರ್ಘವಾದ EMA ಗಳ ಮೂರು ವಿಭಿನ್ನ ಸಂಯೋಜನೆಗಳೊಂದಿಗೆ ನಾವು ಬ್ಯಾಕ್ ಟೆಸ್ಟ್ ರನ್ ಮಾಡಿದಾಗ ದೊರೆತ ಫಲಿತಾಂಶದ ಟೇಬಲ್ ಕೆಳಗಿನಂತಿದೆ.

Short EMA	Long EMA	Initial Capital	Ending Capital	Accuracy	Profit Factor	Maximum Drawdown	Losing Trades (continuous)	Total Trades (10 yrs)
4	54	350,000	932,050	41%	1.25	14%	10	985
5	30	350,000	1,057,190	40%	1.24	19%	17	1261
6	60	350,000	931,860	43%	1.31	14%	8	777

ಸಿಸ್ಟಂ 3 - ಇನಿಶಿಯೇಟಿವ್ ಮಾರಾಟ ವ್ಯವಸ್ಥೆ (ಗ್ಯಾಪ್ ಅಪ್)

ಮಾರುಕಟ್ಟೆ ತೆರೆದಾಗ ಈ ಅಂತರಗಳು (gaps) ಏಕೆ ಸಂಭವಿಸಿದವು ಎಂದು ನಿಮಗೆ ತಿಳಿದಿದೆಯೇ?

ಹಿಂದಿನ ಮಾರುಕಟ್ಟೆಯ ಕ್ಲೋಸಿಂಗ್ ಮತ್ತು ಪ್ರಸ್ತುತ ಮಾರುಕಟ್ಟೆಯ ಓಪನಿಂಗ್ ನಡುವೆ ಕೆಲವು ನಿರ್ಣಾಯಕ ಮಾಹಿತಿಯು (ಧನಾತ್ಮಕ ಅಥವಾ ಋಣಾತ್ಮಕ) ಹೊರಬಂದಿದೆ.

ಹಿಂದಿನ ವಹಿವಾಟಿನ ದಿನದಂದು ಮಾಹಿತಿಯು ಹೊರಬಂದಿದ್ದರೆ, ಮಾರುಕಟ್ಟೆ ಸಮಯದಲ್ಲಿ ವಹಿವಾಟು ಮಾಡುವವರು ಈಗಾಗಲೇ ಅನುಕೂಲಕರ ಸ್ಥಾನವನ್ನು ತೆಗೆದುಕೊಂಡಿರುತ್ತಿದ್ದರು. ಆದರೆ ಇದು ಮಾರುಕಟ್ಟೆಯ ಕ್ಲೋಸಿಂಗ್ ನಂತರ ಬಿಡುಗಡೆಯಾಯಿತು. ಆದ್ದರಿಂದ ಇಲ್ಲಿ ಗಮನಾರ್ಹ ಅಂತರ ಸೃಷ್ಟಿಯಾಯಿತು.

ಮಾಹಿತಿಯು ಸಕಾರಾತ್ಮಕವಾಗಿದ್ದರೆ, ಗ್ಯಾಪ್-ಅಪ್ ತೆರೆಯುತ್ತದೆ. ಮಾಹಿತಿಯು ನಕಾರಾತ್ಮಕವಾಗಿದ್ದರೆ ಗ್ಯಾಪ್-ಡೌನ್ ತೆರೆಯುತ್ತದೆ. ಆದರೆ ಸಾಮಾನ್ಯ ಮಾರುಕಟ್ಟೆಯ ಪರಿಸ್ಥಿತಿಗಳಲ್ಲಿ ಬೆಲೆಯು ಯಾವುದೇ ಅಂತರವನ್ನು ತೋರಿಸುವುದಿಲ್ಲ ಮತ್ತು ಸಮತೋಲಿತ ಆರಂಭವನ್ನು ಪ್ರದರ್ಶಿಸುತ್ತದೆ (ಹಿಂದಿನ ದಿನದ ಶ್ರೇಣಿಯ ಮಧ್ಯ). ಇದು ಹಿಂದಿನ ದಿನದ ಬೆಲೆ ಶ್ರೇಣಿಯ ಮಟ್ಟದಲ್ಲೇ ಮೇಲಕ್ಕೆ ಮತ್ತು ಕೆಳಕ್ಕೆ ಚಲಿಸುತ್ತದೆ.

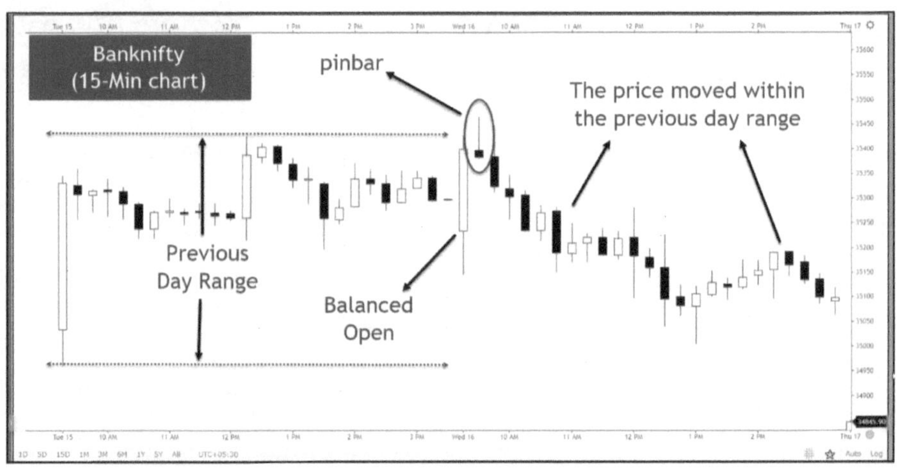

ಚಿತ್ರ 5.5 – ಬ್ಯಾಂಕ್ ನಿಫ್ಟಿಯಲ್ಲಿ ಸಮತೋಲಿತ ಮುಕ್ತ ಸನ್ನಿವೇಶ

ಮೇಲಿನವು ಬ್ಯಾಂಕ್ ನಿಫ್ಟಿಯಲ್ಲಿ ಸಮತೋಲಿತ ಮುಕ್ತ ಸನ್ನಿವೇಶದ ಉದಾಹರಣೆಯನ್ನು ತೋರಿಸುತ್ತದೆ. ಜೂನ್ 16 ರಂದು ಹಿಂದಿನ ದಿನದ ಶ್ರೇಣಿಯ ಮಧ್ಯದಲ್ಲಿ ಓಪನಿಂಗ್ ಆಯಿತು. ಇದು ರಾತ್ರೋರಾತ್ರಿ ಯಾವುದೇ ಮೂಲಭೂತ ಬದಲಾವಣೆ ಸಂಭವಿಸಿಲ್ಲ ಎಂದು ಸೂಚಿಸುತ್ತದೆ.

ಅದಲ್ಲದೆ, ಇದು ಹಿಂದಿನ ದಿನದ ಗರಿಷ್ಠವನ್ನು ಮುರಿಯಲು ವಿಫಲವಾಯಿತು ಮತ್ತು 'ಪಿನ್‌ಬಾರ್' ಮಾದರಿಯನ್ನು ಪ್ರದರ್ಶಿಸಿತು. ಹಿಂದಿನ ದಿನದ ವ್ಯಾಪ್ತಿಯೊಳಗೆ ಪಕ್ಕದ ಚಲನೆಯ ಹೆಚ್ಚಿನ ಸಂಭವನೀಯತೆ ಇದೆ ಎಂದು ಇದು ಸೂಚಿಸುತ್ತದೆ.

ಚಿತ್ರ 5.6 - PDH ನಲ್ಲಿ ಅಸಮತೋಲನದ ಓಪನಿಂಗ್

ಜೂನ್ 25 ರಂದು, ಬೆಲೆಯು ಹಿಂದಿನ ದಿನದ ಗರಿಷ್ಠಕ್ಕಿಂತ ಹೆಚ್ಚಾಗಿರುತ್ತದೆ (ಗ್ಯಾಪ್ ಅಪ್ ಓಪನ್), ಮತ್ತು ಓಪನಿಂಗ್‌ನ 15-ನಿಮಿಷಗಳ ನಂತರವೂ ಪರಿಸ್ಥಿತಿ ಹೀಗೇ ಇರುತ್ತದೆ.

ಅದು ಏನು ಸೂಚಿಸುತ್ತದೆ ಎಂದು ನಿಮಗೆ ತಿಳಿದಿದೆಯೇ?

ಕೆಲವರು ಗಣನೀಯ ಮಾಹಿತಿಯನ್ನು ಹೊಂದಿದ್ದಾರೆ ಎಂದು ಇದು ಸೂಚಿಸುತ್ತದೆ. ಇದು ಬ್ಯಾಂಕ್‌ನಿಫ್ಟಿಗೆ ಧನಾತ್ಮಕವಾಗಿದೆ ಮತ್ತು ಅವರ ಭಾಗವಹಿಸುವಿಕೆಯು PDHಗಿಂತ ಹೆಚ್ಚಾದ, ಅಸಮತೋಲಿತ ಓಪನಿಂಗ್‌ಗೆ ಕಾರಣವಾಯಿತು.

ಆದರೆ ಬೆಲೆಯು ಹೆಚ್ಚಿನ ಮಟ್ಟದಲ್ಲಿ ಓಪನಿಂಗ್ ಕಂಡಾಗ, ಕೆಲವು ಮಾರಾಟಗಳು ಸಂಭವಿಸುತ್ತವೆ (ಲಾಭದ ಬುಕಿಂಗ್‌ನಿಂದಾಗಿ). ಆದರೆ ಮೇಲಿನ ಪ್ರಕರಣದಲ್ಲಿ, 15-ನಿಮಿಷಗಳ ನಂತರವೂ, ಬೆಲೆಯು PDH ಗಿಂತ ಹೆಚ್ಚಾಗಿರುತ್ತದೆ. ಈ ಬಲವಾದ ಖರೀದಿದಾರರು ಎಲ್ಲಾ ಮಾರಾಟವನ್ನು (ಅಥವಾ ಬಹುತೇಕ ಟ್ರೇಡ್‌ಗಳನ್ನೂ) ಪಡೆಯುತ್ತಿದ್ದಾರೆ ಎಂದು ಇದು ಸೂಚಿಸುತ್ತದೆ. ಆದ್ದರಿಂದ ದಿನದ ಉಳಿದ ಸಮಯದಲ್ಲಿ ಪ್ರೈಸ್ ಟ್ರೇಡಿಂಗ್‌ನ ಸಂಭವನೀಯತೆ ಹೆಚ್ಚಿರುತ್ತದೆ.

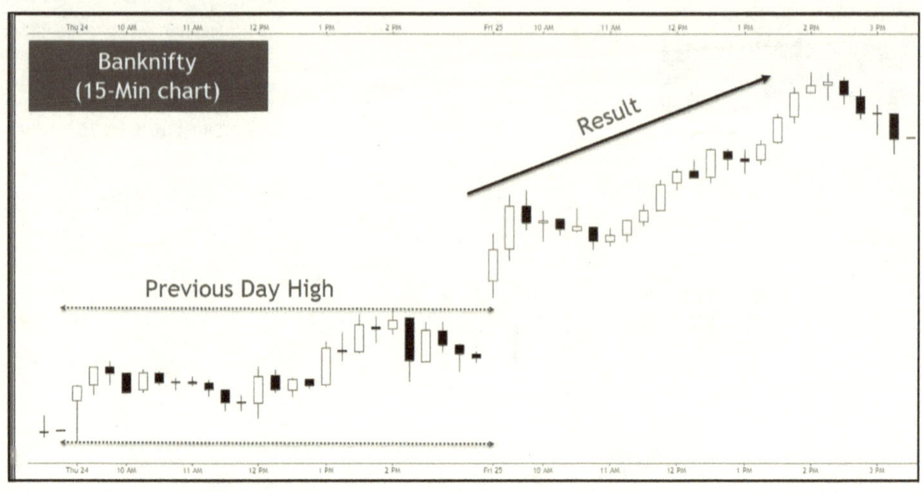

ಚಿತ್ರ 5.7 – ಅಸಮತೋಲನ ಓಪನ್ ಫಲಿತಾಂಶ

ಬೆಲೆಯು ತ್ವರಿತವಾಗಿ ಮೇಲಕ್ಕೆ ಚಲಿಸಿದೆ ಮತ್ತು ದಿನದ ಗರಿಷ್ಠದಲ್ಲಿ ಮುಚ್ಚಲ್ಪಟ್ಟಿದೆ. ಆದ್ದರಿಂದ ಅಸಮತೋಲನ ಮುಕ್ತ ಫಲಿತಾಂಶವು ಸ್ಪಷ್ಟವಾಗಿ ಗೋಚರಿಸುತ್ತದೆ.

ಅಸಮತೋಲನ ಮುಕ್ತ ಮತ್ತು PDH ಗಿಂತ ಹೆಚ್ಚಿನ ಬೆಲೆ ಸ್ವೀಕಾರವನ್ನು ನೋಡಿದ ನಂತರ ವ್ಯಾಪಾರಿ trade ತೆಗೆದುಕೊಳ್ಳುತ್ತಾನೆ ಎಂದು ಭಾವಿಸೋಣ. ಈ ಸಂದರ್ಭದಲ್ಲಿ, ಅವನು ಉತ್ತಮ ಲಾಭವನ್ನು ಗಳಿಸುವ ಹೆಚ್ಚಿನ ಸಂಭವನೀಯತೆ ಇರುತ್ತದೆ (ಹೈ ಆಫ್ ದಿ ಕ್ಯಾಂಡಲ್ ಗಿಂತ ಮೇಲಿನ ಪ್ರವೇಶ, ಲೋ ಆಫ್ ದಿ ಕ್ಯಾಂಡಲ್ ಗಿಂತ ಕೆಳಗಿನ ಸ್ಟಾಪ್-ಲಾಸ್ ಇಟ್ಟುಕೊಳ್ಳುವುದು).

ಆದ್ದರಿಂದ, ಈ ವ್ಯವಸ್ಥೆಯು PDH ಗಿಂತ ಹೆಚ್ಚಿನ, ತ್ವರಿತ ಚಲನೆ ಇರುವ ಲಾಂಗ್ ಟ್ರೇಡ್‌ಗಳನ್ನು ಮಾತ್ರ ಸೆರೆಹಿಡಿಯುವ ಗುರಿಯನ್ನು ಹೊಂದಿದೆ.

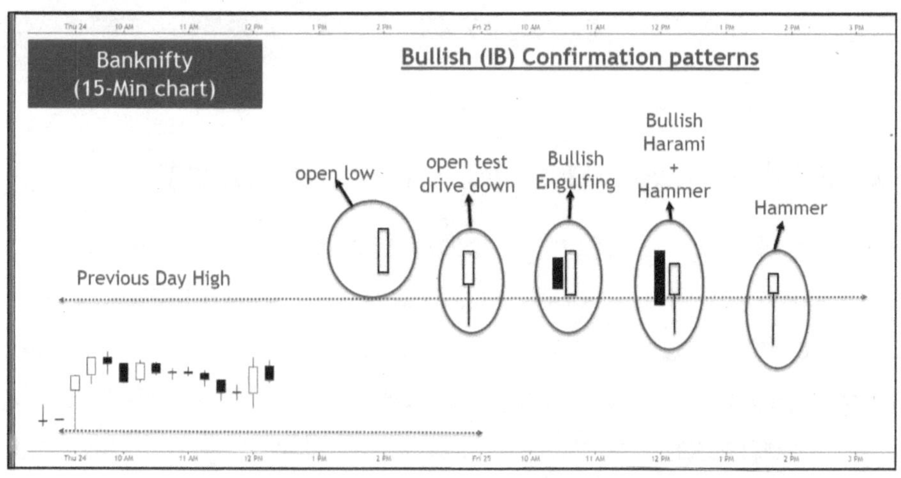

ಚಿತ್ರ 5.8 - ಇನಿಶಿಯೇಟಿವ್ ಬೈಯಿಂಗ್‌ಗಾಗಿ ಬುಲ್ಲಿಶ್ ದೃಢೀಕರಣ ಮಾದರಿಗಳು

ಚಿತ್ರ 5.8 ಇನಿಶಿಯೇಟಿವ್ ಖರೀದಿಗಾಗಿ ಬುಲಿಶ್ ದೃಢೀಕರಣ ಮಾದರಿಗಳನ್ನು ತೋರಿಸುತ್ತದೆ. ಇದು ಹಲವು ಬುಲಿಶ್ ಕ್ಯಾಂಡಲ್ ಸ್ಟಿಕ್ ಮಾದರಿಗಳ ಮೂಲಕ ಬರಬಹುದು. ಅವುಗಳೆಂದರೆ, ಬುಲಿಶ್ ಎಂಗಲ್ಫಿಂಗ್, ಬುಲಿಶ್ ಹರಾಮಿ + ಹ್ಯಾಮರ್, ಹ್ಯಾಮರ್ ಮಾದರಿಗಳು (ಅಧ್ಯಾಯ-4 ರಲ್ಲಿ ಚರ್ಚಿಸಿದಂತೆ) ಅಥವಾ 'ಓಪನ್-ಲೋ' (ಲೋ ಆಫ್ ದಿ ಕ್ಯಾಂಡಲ್ ಓಪನಿಂಗ್ ಗೆ ಸಮಾನವಾಗಿದ್ದಾಗ) (ಇದು ಬೆಲೆ ಸ್ವೀಕಾರ ಪ್ಯಾಟರ್ನ್ ಆಗಿದೆ) ಅಥವಾ 'ಓಪನ್-ಟೆಸ್ಟ್-ಡ್ರೈವ್-ಅಪ್'. (ಓಪನಿಂಗ್ ಆಗುತ್ತದೆ, ಕೆಳಕ್ಕೆ ಚಲಿಸುತ್ತದೆ, ಕಡಿಮೆ ಬೆಲೆ ಪರೀಕ್ಷೆಯಲ್ಲಿ ವಿಫಲಗೊಳ್ಳುತ್ತದೆ ನಂತರ ಬೆಲೆ ಮೇಲಕ್ಕೆ ಚಲಿಸುತ್ತದೆ. ಇದು ಬೆಲೆ ನಿರಾಕರಣೆ ಮಾದರಿಯಾಗಿದೆ. ಈ ಸಂದರ್ಭದಲ್ಲಿ PDHಗಿಂತ ಕಡಿಮೆಗೆ ಮಾರಾಟ ಮಾಡುವುದನ್ನು ತಿರಸ್ಕರಿಸುವುದು).

ವ್ಯಾಪಾರಿಗಳು ಈ ಮಾದರಿಗಳನ್ನು 5-ನಿಮಿಷ, ಅಥವಾ 10-ನಿಮಿಷ ಅಥವಾ 15-ನಿಮಿಷಗಳ ಕಾಲಮಿತಿಗಳಲ್ಲಿ (timeframe) ವೀಕ್ಷಿಸಬಹುದು. 5-ನಿಮಿಷಗಳ ಕಾಲಮಿತಿಯಲ್ಲಿ ನೀವು ಬೇಗನೆ ಪ್ರವೇಶವನ್ನು ಪಡೆಯುತ್ತೀರಿ. ಆದರೆ ವೈಫಲ್ಯದ ಹೆಚ್ಚಿನ ಸಂಭವನೀಯತೆಯೂ ಇದೆ ಎಂಬುದನ್ನು ದಯವಿಟ್ಟು ಗಮನಿಸಿ.

15 ನಿಮಿಷಗಳ ಕಾಲಾವಧಿಯಲ್ಲಿ, ನೀವು ಹೆಚ್ಚಿನ ಯಶಸ್ಸನ್ನು ಪಡೆಯುತ್ತೀರಿ, ಆದರೆ ಕೆಲವೊಮ್ಮೆ ನಿಮ್ಮ ಪ್ರವೇಶವು ತಡವಾಗಿರುತ್ತದೆ. ಆದ್ದರಿಂದ, ಈ ವ್ಯವಸ್ಥೆಯನ್ನು ಕೆಲವು ವರ್ಷಗಳವರೆಗೆ ಬ್ಯಾಕ್‌ಟೆಸ್ಟ್ ಮಾಡಲು ಮತ್ತು ನಿಮ್ಮ

ವ್ಯಕ್ತಿತ್ವಕ್ಕೆ ಸೂಕ್ತವಾದ ಕಾಲಾವಧಿಯನ್ನು ಆಯ್ಕೆ ಮಾಡಲು ನಾನು ಸಲಹೆ ನೀಡುತ್ತೇನೆ.

ಸಿಸ್ಟಮ್ 4 - ಇನಿಶಿಯೇಟಿವ್ ಸೆಲ್ಲಿಂಗ್ (ಗ್ಯಾಪ್-ಡೌನ್)

ಅಸಮತೋಲಿತ ಓಪನಿಂಗ್ ಮೇಲ್ಮುಖವಾಗಿ ಅಥವಾ ಕೆಳಮುಖವಾಗಿ ಸಂಭವಿಸಬಹುದು. ಇದು ಮೇಲ್ಮುಖವಾಗಿ ಕಾಣಿಸಿಕೊಂಡರೆ (PDH ನಲ್ಲಿ), ನಂತರ ಹಿಂದಿನ ವ್ಯವಸ್ಥೆಯಲ್ಲಿ ವಿವರಿಸಿದಂತೆ ವ್ಯಾಪಾರಿಗಳು ದೀರ್ಘ ವಹಿವಾಟುಗಳನ್ನು (long trade) ಯೋಜಿಸಬಹುದು. ಅದೇ ರೀತಿ, ಹಿಂದಿನ ದಿನದ ಕಡಿಮೆ (PDL) ಯಲ್ಲಿ ಸಂಭವಿಸಿದಲ್ಲಿ ವ್ಯಾಪಾರಿಗಳು ಸಣ್ಣ ವಹಿವಾಟುಗಳನ್ನು ಯೋಜಿಸಬಹುದು.

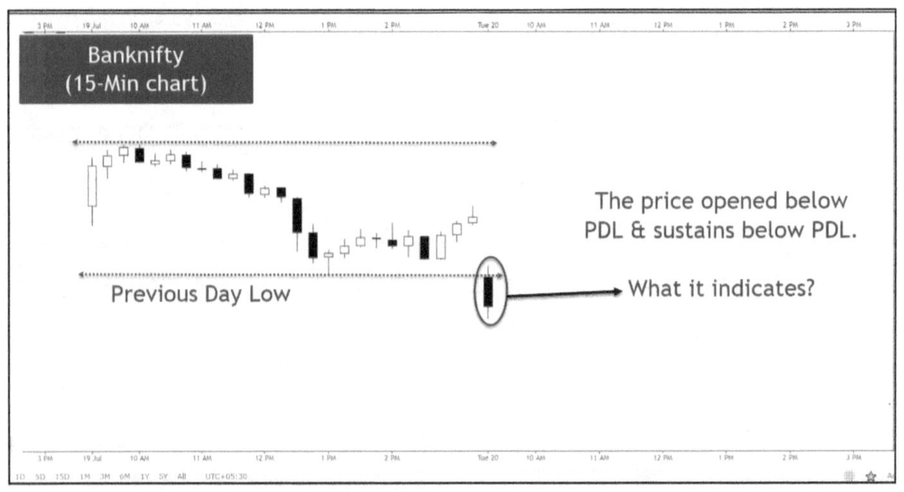

ಚಿತ್ರ 5.9 - PDL ನಲ್ಲಿ ಅಸಮತೋಲನ ಓಪನ್

ಜುಲೈ 20 ರಂದು, ಬೆಲೆಯು ಹಿಂದಿನ ದಿನದ ಕನಿಷ್ಠ ಮಟ್ಟದಲ್ಲಿ ನಿಖರವಾಗಿ ತೆರೆಯಲ್ಪಟ್ಟಿತು (ಕ್ಲೋಸಿಂಗ್‌ಗಿಂತ ಕೊಂಚ ಗ್ಯಾಪ್ ಡೌನ್) ಮತ್ತು ಇದು ಓಪನಿಂಗ್‌ನ 15-ನಿಮಿಷಗಳ ನಂತರವೂ PDL ಗಿಂತ ಕಡಿಮೆ ಇತ್ತು.

ಕೆಲವು ಜನರು ಪ್ರಮುಖ ಮಾಹಿತಿಯನ್ನು ಹೊಂದಿದ್ದಾರೆಂದು ಇದು ಸೂಚಿಸುತ್ತದೆ. ಇದು ಬ್ಯಾಂಕ್‌ನಿಫ್ಟಿಗೆ ಒಳ್ಳೆಯ ಸುದ್ದಿಯಲ್ಲ ಮತ್ತು ಅವರ ಭಾಗವಹಿಸುವಿಕೆಯು PDL ನಲ್ಲಿ ಅಸಮತೋಲನಕ್ಕೆ ಕಾರಣವಾಯಿತು.

ಈ ಬಲವಾದ ಮಾರಾಟಗಾರರು PDL ನಲ್ಲಿ ಬರುವ ಎಲ್ಲಾ ಖರೀದಿಗಳನ್ನು ಹೀರಿಕೊಳ್ಳುತ್ತಿದ್ದಾರೆ ಮತ್ತು ಆದ್ದರಿಂದ ಬೆಲೆಯು 15-ನಿಮಿಷಗಳ ನಂತರವೂ ಕೆಳಗೇ ಇರುತ್ತದೆ. ಆದ್ದರಿಂದ ದಿನದ ಉಳಿದ ಸಮಯದಲ್ಲಿ ಬೆಲೆಯು ಕೆಳಮುಖವಾಗಿ ಹೋಗುವ ಹೆಚ್ಚಿನ ಸಂಭವನೀಯತೆಯಿದೆ.

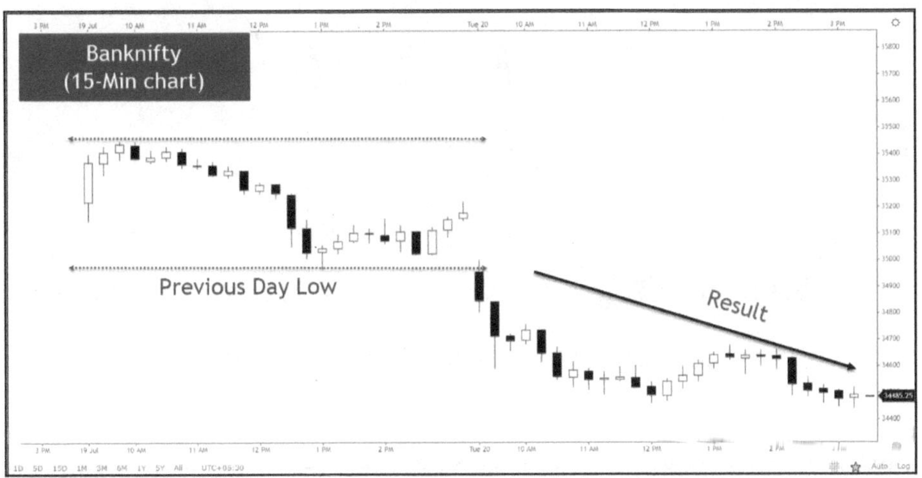

ಚಿತ್ರ 5.10 - ಅಸಮತೋಲನ ಓಪನ್ ಫಲಿತಾಂಶ

ಅಸಮತೋಲನದ ಫಲಿತಾಂಶವು ಕೆಳಮುಖವಾಗಿದೆ ಮತ್ತು ಬೆಲೆಯು ದಿನದ ಕನಿಷ್ಠ ಮಟ್ಟಕ್ಕೆ ಮುಚ್ಚಲ್ಪಟ್ಟಿದೆ.

ಅಸಮತೋಲನ ಓಪನ್ ಮತ್ತು PDL ಗಿಂತ ಕೆಳಗೆ ಬೆಲೆ ಸ್ವೀಕಾರ ಆಗಿದ್ದನ್ನು ನೋಡಿದ ನಂತರ ಒಬ್ಬ ವ್ಯಾಪಾರಿಯು trade ತೆಗೆದುಕೊಳ್ಳುತ್ತಾನೆ ಎಂದು ಭಾವಿಸೋಣ. ಆ ಸಂದರ್ಭದಲ್ಲಿ, ಅವನು ಉತ್ತಮ ಲಾಭವನ್ನು ಗಳಿಸುವ ಹೆಚ್ಚಿನ ಸಂಭವನೀಯತೆಯಿದೆ (ಲೋ ಆಫ್ ದಿ ಕ್ಯಾಂಡಲ್‌ಗಿಂತ ಕಡಿಮೆ ಓಪನಿಂಗ್, ಹೈ ಆಫ್ ದಿ ಕ್ಯಾಂಡಲ್‌ಗಿಂತ ಹೆಚ್ಚಿನ ಸ್ಟಾಪ್-ಲಾಸ್ ಅನ್ನು ಇರಿಸುವುದು).

ಆದ್ದರಿಂದ, ಈ ವ್ಯವಸ್ಥೆಯು PDL ಗಿಂತ ಕಡಿಮೆಯಿರುವ short ವಹಿವಾಟುಗಳನ್ನು (short trade) ಮಾತ್ರ ಸೆರೆಹಿಡಿಯುವ ಗುರಿಯನ್ನು ಹೊಂದಿದೆ.

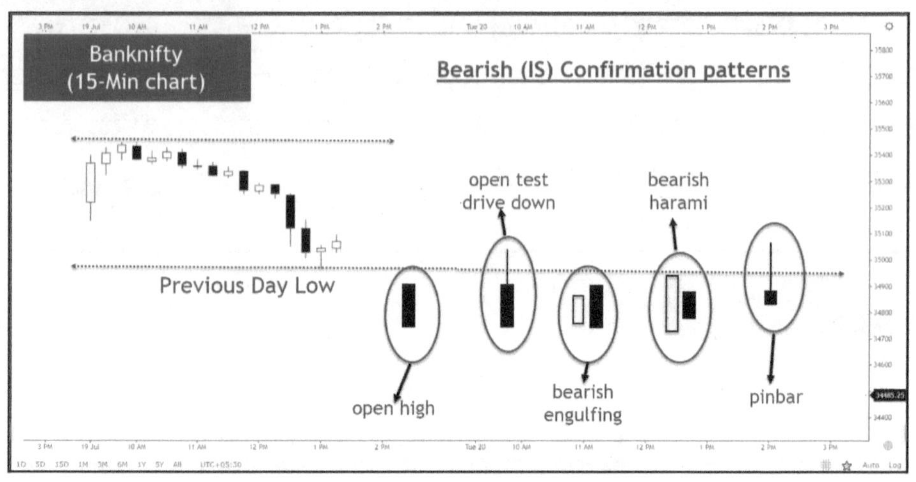

ಚಿತ್ರ 5.11 - ಇನಿಶಿಯೇಟಿವ್ ಮಾರಾಟಕ್ಕಾಗಿ ಬೇರಿಶ್ ದೃಢೀಕರಣ ಮಾದರಿಗಳು

ಚಿತ್ರ 5.11 ಇನಿಶಿಯೇಟಿವ್ ಮಾರಾಟಕ್ಕಾಗಿ ಬೇರಿಶ್ ದೃಢೀಕರಣ ಮಾದರಿಗಳನ್ನು ತೋರಿಸುತ್ತದೆ. ಇದು ಬೇರಿಶ್ ಎಂಗಲ್ಫಿಂಗ್, ಬೇರಿಶ್ ಹರಾಮಿ, ಪಿನ್‌ಬಾರ್ ಪ್ಯಾಟರ್ನ್‌ಗಳಂತಹ ಬೇರಿಶ್ ಕ್ಯಾಂಡಲ್‌ಸ್ಟಿಕ್ ಮಾದರಿಗಳ ಮೂಲಕ (ಅಧ್ಯಾಯ-4 ರಲ್ಲಿ ಚರ್ಚಿಸಿದಂತೆ) ಅಥವಾ 'ಓಪನ್-ಹೈ' ಮೂಲಕ ಬರಬಹುದು (ಓಪನಿಂಗ್ ಸಮಯದಲ್ಲಿ ಕ್ಯಾಂಡಲ್‌ನ ಎತ್ತರಕ್ಕೆ ಸಮನಾಗಿರುತ್ತದೆ) (ಇದು ಬೆಲೆ ಸ್ವೀಕಾರ ಮಾದರಿಯಾಗಿದೆ) ಅಥವಾ 'ಓಪನ್-ಟೆಸ್ಟ್-ಡ್ರೈವ್-ಡೌನ್' ಮೂಲಕ (ಓಪನಿಂಗ್ ಆಗುತ್ತದೆ, ಮೇಲಕ್ಕೆ ಚಲಿಸುತ್ತದೆ, ಬೆಲೆ ಪರೀಕ್ಷೆಯಲ್ಲಿ ವಿಫಲಗೊಳ್ಳುತ್ತದೆ ಮತ್ತು ನಂತರ ಬೆಲೆಗಳು ಕಡಿಮೆಯಾಗುತ್ತವೆ. ಇದು ಬೆಲೆ ನಿರಾಕರಣೆ ಮಾದರಿಯಾಗಿದೆ. ಈ ಸಂದರ್ಭದಲ್ಲಿ PDL ಮೇಲಿನ ಖರೀದಿಯನ್ನು ತಿರಸ್ಕರಿಸಬೇಕು) ಬರಬಹುದು.

ವ್ಯಾಪಾರಿಗಳು ಈ ಮಾದರಿಗಳನ್ನು 5-ನಿಮಿಷ, ಅಥವಾ 10-ನಿಮಿಷ ಅಥವಾ 15-ನಿಮಿಷಗಳ ಕಾಲಮಿತಿಗಳಲ್ಲಿ ವೀಕ್ಷಿಸಬಹುದು. 5-ನಿಮಿಷಗಳ ಕಾಲಮಿತಿಯಲ್ಲಿ, ನೀವು ಬೇಗನೆ ಪ್ರವೇಶವನ್ನು ಪಡೆಯುತ್ತೀರಿ, ಆದರೆ ವೈಫಲ್ಯದ ಹೆಚ್ಚಿನ ಸಂಭವನೀಯತೆಯೂ ಇದೆ ಎಂಬುದನ್ನು ದಯವಿಟ್ಟು ಗಮನಿಸಿ.

15 ನಿಮಿಷಗಳ ಕಾಲಾವಧಿಯಲ್ಲಿ, ನೀವು ಹೆಚ್ಚಿನ ಯಶಸ್ಸನ್ನು ಪಡೆಯುತ್ತೀರಿ, ಆದರೆ ಕೆಲವೊಮ್ಮೆ ನಿಮ್ಮ ಪ್ರವೇಶವು ತಡವಾಗಿರುತ್ತದೆ. ಆದ್ದರಿಂದ, ಈ ವ್ಯವಸ್ಥೆಯನ್ನು ಕೆಲವು ವರ್ಷಗಳವರೆಗೆ ಬ್ಯಾಕ್‌ಟೆಸ್ಟ್ ಮಾಡಲು ಮತ್ತು ನಿಮ್ಮ

ವ್ಯಕ್ತಿತ್ವಕ್ಕೆ ಸೂಕ್ತವಾದ ಕಾಲಾವಧಿಯನ್ನು ಆಯ್ಕೆ ಮಾಡಲು ನಾನು ಸಲಹೆ ನೀಡುತ್ತೇನೆ.

ಸಿಸ್ಟಮ್ 5 - ಓಪನ್ ರೇಂಜ್ ಬ್ರೇಕ್‌ಔಟ್ (ORB)

ORB ವ್ಯವಸ್ಥೆಯನ್ನು ಟೋಬಿ ಕ್ರೇಬಲ್ ಅಭಿವೃದ್ಧಿಪಡಿಸಿದ್ದಾರೆ. ಇದು ಡೇ ಟ್ರೇಡಿಂಗ್ ವ್ಯಾಪಾರ ಸಮುದಾಯದ ಜನಪ್ರಿಯ ವ್ಯಾಪಾರ ತಂತ್ರಗಳಲ್ಲಿ ಒಂದಾಗಿದೆ.

ಇದು "ಹವ್ಯಾಸಿಗಳು ಮಾರುಕಟ್ಟೆಯನ್ನು ತೆರೆಯುತ್ತಾರೆ ಮತ್ತು ವೃತ್ತಿಪರರು ಮಾರುಕಟ್ಟೆಯನ್ನು ಮುಚ್ಚುತ್ತಾರೆ" ಎಂಬ ಪರಿಕಲ್ಪನೆಯನ್ನು ಆಧರಿಸಿದೆ.

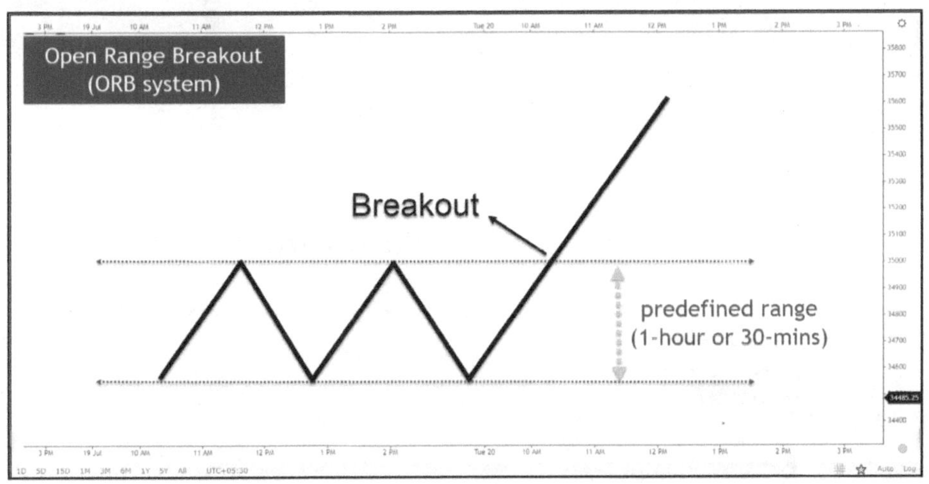

ಚಿತ್ರ 5.12 – ಓಪನ್ ರೇಂಜ್ ಬ್ರೇಕ್‌ಔಟ್ (ORB) ಪರಿಕಲ್ಪನೆ

ORB ತಂತ್ರದ ಪ್ರಕಾರ, ವ್ಯಾಪಾರಿಗಳು ಪೂರ್ವನಿರ್ಧಾರಿತ ಶ್ರೇಣಿಯ (1-ಗಂಟೆ ಅಥವಾ 30-ನಿಮಿಷಗಳು) ಬ್ರೇಕ್‌ಔಟ್‌ನ ದಿಕ್ಕಿನಲ್ಲಿ ವ್ಯಾಪಾರವನ್ನು ತೆಗೆದುಕೊಳ್ಳುತ್ತಾರೆ.

ಬೆಲೆಯು ಹೆಚ್ಚಿನ ಶ್ರೇಣಿಯನ್ನು ಮೀರಿದರೆ, ಅವರು ಲಾಂಗ್ ಟ್ರೇಡ್‌ಗೆ ಮಾಡುತ್ತಾರೆ ಮತ್ತು ಬೆಲೆ ಕಡಿಮೆ ಶ್ರೇಣಿಯನ್ನು ಮೀರಿದರೆ, ಅವರು ಶಾರ್ಟ್ ಟ್ರೇಡ್ ಮಾಡುತ್ತಾರೆ.

ಮೊದಲು ಈ ವ್ಯವಸ್ಥೆ ಉತ್ತಮ ಫಲಿತಾಂಶ ನೀಡುತ್ತಿತ್ತು. ಆದರೆ, ಇದು ಪ್ರಸ್ತುತ ಮಾರುಕಟ್ಟೆ ಪರಿಸ್ಥಿತಿಗಳಲ್ಲಿ ಉತ್ತಮ ಫಲಿತಾಂಶಗಳನ್ನು ತೋರಿಸುವುದಿಲ್ಲ ಮತ್ತು ಈಗ ಅನೇಕ ತಪ್ಪು ಬ್ರೇಕ್‌ಔಟ್‌ಗಳು ಮತ್ತು ಬ್ರೇಕ್‌ಡೌನ್‌ಗಳನ್ನು ನೀಡುತ್ತದೆ.

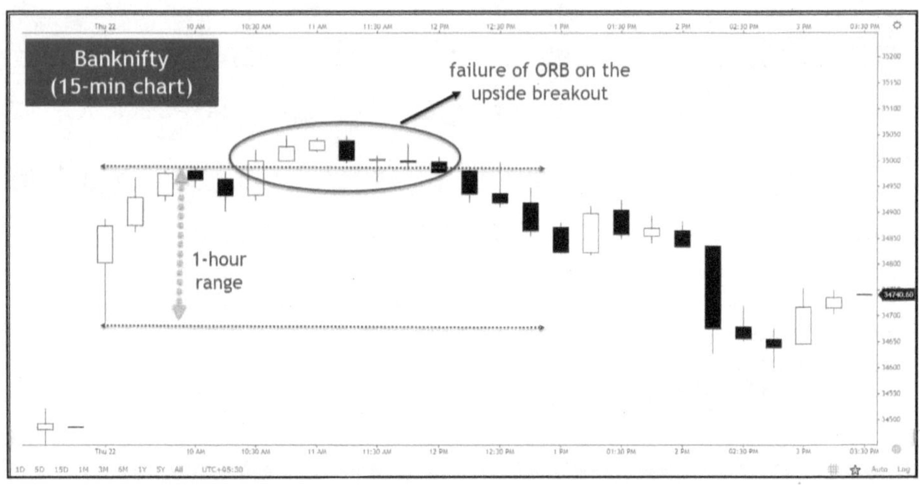

ಚಿತ್ರ 5.13 – ಅಪ್‌ಸೈಡ್ ಬ್ರೇಕ್‌ಔಟ್‌ನಲ್ಲಿ ORB ಯ ವೈಫಲ್ಯ

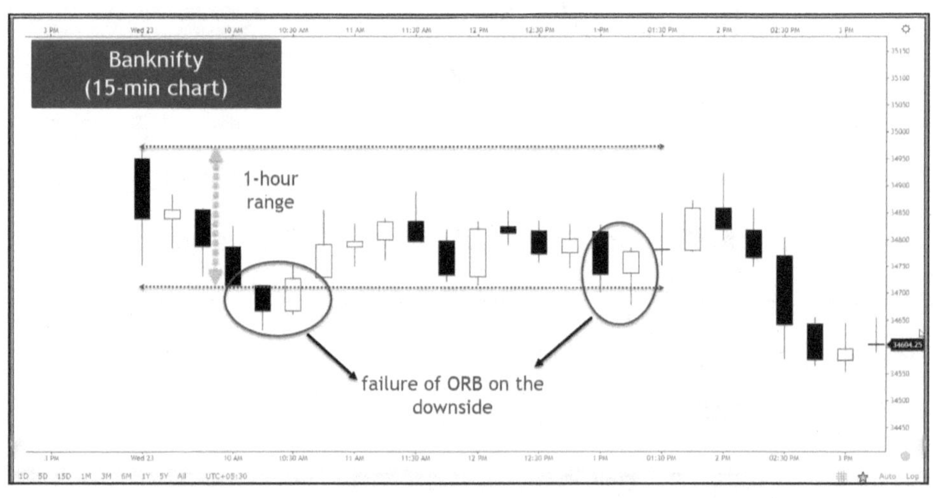

ಚಿತ್ರ 5.14 - ಡೌನ್‌ಸೈಡ್ ಬ್ರೇಕ್‌ಡೌನ್‌ನಲ್ಲಿ ORB ಯ ವೈಫಲ್ಯ

5.13 ಮತ್ತು 5.14 ಚಿತ್ರಗಳನ್ನು ನೋಡಿದಾಗ, ORB ಕೆಲವು ಬಾರಿ ವಿಫಲವಾಗಿದೆ ಮತ್ತು ಬೆಲೆಯು ಕೌಂಟರ್ ಮೂವ್ ಅನ್ನು ಪ್ರದರ್ಶಿಸುತ್ತದೆ ಎಂಬುದು ಸ್ಪಷ್ಟವಾಗುತ್ತದೆ.

ಚಿತ್ರ-5.13 ರಲ್ಲಿ, ಬೆಲೆಯು ಸ್ವಲ್ಪ ಸಮಯದವರೆಗೆ 1-ಗಂಟೆಯ ಶ್ರೇಣಿಯ ಮೇಲೆ ವ್ಯಾಪಾರವಾಗಿದೆ. ಒಬ್ಬ ವ್ಯಾಪಾರಿ ಲಾಂಗ್ ಟ್ರೇಡ್ ಆರಿಸಿಕೊಂಡಿದ್ದರೆ ಆಗ ಬೆಲೆಯು ಅವನ ಸ್ಟಾಪ್-ಲಾಸ್ ಅನ್ನು ಮೀರುತ್ತಿತ್ತು. ಅಂತೆಯೇ, ಚಿತ್ರ 5.14 ರಲ್ಲಿ, ಬೆಲೆಯು 1-ಗಂಟೆಯ ವ್ಯಾಪ್ತಿಯ ಕೆಳಗೆ ಎರಡು ಬಾರಿ ವ್ಯಾಪಾರವಾಯಿತು ಮತ್ತು ಎರಡೂ ಬಾರಿ ಅದು ಹಿಂತಿರುಗಿತು.

ಆದ್ದರಿಂದ, ಈ ರೀತಿಯ ತಪ್ಪು ಬ್ರೇಕ್‌ಔಟ್‌ಗಳು/ಬ್ರೇಕ್‌ಡೌನ್‌ಗಳನ್ನು ತಪ್ಪಿಸುವ ಫಿಲ್ಟರ್ ಅನ್ನು ಸೇರಿಸುವುದು ಅವಶ್ಯಕ.

ಯಶಸ್ವಿ ವಹಿವಾಟುಗಳನ್ನು ಮಾತ್ರ ಆಯ್ಕೆ ಮಾಡಲು (ಹೆಚ್ಚಿನ ಸಂಭವನೀಯತೆ) ಮತ್ತು ತಪ್ಪು ಚಲನೆಗಳನ್ನು ತಪ್ಪಿಸಲು ಕೆಳಗಿನ ಫಿಲ್ಟರ್ ಸಹಾಯಕವಾಗಿದೆ.

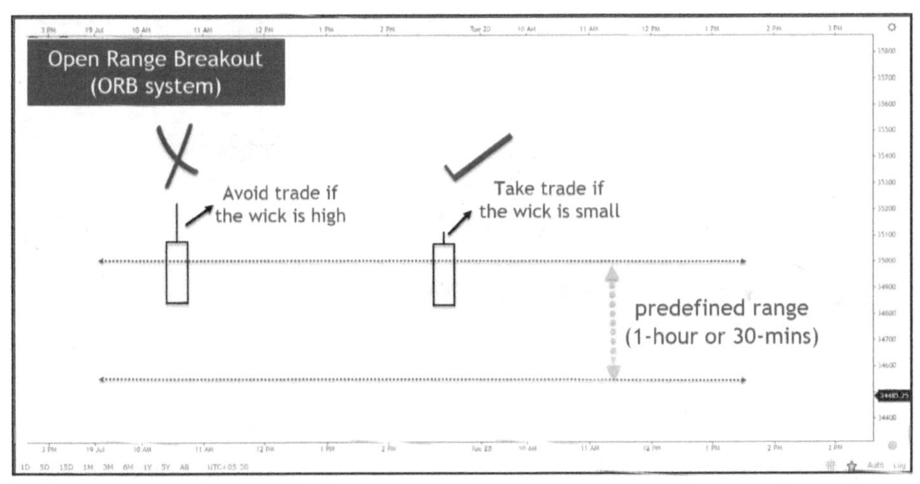

ಚಿತ್ರ 5.15 - ORB ಯಲ್ಲಿ ತಪ್ಪು ಚಲನೆಗಳನ್ನು ತಪ್ಪಿಸಲು ಫಿಲ್ಟರ್

ಬ್ರೇಕ್‌ಔಟ್ ಕ್ಯಾಂಡಲ್‌ನ 'ವಿಕ್' (ಇದು 1-ಗಂಟೆಯ ವ್ಯಾಪ್ತಿಯನ್ನು ಬ್ರೇಕ್ ಮಾಡುತ್ತದೆ) ಇಡೀ ದೇಹದ (ಬ್ರೇಕ್‌ಔಟ್ ಕ್ಯಾಂಡಲ್‌ನ) 10-20% ಕ್ಕಿಂತ

ಹೆಚ್ಚಿದ್ದರೆ, ಹೆಚ್ಚಿನ ವ್ಯಾಪಾರವನ್ನು ತಪ್ಪಿಸುವುದು ಉತ್ತಮ. ಏಕೆಂದರೆ ಆಗ ಫಾಲ್ಸ್ ಬ್ರೇಕ್‌ಔಟ್‌ನ ಸಂಭವನೀಯತೆ ಹೆಚ್ಚು.

ವಿಕ್ 10-20% ಕ್ಕಿಂತ ಕಡಿಮೆಯಿದ್ದರೆ, ನಾವು ಬ್ರೇಕ್‌ಔಟ್ ಕ್ಯಾಂಡಲ್‌ನ ಗರಿಷ್ಠಕ್ಕಿಂತ ಹೆಚ್ಚಿನ ಮಟ್ಟದ ಲಾಂಗ್ ಟ್ರೇಡ್ ಅನ್ನು ಯೋಜಿಸಬಹುದು. ಬ್ರೇಕ್‌ಔಟ್ ಕ್ಯಾಂಡಲ್‌ನ ಕನಿಷ್ಠಕ್ಕಿಂತ ಕಡಿಮೆ (ಅಥವಾ ಪ್ರವೇಶ ಬೆಲೆಯಿಂದ 1%) ಸ್ಟಾಪ್- ಲಾಸ್ ಅನ್ನು ಇಟ್ಟುಕೊಳ್ಳಬಹುದು.

ಬ್ಯಾಕ್ ಟೆಸ್ಟಿಂಗ್ ಸೆಟ್ಟಿಂಗ್‌ಗಳು

ಆರಂಭಿಕ ಬಂಡವಾಳ - ರೂ.350,000

ಟ್ರೇಡಿಂಗ್ ಇನ್ಸ್ಟ್ರುಮೆಂಟ್ - ಬ್ಯಾಂಕ್ನಿಫ್ಟಿ ಫ್ಯೂಚರ್ಸ್

ಸಮಯದ ಚೌಕಟ್ಟು - 15 ನಿಮಿಷ ಚಾರ್ಟ್

ಟ್ರೇಡಿಂಗ್ ವಿಂಡೋ - 2010 ರಿಂದ 2021

ಪೊಸಿಷನ್ ಸೈಝಿಂಗ್ - ಸ್ಥಿರ 2 ಲಾಟ್‌ಗಳು (ಬಂಡವಾಳದೊಂದಿಗೆ ಯಾವುದೇ ಹೆಚ್ಚಳವಿಲ್ಲ)

ಆರಂಭಿಕ ಸ್ಟಾಪ್-ಲಾಸ್ - ಪ್ರವೇಶ ಬೆಲೆಯಿಂದ 1% ದೂರ

ವಹಿವಾಟು/ಸ್ಲಿಪ್ಪೇಜ್ ವೆಚ್ಚ - 0.002%

EOD ನಿರ್ಗಮನ - 3.15 PM (IST)

ಫಲಿತಾಂಶ

ನಾವು ಮೂರು ವಿಭಿನ್ನ ವಿಕ್ % ನೊಂದಿಗೆ ಬ್ಯಾಕ್ ಟೆಸ್ಟಿಂಗ್ ನಡೆಸಿದಾಗ ಬಂದ ಫಲಿತಾಂಶದ ಟೇಬಲ್ ಕೆಳಗಿನಂತಿದೆ.

Range	Wick %	Initial Capital	Ending Capital	Accu-racy	Profit Factor	Maximum Drawdown	Losing Trades (continuous)	Total Trades (10 yrs)
1-hour	20%	350,000	1,007,842	48%	1.12	18%	8	1991
1-hour	10%	350,000	1,129,386	51%	1.24	20%	8	1362
1-hour	15%	350,000	1,212,841	50%	1.2	15%	7	1759

ವ್ಯಾಪಾರಿಗಳು 30-ನಿಮಿಷಗಳ ಶ್ರೇಣಿ, 2 ಗಂಟೆಗಳ ವ್ಯಾಪ್ತಿ, 1-ಗಂಟೆಯ ವ್ಯಾಪ್ತಿ, 4-ಗಂಟೆಗಳ ವ್ಯಾಪ್ತಿ, ಇತ್ಯಾದಿಗಳಂತಹ ORB ಯ ಹಲವು ಮಾರ್ಪಾಡುಗಳನ್ನು ಬಳಸುತ್ತಾರೆ ಎಂಬುದನ್ನು ದಯವಿಟ್ಟು ಗಮನಿಸಿ. ಜೊತೆಗೆ, ಕೆಲವರು ಟ್ರೇಲಿಂಗ್ SL ಅನ್ನು ಬಳಸುತ್ತಾರೆ ಮತ್ತು ಕೆಲವು ವ್ಯಾಪಾರಿಗಳು ಆರಂಭಿಕ SL ಆಗಿ ವಿಭಿನ್ನ ಶೇಕಡವಾರು ಪ್ರವೇಶ ಬೆಲೆಯನ್ನು ಬಳಸುತ್ತಾರೆ.

ಈ ಬ್ಯಾಕ್ ಟೆಸ್ಟಿಂಗ್ ಫಲಿತಾಂಶಗಳು 1-ಗಂಟೆಯ ಶ್ರೇಣಿ ಮತ್ತು 1% ಆರಂಭಿಕ SL ಇರುವವು. ಬಂಡವಾಳ ಹೆಚ್ಚಳದ ಆಧಾರದ ಮೇಲೆ ಬರುವ ಟ್ರೇಲಿಂಗ್ SL ಮತ್ತು ಪೊಸಿಷನ್ ಸೈಝ್ ಸಂಯೋಜನೆಯನ್ನು ನಾನು ಸೇರಿಸಿಲ್ಲ. ಏಕೆಂದರೆ ಸರಳವಾದ ವ್ಯವಸ್ಥೆಗಳು ದೀರ್ಘಾವಧಿಯಲ್ಲಿ ಲಾಭವನ್ನು ಗಳಿಸುತ್ತವೆ ಎಂದು ತೋರಿಸುವುದು ನನ್ನ ಉದ್ದೇಶ.

ಸಿಸ್ಟಮ್ 6 - ಸ್ಟೊಕಾಸ್ಟಿಕ್ ಇಂಡಿಕೇಟರ್ ಸಿಸ್ಟಮ್

ಬಹುಪಾಲು ವ್ಯಾಪಾರಿಗಳು "ಸ್ಟೊಕಾಸ್ಟಿಕ್ ಇಂಡಿಕೇಟರ್" ಅನ್ನು ಪರಿಣಾಮಕಾರಿಯಾಗಿ ಬಳಸುವುದಿಲ್ಲ.

"ಸ್ಟೊಕಾಸ್ಟಿಕ್ ಇಂಡಿಕೇಟರ್" ಬಗ್ಗೆ ನಾವು ಸಾಮಾನ್ಯವಾಗಿ ಕೇಳುವ ವಿಧಾನವು ಈ ರೀತಿ ಇರುತ್ತದೆ:

- 80 ಕ್ಕಿಂತ ಹೆಚ್ಚಿನ ಸ್ಟೊಕಾಸ್ಟಿಕ್ಸ್ 'ಓವರ್‌ಬಾಟ್' ಪರಿಸ್ಥಿತಿಯನ್ನು ಸೂಚಿಸುತ್ತದೆ; ಆದ್ದರಿಂದ ಸಣ್ಣ ವ್ಯಾಪಾರವನ್ನು (ಶಾರ್ಟ್ ಟ್ರೇಡ್) ಆರಿಸಿಕೊಳ್ಳಿ.

- ಇದು 20 ಕ್ಕಿಂತ ಕಡಿಮೆ ಇದ್ದಾಗ ಅದು 'ಹೆಚ್ಚು ಮಾರಾಟವಾದ' ಪರಿಸ್ಥಿತಿಯನ್ನು ಸೂಚಿಸುತ್ತದೆ; ಆದ್ದರಿಂದ ದೀರ್ಘ ವ್ಯಾಪಾರವನ್ನು (ಲಾಂಗ್ ಟ್ರೇಡ್) ಆರಿಸಿಕೊಳ್ಳಿ.

ಆದರೆ ಸ್ಟೊಕಾಸ್ಟಿಕ್ಸ್ ಇಂಡಿಕೇಟರ್ ಅನ್ನು ಬಳಸಲು ಇದು ಉತ್ತಮ ಮಾರ್ಗವಲ್ಲ. ಇದಕ್ಕೆ ವಿರುದ್ಧವಾಗಿ ಮಾಡಿ ಎಂದು ನಾನು ಸಲಹೆ ನೀಡುತ್ತೇನೆ.

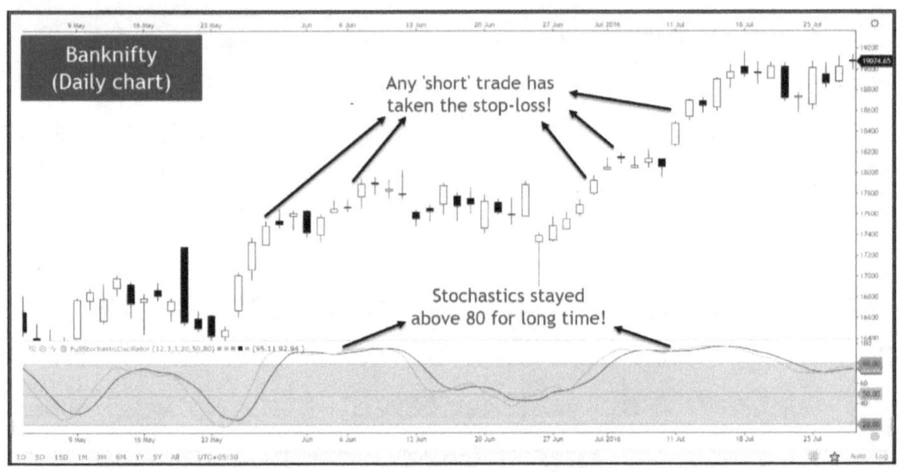

ಚಿತ್ರ 5.16 - ಸ್ಟೊಕಾಸ್ಟಿಕ್ಸ್‌ನಲ್ಲಿ ಓವರ್‌ಬಾಟ್ ಸ್ಥಿತಿಯ ವೈಫಲ್ಯ

ಚಿತ್ರ 5.16 ಬ್ರೇಕ್‌ಔಟ್‌ನ ನಂತರ ಸ್ಟೊಕಾಸ್ಟಿಕ್ಸ್ 80 ಕ್ಕಿಂತ ಹೆಚ್ಚು ಕಾಲ ಉಳಿಯಿತು ಎಂದು ತೋರಿಸುತ್ತದೆ. ಈ ಹಂತಗಳಲ್ಲಿ ಯಾವುದೇ ಸಣ್ಣ ವಹಿವಾಟು ಮಾಡಿದರೂ ಅವು ವೈಫಲ್ಯಗಳ ಸರಣಿಗೆ ಮಾತ್ರ ಕಾರಣವಾಗುತ್ತವೆ.

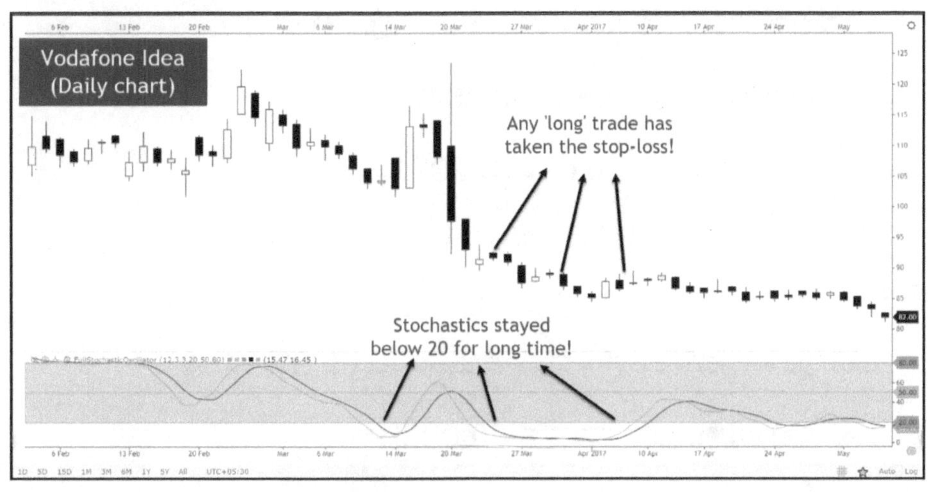

ಚಿತ್ರ 5.17 - ಸ್ಟೊಕಾಸ್ಟಿಕ್ಸ್‌ನಲ್ಲಿ ಅತಿಯಾಗಿ ಮಾರಾಟವಾದ ಸ್ಥಿತಿಯ ವೈಫಲ್ಯ

ಚಿತ್ರ 5.17 ಡೌನ್‌ಟ್ರೆಂಡ್‌ನ ಸಮಯದಲ್ಲಿ ಸ್ಟೊಕಾಸ್ಟಿಕ್ಸ್ ದೀರ್ಘಕಾಲ 20 ಕ್ಕಿಂತ ಕಡಿಮೆ ಇತ್ತು ಎಂದು ತೋರಿಸುತ್ತದೆ.

ಈ ಹಂತಗಳಲ್ಲಿನ ಎಲ್ಲಾ ದೀರ್ಘ ವಹಿವಾಟುಗಳು ವಿಫಲವಾದ ವಹಿವಾಟುಗಳ ಸರಣಿಗೆ ಕಾರಣವಾಯಿತು.

ಹಾಗಿದ್ದರೆ ಸ್ಟೊಕಾಸ್ಟಿಕ್ಸ್ ಸೂಚಕವನ್ನು ಬಳಸುವ ಸರಿಯಾದ ಮಾರ್ಗ ಯಾವುದು?

ಉತ್ತರ ಸರಳವಾಗಿದೆ. ಯಾವಾಗಲೂ 80 ಕ್ಕಿಂತ ಹೆಚ್ಚಿನ 'ಲಾಂಗ್' ಟ್ರೇಡ್ ಅನ್ನು ಹುಡುಕಿ ಮತ್ತು 20 ಕ್ಕಿಂತ ಕಡಿಮೆ 'ಶಾರ್ಟ್' ಟ್ರೇಡ್ ಅನ್ನು ಹುಡುಕಿ.

ಕೆಳಗಿನ ಸಂದರ್ಭದಲ್ಲಿ, ನಾನು ಈ ವ್ಯವಸ್ಥೆಯನ್ನು 'ಲಾಂಗ್' ಟ್ರೇಡ್‌ಗಳಿಗಾಗಿ ಮಾತ್ರ ಬ್ಯಾಕ್‌ಟೆಸ್ಟ್ ಮಾಡಿದ್ದೇನೆ (80 ರ ಸಮೀಪವಿರುವ ವಿವಿಧ ಹಂತಗಳೊಂದಿಗೆ), ಮತ್ತು ನಾನು 'ಶಾರ್ಟ್' ಟ್ರೇಡ್‌ಗಳಿಗಾಗಿ ಬ್ಯಾಕ್ ಟೆಸ್ಟಿಂಗ್ ಕೆಲಸವನ್ನು ಓದುಗರಿಗಾಗಿ ಬಿಡುತ್ತೇನೆ.

ಬ್ಯಾಕ್ ಟೆಸ್ಟಿಂಗ್ ಸೆಟ್ಟಿಂಗ್‌ಗಳು

ಆರಂಭಿಕ ಬಂಡವಾಳ - ರೂ.350,000

ಟ್ರೇಡಿಂಗ್ ಇನ್ಸ್ಟ್ರುಮೆಂಟ್ - ಬ್ಯಾಂಕ್ನಿಫ್ಟಿ ಫ್ಯೂಚರ್ಸ್

ಸಮಯದ ಚೌಕಟ್ಟು - 15 ನಿಮಿಷ ಚಾರ್ಟ್

ಟ್ರೇಡಿಂಗ್ ವಿಂಡೋ - 2010 ರಿಂದ 2021

ಪೊಷಿಷನ್ - ಸ್ಥಿರ 2 ಲಾಟ್‌ಗಳು (ಬಂಡವಾಳದೊಂದಿಗೆ ಯಾವುದೇ ಹೆಚ್ಚಳವಿಲ್ಲ)

ಆರಂಭಿಕ ಸ್ಟಾಪ್-ಲಾಸ್ - ಪ್ರವೇಶ ಬೆಲೆಯಿಂದ 0.5% ದೂರ

ವಹಿವಾಟು/ಸ್ಲಿಪ್ಪಿಂಗ್ ಚಾರ್ಜ್ - 0.002%

EOD ನಿರ್ಗಮನ - 3.15 PM (IST)

ಪ್ರವೇಶ - ಬೆಲೆಯು ಮೇಣದಬತ್ತಿಯ ಎತ್ತರವನ್ನು ಮುರಿದಾಗ, ಇದರಲ್ಲಿ ಸ್ಟೋಚಾಸ್ಟಿಕ್ ಮಿತಿ ಮಟ್ಟವನ್ನು (80 ಮತ್ತು ಇತರ ಹಂತಗಳು) ದಾಟುತ್ತದೆ.

ಫಲಿತಾಂಶ

ನಾವು ವಿಭಿನ್ನ ಸ್ಟೋಚಾಸ್ಟಿಕ್ಸ್ ಮಟ್ಟಗಳು ಮತ್ತು ಆರಂಭಿಕ SL ಸಂಯೋಜನೆಗಳೊಂದಿಗೆ ಬ್ಯಾಕ್‌ಟೆಸ್ಟಿಂಗ್ ನಡೆಸಿದಾಗ ಬಂದ ಫಲಿತಾಂಶದವು ಕೆಳಗಿನಂತಿದೆ.

Stochastic Reading	Initial SL	Initial Capital	Ending Capital	Accuracy	Profit Factor	Maximum Drawdown	Losing Trades (continuous)	Total Trades (10 yrs)
75	0.5%	350,000	1,154,442	41%	1.22	28%	10	1489
80	0.5%	350,000	1,082,791	42%	1.24	23%	9	1256
84	0.5%	350,000	1,201,914	44%	1.35	12%	9	1030
75	0.2%	350,000	1,235,435	26%	1.36	17%	28	1490
84	0.4%	350,000	1,180,560	40%	1.37	16%	9	1030

ವಿಭಿನ್ನ ಸ್ಟೊಚಕಾಸ್ಟಿಕ್ಸ್ ರೀಡಿಂಗ್‌ಗಳು ಮತ್ತು ಆರಂಭಿಕ ಸ್ಟಾಪ್-ಲಾಸ್ (% ನಲ್ಲಿ) ಜೊತೆಗೆ ಬ್ಯಾಕ್‌ಟೆಸ್ಟ್ ಮಾಡಲಾದ ಫಲಿತಾಂಶಗಳ ಟೇಬಲ್ ಮೇಲೆ ಇದೆ.

ಬಂಡವಾಳ ಹೆಚ್ಚಳದ ಆಧಾರದ ಮೇಲೆ ನಾನು ಟ್ರೇಲಿಂಗ್ ಎಸ್‌ಎಲ್ ಮತ್ತು ಪೊಸಿಷನ್ ಸ್ಕೈರ್ಝ್ ಸಂಯೋಜನೆಯನ್ನು ಸೇರಿಸಿಲ್ಲ.

ಸಿಸ್ಟಮ್ 7 - IB ಯ ವೈಫಲ್ಯ

ಯಶಸ್ವಿ ಇನಿಶಿಯೇಟಿವ್ ಖರೀದಿ ವಹಿವಾಟುಗಳು ದಿನದ ಉಳಿದ ಭಾಗಕ್ಕೆ ಉತ್ತಮ ಚಲನೆಯನ್ನು ನೀಡುತ್ತದೆ. ಅದೇ ಸಮಯದಲ್ಲಿ, ವಿಫಲವಾದ ಇನಿಶಿಯೇಟಿವ್ ಖರೀದಿ ವಹಿವಾಟುಗಳು ದಿನದ ಉಳಿದ ಭಾಗಕ್ಕೆ ಸಂಪೂರ್ಣ ಅಡ್ಡವಾದ ದಾರಿಯನ್ನು ಪ್ರದರ್ಶಿಸುತ್ತವೆ.

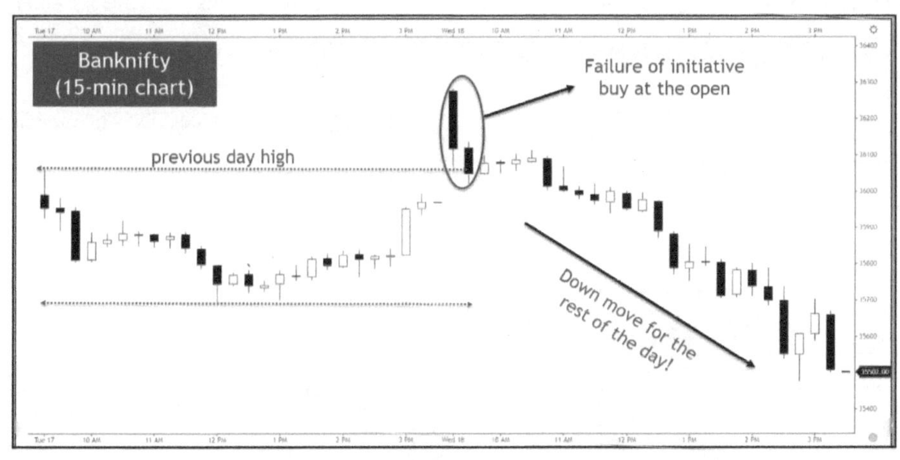

ಚಿತ್ರ 5.18 – ಇನಿಶಿಯೇಟಿವ್ ಸೆಲ್ಲಿಂಗ್‌ನ ವೈಫಲ್ಯ
(ಇದರಿಂದಾದ ಪರಿಣಾಮ ಮೇಲ್ಮುಖ ಚಲನೆ)

ಓಪನಿಂಗ್ ಸಮಯದಲ್ಲಿ ಇನಿಶಿಯೇಟಿವ್ ಸೆಲ್ಲಿಂಗ್ ವಿಫಲವಾದ ಉದಾಹರಣೆಯನ್ನು ಮೇಲಿನ ಚಿತ್ರವು ತೋರಿಸುತ್ತದೆ. PDH ಗಿಂತ ಕಡಿಮೆ ಅಂತರದೊಂದಿಗೆ ಬೆಲೆಯು ತೆರೆಯಲ್ಪಟ್ಟಿತು ಮತ್ತು ದೊಡ್ಡ ಖರೀದಿದಾರರು ಟ್ರೇಡ್‌ನಲ್ಲಿ ತೊಡಗಿಸಿಕೊಂಡಂತೆ ಗೋಚರಿಸಿತು.

ಆದರೆ ಖರೀದಿದಾರರು ಮೊದಲನೆಯ ಕ್ಯಾಂಡಲ್‌ನಲ್ಲಿ ಆವೇಗವನ್ನು ಉಳಿಸಿಕೊಳ್ಳಲು ವಿಫಲರಾದರು. ಜೊತೆಗೆ ಎರಡನೇ ಮೇಣದಬತ್ತಿಯಲ್ಲಿ, ಬೆಲೆ PDHಗಿಂತ ಕಡಿಮೆ ಮಟ್ಟದಲ್ಲಿ ಕ್ಲೋಸಿಂಗ್ ಆಯಿತು. ಇದು ಇನಿಶಿಯೇಟಿವ್

ಬಯಿಂಗ್‌ನ ವೈಫಲ್ಯವನ್ನು ದೃಢೀಕರಿಸುತ್ತದೆ. ಆದ್ದರಿಂದ, ವ್ಯಾಪಾರಿಗಳು ಕ್ಯಾಂಡಲ್ ಲೋಗಿಂರ ಕಡಿಮೆ ಮಟ್ಟದ ಶಾರ್ಟ್ ಟ್ರೇಡ್ ಅನ್ನು ಯೋಜಿಸಿ, ಸ್ಟಾಪ್-ಲಾಸ್ ಅನ್ನು ಹೈಗಿಂತ ಹೆಚ್ಚು ಇರಿಸಬಹುದು.

ಗ್ಯಾಪ್-ಅಪ್ ತೆರೆದಿರುವುದರಿಂದ ಬೆಲೆ ಮತ್ತೊಮ್ಮೆ ಹೆಚ್ಚಾಗಬಹುದು ಎಂದು ಅನೇಕ ವ್ಯಾಪಾರಿಗಳು ಭಾವಿಸುತ್ತಾರೆ (ಓಪನಿಂಗ್‌ನಲ್ಲಿ ಐಬಿ ವೈಫಲ್ಯವನ್ನು ನೋಡಿದ ನಂತರವೂ).

ನನ್ನ ತರ್ಕವು ವಾಸ್ತವಿಕವಾಗಿದೆ. ಹೆಚ್ಚಿನ ದಿನಗಳಲ್ಲಿ, ಬಲವಾದ ಖರೀದಿದಾರರು ಅಥವಾ ಬಲವಾದ ಮಾರಾಟಗಾರರು ದಿನದ ಸಂಪೂರ್ಣ ನಿಯಂತ್ರಣವನ್ನು ತೆಗೆದುಕೊಳ್ಳುತ್ತಾರೆ. ರಿವರ್ಸಲ್ ಸಮಯದಲ್ಲಿ ಅಥವಾ ಬೆಲೆ ದೊಡ್ಡ ಸುತ್ತಿನ ಸಂಖ್ಯೆಗಳನ್ನು ತಲುಪಿದಾಗ ಮಾತ್ರ ಈ ತರ್ಕಕ್ಕೆ ವಿನಾಯಿತಿ ಸಿಗುತ್ತದೆ.

ಆದ್ದರಿಂದ, ಓಪನಿಂಗ್ ಸಮಯದಲ್ಲಿ ಇನಿಶಿಯೇಟಿವ್ ಖರೀದಿಯು ಸ್ಪಷ್ಟವಾಗಿ ವಿಫಲವಾದಾಗ, ದಿನದ ಉಳಿದ ಸಂದರ್ಭಗಳಲ್ಲಿ ಮಾರಾಟಗಾರರು ನಿಯಂತ್ರಣವನ್ನು ತೆಗೆದುಕೊಳ್ಳುವ ಹೆಚ್ಚಿನ ಸಂಭವನೀಯತೆಯಿದೆ.

ಚಿತ್ರ 5.19 - ಇನಿಶಿಯೇಟಿವ್ ಖರೀದಿಯ ವಿಫಲತೆ (ಪಕ್ಕಕ್ಕೆ ಚಲಿಸುವ ಪರಿಣಾಮವಾಗಿ)

ಮೇಲಿನ ಚಿತ್ರವು ಇನಿಶಿಯೇಟಿವ್ ಖರೀದಿ ವೈಫಲ್ಯದ ಮತ್ತೊಂದು ಉದಾಹರಣೆಯನ್ನು ತೋರಿಸುತ್ತದೆ. PDH ಗಿಂತ ಹೆಚ್ಚಿನ ಅಂತರದೊಂದಿಗೆ ಬೆಲೆ ಓಪನಿಂಗ್ ಕಂಡಿದೆ.

ಆದರೆ ಖರೀದಿದಾರರು ಮೊದಲ ಕ್ಯಾಂಡಲ್‌ನ ಮೇಲೆಯೇ ಆವೇಗವನ್ನು ಸಾಗಿಸಲು ಸ್ಪಷ್ಟವಾಗಿ ವಿಫಲರಾಗಿದ್ದಾರೆ. ಇದರ ಪರಿಣಾಮವಾಗಿ ಬೆಲೆ PDHನಿಂದ ಕೆಳಗೆ ಮುಚ್ಚಿದೆ. ಆದ್ದರಿಂದ, ವ್ಯಾಪಾರಿಗಳು ಕ್ಯಾಂಡಲ್ ಲೋನ ಕೆಳಗೆ ಶಾರ್ಟ್ ಟ್ರೇಡ್ ಅನ್ನು ಯೋಜಿಸಬಹುದು, ಕ್ಯಾಂಡಲ್ ಹೈನ ಮೇಲೆ ಸ್ಟಾಪ್-ಲಾಸ್ ಅನ್ನು ಇಟ್ಟುಕೊಳ್ಳಬಹುದು.

ದಯವಿಟ್ಟು ಗಮನಿಸಿ, ಇನಿಶಿಯೇಟಿವ್ ಖರೀದಿಯು ಉತ್ತಮ ಉತ್ತೇಜಕವನ್ನು ನೀಡುತ್ತದೆ, ಆದರೆ ಇನಿಶಿಯೇಟಿವ್ ಖರೀದಿಯ ವೈಫಲ್ಯವು ನಿಧಾನಗತಿಯಲ್ಲಿ ಕೆಳಮುಖ ಚಲಿಸುವಿಕೆಯನ್ನು ನೀಡುತ್ತದೆ. ಆದ್ದರಿಂದ ಈ ವ್ಯವಸ್ಥೆಯು ನೇಕೆಡ್ ಆಪ್ಷನ್ ಬಯರ್‌ಗಳಿಗೆ ಸರಿಹೊಂದುವುದಿಲ್ಲ ಮತ್ತು ಆಪ್ಷನ್ ಮಾರಾಟಗಾರರಿಗೆ ಉತ್ತಮವಾಗಿ ಕಾರ್ಯನಿರ್ವಹಿಸುತ್ತದೆ.

ವ್ಯಾಪಾರಿಗಳು ಇನಿಶಿಯೇಟಿವ್ ಖರೀದಿಯ ವೈಫಲ್ಯವನ್ನು ದೃಢೀಕರಿಸಲು ಮತ್ತು ಅವರ ಶಾರ್ಟ್ ಟ್ರೇಡ್‌ಗಳನ್ನು ಮಾಡಲು PDH ನೊಂದಿಗೆ ಸಂಯೋಜಿತವಾಗಿರುವ ಬೇರಿಶ್ ಮಾದರಿಗಳನ್ನು (ಚಿತ್ರ 5.11 ರಲ್ಲಿ ತೋರಿಸಿರುವಂತೆ) ಬಳಸಬಹುದು.

ಸಿಸ್ಟಮ್ 8 - IS ನ ವೈಫಲ್ಯ

ಯಶಸ್ವಿ ಇನಿಶಿಯೇಟಿವ್ ಮಾರಾಟ ವಹಿವಾಟುಗಳು ದಿನದ ಉಳಿದ ಭಾಗಕ್ಕೆ ಇಳಿಮುಖವಾಗಿ ಉತ್ತಮ ಚಲನೆಯನ್ನು ನೀಡುತ್ತವೆ. ಅದೇ ಸಮಯದಲ್ಲಿ, ವಿಫಲವಾದ ಇನಿಶಿಯೇಟಿವ್ ಮಾರಾಟ ವಹಿವಾಟುಗಳು ದಿನದ ಉಳಿದ ಸಮಯದಲ್ಲಿ ಪಕ್ಕದಿಂದ ಮೇಲ್ಮುಖ ಚಲನೆಯನ್ನು ಪ್ರದರ್ಶಿಸುತ್ತವೆ.

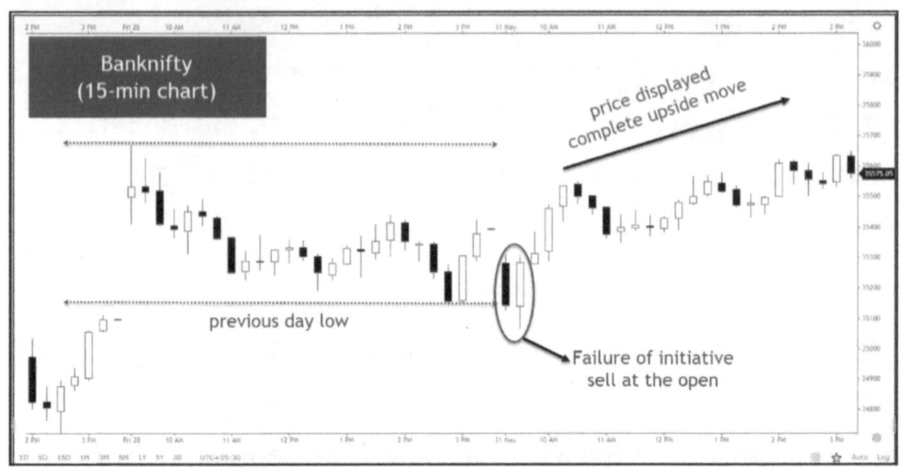

ಚಿತ್ರ 5.20 - ಇನಿಶಿಯೇಟಿವ್ ಮಾರಾಟದ ವಿಫಲತೆ (ಇದರಿಂದ ಮೇಲ್ಮುಖ ಚಲನೆ ಉಂಟಾಯಿತು)

ಓಪನಿಂಗ್ ಸಮಯದಲ್ಲಿ ಇನಿಶಿಯೇಟಿವ್ ಸೆಲ್ಲಿಂಗ್‌ನ ವೈಫಲ್ಯವಾದ ಉದಾಹರಣೆಯನ್ನು ಮೇಲಿನ ಚಿತ್ರವು ತೋರಿಸುತ್ತದೆ. ಬೆಲೆಯು PDL ಮಟ್ಟಕ್ಕೆ ಹತ್ತಿರದಲ್ಲಿ ಓಪನಿಂಗ್ ಕಂಡಿತು ಮತ್ತು ದೊಡ್ಡ ಮಾರಾಟಗಾರರು ಟ್ರೇಡಿಂಗ್‌ನಲ್ಲಿ ತೊಡಗಿಸಿಕೊಂಡಂತೆ ತೋರಿತು.

ಆದರೆ ಮಾರಾಟಗಾರರು ಎರಡನೇ ಕ್ಯಾಂಡಲ್‌ನಲ್ಲಿ ಆವೇಗವನ್ನು ಉಳಿಸಿಕೊಳ್ಳಲು ವಿಫಲರಾದರು. ಬಲವಾದ ಖರೀದಿದಾರರು ಎರಡನೇ ಕ್ಯಾಂಡಲ್ ಅನ್ನು ಪ್ರವೇಶಿಸಿದರು ಮತ್ತು ಬೆಲೆಯು PDL ಗಿಂತ ಹೆಚ್ಚಾಯಿತು. ಆದ್ದರಿಂದ, ವ್ಯಾಪಾರಿಗಳು ಈ ಕ್ಯಾಂಡಲ್ ಹೈನ ಮಟ್ಟಕ್ಕಿಂತ ಮೇಲೆ ಲಾಂಗ್ ಟ್ರೇಡ್ ಅನ್ನು ಯೋಜಿಸಬಹುದು, ಲೋಗಿಂತ ಕಡಿಮೆ ಸ್ಟಾಪ್ ಲಾಸ್ ಅನ್ನು ಇರಿಸಿಕೊಳ್ಳಬಹುದು.

ಚಿತ್ರ 5.21 - ಇನಿಶಿಯೇಟಿವ್ ಮಾರಾಟದ ವಿಫಲತೆ
(ಇದರ ಪರಿಣಾಮವಾಗಿ ಪಕ್ಕದ ಚಲನೆ ಆಯಿತು)

ಮೇಲಿನ ಚಿತ್ರವು ಇನಿಶಿಯೇಟಿವ್ ಮಾರಾಟದ ವೈಫಲ್ಯದ ಮತ್ತೊಂದು ಉದಾಹರಣೆಯನ್ನು ತೋರಿಸುತ್ತದೆ. PDL ಬಳಿ ಗ್ಯಾಪ್‌ನೊಂದಿಗೆ ಬೆಲೆ ಓಪನಿಂಗ್ ಕಂಡಿದೆ.

ಖರೀದಿದಾರರು ಎರಡನೇ ಕ್ಯಾಂಡಲ್ ಅನ್ನು ಪ್ರವೇಶಿಸಿ ಕುಸಿತವನ್ನು ತಡೆಯುತ್ತಾರೆ. ಆದ್ದರಿಂದ, ವ್ಯಾಪಾರಿಗಳು ಕ್ಯಾಂಡಲ್ ಹೈಗಿಂತ ಮೇಲಿನ ಲಾಂಗ್ ಟ್ರೇಡ್ ಅನ್ನು ಯೋಜಿಸಬಹುದು, ಕ್ಯಾಂಡಲ್ ಲೋಗಿಂತ ಕಡಿಮೆ ಮಟ್ಟದ ಸ್ಟಾಪ್-ಲಾಸ್ ಅನ್ನು ಇರಿಸಬಹುದು.

ಆದರೆ, 4ನೇ ಕ್ಯಾಂಡಲ್ ನಲ್ಲಿಯೇ ಬೆಲೆ ಸ್ಟಾಪ್ ಲಾಸ್ ತಲುಪಿದೆ. ಆದ್ದರಿಂದ, IS ನ ವೈಫಲ್ಯವು ಮೇಲ್ಮುಖ ಚಲನೆಗೆ ನಿಧಾನಗತಿಯ ಸೈಡ್ ವೇ ನೀಡುತ್ತದೆ ಎಂಬುದನ್ನು ನಾವು ಯಾವಾಗಲೂ ಗಮನಿಸಬೇಕು. ಆದ್ದರಿಂದ ಈ ವ್ಯವಸ್ಥೆಯು ನೇಕೆಡ್ ಆಪ್ಷನ್ ಖರೀದಿದಾರರಿಗೆ ಸೂಕ್ತವಲ್ಲ ಮತ್ತು ಆಪ್ಷನ್ ಮಾರಾಟಗಾರರಿಗೆ ಉತ್ತಮವಾಗಿ ಕಾರ್ಯನಿರ್ವಹಿಸುತ್ತದೆ.

ವ್ಯಾಪಾರಿಗಳು PDL ನೊಂದಿಗೆ ಸಂಯೋಜಿತವಾಗಿರುವ ಬುಲಿಶ್ ಮಾದರಿಗಳನ್ನು (ಚಿತ್ರ 5.8 ರಲ್ಲಿ ತೋರಿಸಿರುವಂತೆ) ಇನಿಶಿಯೇಟಿವ್ ಮಾರಾಟದ ವೈಫಲ್ಯವನ್ನು

ದೃಢೀಕರಿಸಲು ಮತ್ತು ಅವರ ಲಾಂಗ್ ಟ್ರೇಡ್‌ಗಳನ್ನು ಸಮಯಕ್ಕೆ ಸರಿಯಾಗಿ ಬಳಸಲು ಸಹ ಉಪಯೋಗಿಸಬಹುದು.

ಸಿಸ್ಟಮ್ 9 - ಮೊದಲ ಕ್ಯಾಂಡಲ್ ಬ್ರೇಕ್‌ಔಟ್ ಸಿಸ್ಟಮ್

ಆರಂಭಿಕ ಹಂತ ಮತ್ತು ಓಪನ್ ಕ್ರಿಯೆಯು ದಿನದ ದಿಕ್ಕನ್ನು ಹೊಂದಿಸುವಲ್ಲಿ ಯಾವಾಗಲೂ ನಿರ್ಣಾಯಕ ಪಾತ್ರವನ್ನು ವಹಿಸುತ್ತದೆ.

ಇದು ಸರಳವಾದ ವ್ಯವಸ್ಥೆ. ಬೆಲೆಯು ಮೊದಲ ಕ್ಯಾಂಡಲ್‌ನ (15-ನಿಮಿಷದ ಕಾಲಾವಧಿ) ಗರಿಷ್ಠವನ್ನು ಮೀರಿದರೆ ನಾವು ಲಾಂಗ್ ಟ್ರೇಡ್‌ಗಾಗಿ ನೋಡುತ್ತೇವೆ ಮತ್ತು ಬೆಲೆಯು ಮೊದಲ ಕ್ಯಾಂಡಲ್‌ನ ಕನಿಷ್ಠವನ್ನು ಮೀರಿದರೆ ಶಾರ್ಟ್ ಟ್ರೇಡ್‌ಗಾಗಿ ನಾವು ನೋಡುತ್ತೇವೆ.

ಉತ್ತಮ ಆವೇಗ ವಹಿವಾಟುಗಳನ್ನು ಮಾತ್ರ ಸೆರೆಹಿಡಿಯಲು ನಾನು RSI ಸೂಚಕವನ್ನು ಫಿಲ್ಟರ್‌ನಂತೆ ಸೇರಿಸಿದ್ದೇನೆ. RSI 60 ಕ್ಕಿಂತ ಹೆಚ್ಚಿದ್ದರೆ ಬುಲ್‌ಗಳು ಸಕ್ರಿಯವಾಗಿರುತ್ತವೆ ಮತ್ತು RSI 40 ಕ್ಕಿಂತ ಕಡಿಮೆ ಇದ್ದರೆ ಬೇರ್‌ಗಳು ನಿಯಂತ್ರಣದಲ್ಲಿರುತ್ತವೆ.

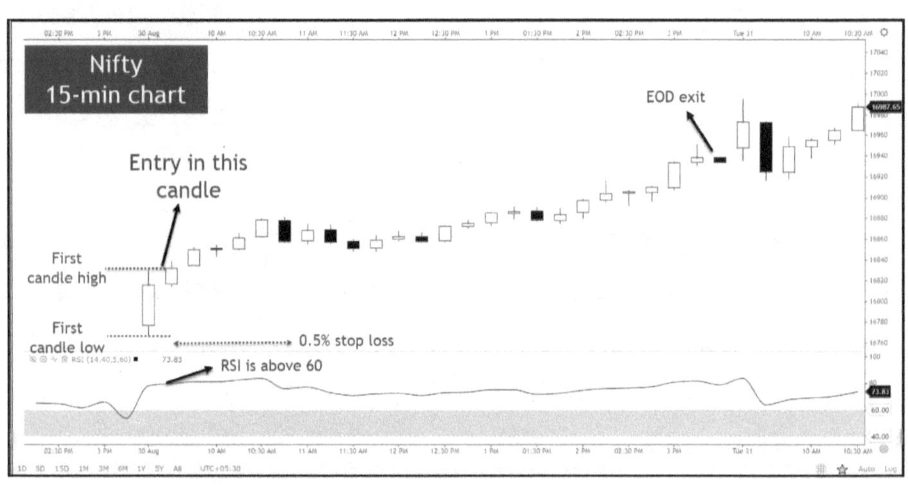

ಚಿತ್ರ 5.22 - ಲಾಂಗ್ ಟ್ರೇಡ್‌ನ ಮೊದಲ ಕ್ಯಾಂಡಲ್ ಬ್ರೇಕ್‌ಔಟ್ ಪ್ರವೇಶ

ಮೇಲಿನ ಚಿತ್ರವು ಲಾಂಗ್ ಟ್ರೇಡ್‌ನ ಮೊದಲ ಕ್ಯಾಂಡಲ್ ಬ್ರೇಕ್‌ಔಟ್‌ನ ಉದಾಹರಣೆಯನ್ನು ತೋರಿಸುತ್ತದೆ.

ಪ್ರವೇಶ - ಬೆಲೆಯು ಮೊದಲ ಕ್ಯಾಂಡಲ್ನ ಗರಿಷ್ಠವನ್ನು ಮೀರಿದಾಗ ಮತ್ತು RSI > 60 ಇದ್ದಾಗ

ಸ್ಟಾಪ್-ಲಾಸ್ - ಪ್ರವೇಶ ಬೆಲೆಯಿಂದ 0.5%

ನಿರ್ಗಮನ - ಬೆಲೆಯು ಸ್ಟಾಪ್-ಲಾಸ್ ತಲುಪಬೇಕು ಅಥವಾ EODಯಲ್ಲಿ ನಿರ್ಗಮಿಸಬೇಕು.

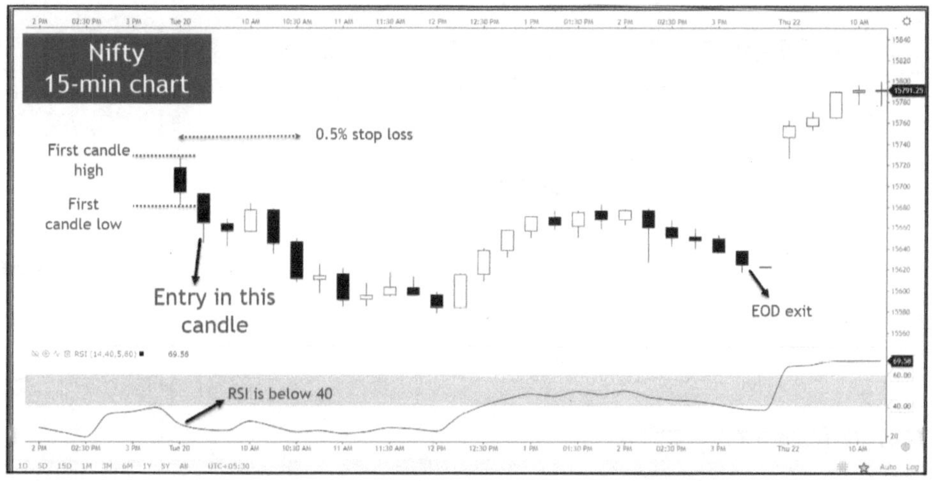

ಚಿತ್ರ 5.23 – ಶಾರ್ಟ್ ಟ್ರೇಡ್ನ ಮೊದಲ ಕ್ಯಾಂಡಲ್ ಬ್ರೇಕ್‌ಔಟ್ ಪ್ರವೇಶ

ಮೇಲಿನ ಚಿತ್ರವು ಶಾರ್ಟ್ ಟ್ರೇಡ್ನ ಮೊದಲ ಕ್ಯಾಂಡಲ್ ಬ್ರೇಕ್‌ಔಟ್‌ನ ಉದಾಹರಣೆಯನ್ನು ತೋರಿಸುತ್ತದೆ.

ಪ್ರವೇಶ - ಬೆಲೆಯು ಮೊದಲ ಕ್ಯಾಂಡಲ್ನ ಕನಿಷ್ಠವನ್ನು ಮೀರಿದಾಗ ಮತ್ತು RSI > 40 ಇದ್ದಾಗ

ಸ್ಟಾಪ್-ಲಾಸ್ - ಪ್ರವೇಶ ಬೆಲೆಯಿಂದ 0.5%

ನಿರ್ಗಮನ - ಬೆಲೆಯು ಸ್ಟಾಪ್-ಲಾಸ್ ತಲುಪಿದಾಗ ಅಥವಾ EODಯಲ್ಲಿ ನಿರ್ಗಮಿಸಬೇಕು

ಬ್ಯಾಕ್ ಟೆಸ್ಟಿಂಗ್ ಸೆಟ್ಟಿಂಗ್‌ಗಳು

ಆರಂಭಿಕ ಬಂಡವಾಳ - ರೂ.350,000

ಟ್ರೇಡಿಂಗ್ ಇನ್ಸ್ಟ್ರುಮೆಂಟ್ - ಬ್ಯಾಂಕ್ನಿಫ್ಟಿ ಫ್ಯೂಚರ್ಸ್

ಸಮಯದ ಚೌಕಟ್ಟು - 15 ನಿಮಿಷದ ಚಾರ್ಟ್

ಟ್ರೇಡಿಂಗ್ ವಿಂಡೋ - 2010 ರಿಂದ 2021

ಪೊಸಿಶನ್ ಸೈಝ್ - ಸ್ಥಿರ 2 ಲಾಟ್‌ಗಳು (ಬಂಡವಾಳದೊಂದಿಗೆ ಯಾವುದೇ ಹೆಚ್ಚಳವಿಲ್ಲ)

ಆರಂಭಿಕ ಸ್ಟಾಪ್-ಲಾಸ್ - ಪ್ರವೇಶ ಬೆಲೆಯಿಂದ 0.5% ದೂರ

ವಹಿವಾಟು/ಸ್ಲಿಪ್ಪಿಂಗ್ ವೆಚ್ಚ - 0.002%

EOD ನಿರ್ಗಮನ - 3.15 PM (IST)

ಪ್ರವೇಶ - ಮೊದಲ ಕ್ಯಾಂಡಲ್‌ನ ಗರಿಷ್ಠವನ್ನು ಮೀರಿದಾಗ ಮತ್ತು RSI 60ಕ್ಕಿಂತ ಹೆಚ್ಚಿದ್ದರೆ (ಲಾಂಗ್ ಟ್ರೇಡ್‌ಗಾಗಿ)

ಮೊದಲ ಕ್ಯಾಂಡಲ್‌ನ ಕನಿಷ್ಠವನ್ನು ಮೀರಿದಾಗ ಮತ್ತು RSI 40ಕ್ಕಿಂತ ಕಡಿಮೆ ಇದ್ದರೆ (ಶಾರ್ಟ್ ಟ್ರೇಡ್‌ಗಾಗಿ)

ಫಲಿತಾಂಶ

ವಿವಿಧ RSI ಮಟ್ಟಗಳು ಮತ್ತು ಆರಂಭಿಕ SL ಮಟ್ಟಗಳ ಆಧಾರದ ಮೇಲೆ ಬ್ಯಾಕ್ ಟೆಸ್ಟಿಂಗ್ ನಡೆಸಿದಾಗ ಸಿಕ್ಕ ಫಲಿತಾಂಶ ಇದು.

RSI Reading	Initial SL	Initial Capital	Ending Capital	Accuracy	Profit Factor	Maximum Drawdown	Losing Trades (continuous)	Total Trades (10 yrs)
60 and 40	0.5%	350,000	1,081,055	41%	1.32	14%	8	882
60 and 40	1%	350,000	904,095	51%	1.16	24%	6	882
50 and 50	0.5%	350,000	1,126,433	40%	1.23	17%	11	1276
55 and 35	0.5%	350,000	1,247,320	42%	1.4	10%	9	858
60 and 40	0.2%	350,000	1,150,104	28%	1.55	10%	16	882

ಬಂಡವಾಳ ಹೆಚ್ಚಳದ ಆಧಾರದ ಮೇಲೆ ನಾನು ಹಿಂದುಳಿದ ಎಸ್ಎಲ್ ಅಥವಾ ಸ್ಥಾನದ ಗಾತ್ರದ ಸಂಯೋಜನೆಯನ್ನು ಸೇರಿಸಿಲ್ಲ.

ಸಿಸ್ಟಮ್ 10 - ಎಬಿಸಿಡಿ ಸಿಸ್ಟಮ್

ಇದು ಅತ್ಯಂತ ಹಳೆಯ ಮತ್ತು ಸರಳವಾದ ಡೇ ಟ್ರೇಡಿಂಗ್ ತಂತ್ರಗಳಲ್ಲಿ ಒಂದಾಗಿದೆ. ಹೊಸ ವ್ಯಾಪಾರಿಗಳು ಮತ್ತು ಮಧ್ಯಂತರ ಮಟ್ಟದ ವ್ಯಾಪಾರಿಗಳು ಈ ತಂತ್ರವನ್ನು ತ್ವರಿತವಾಗಿ ನಿಯೋಜಿಸಬಹುದು.

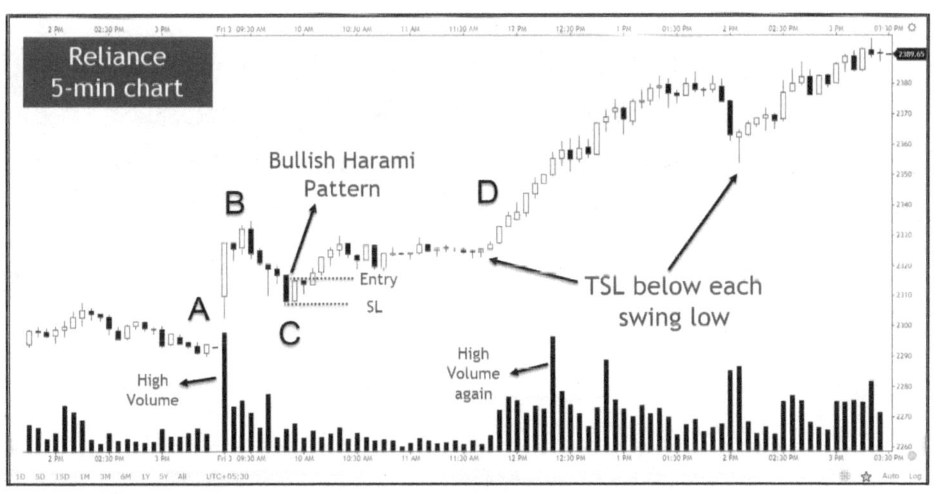

ಚಿತ್ರ 5.24 - ರಿಲಯನ್ಸ್‌ನಲ್ಲಿ ಎಬಿಸಿಡಿ ಇಂಟ್ರಾಡೇ ಟ್ರೇಡ್

ಸಾಮಾನ್ಯವಾಗಿ ABCD ಮಾದರಿಗಳು ಬಲವಾದ ಮೇಲ್ಮುಖ ಚಲನೆ ಹಾಗೂ ಸಣ್ಣ ಗ್ಯಾಪ್ ಅಪ್ ಓಪನಿಂಗ್ ನೊಂದಿಗೆ ಪ್ರಾರಂಭವಾಗುತ್ತವೆ.

ಮಾರುಕಟ್ಟೆ ತೆರೆದಾಗ, ಖರೀದಿದಾರರು ಪಾಯಿಂಟ್ A ನಿಂದ ಆಕ್ರಮಣಕಾರಿಯಾಗಿ ಖರೀದಿಸಿ ದಿನದ ಹೊಸ ಗರಿಷ್ಠಗಳನ್ನು (ಪಾಯಿಂಟ್ B) ಸೃಷ್ಟಿಸಿದ್ದರಿಂದ ರಿಲಯನ್ಸ್ ಷೇರುಗಳು ಮೇಲ್ಮುಖವಾಗಿ ಚಲಿಸಿತು. ಕೆಲವೊಮ್ಮೆ ಓಪನ್ ಆಕ್ಷನ್ ಟ್ರೇಡ್ ಅನ್ನು ತೆಗೆದುಕೊಳ್ಳುವುದು ಕಠಿಣ. ಏಕೆಂದರೆ ಅದು ಈಗಾಗಲೇ ಮೇಲ್ಮುಖವಾಗಿರುತ್ತದೆ ಮತ್ತು ಲಾಭದ ಬುಕಿಂಗ್‌ನಿಂದಾಗಿ ನಾವು ಕೆಲವು ತಿದ್ದುಪಡಿಗಾಗಿ ಕಾಯಬಹುದು.

ಪಾಯಿಂಟ್ B ನಂತರ, ವ್ಯಾಪಾರಿಗಳು ಲಾಭವನ್ನು ಬುಕ್ ಮಾಡಲು ಪ್ರಾರಂಭಿಸಿದರು ಮತ್ತು ಕೆಲವು ಮಾರಾಟಗಾರರು ಮಾರುಕಟ್ಟೆಯನ್ನು ಪ್ರವೇಶಿಸಿದರು.

ಪಾಯಿಂಟ್ C ನಲ್ಲಿ, ಬೆಲೆಯು ಸಪೋರ್ಟ್ ಕಂಡುಕೊಂಡಿದೆ. ಇದಲ್ಲದೆ, ಬೆಲೆಯು 'ಬುಲ್ಲಿಶ್ ಹರಾಮಿ' ಮಾದರಿಯನ್ನು ಸಹ ಪ್ರದರ್ಶಿಸುತ್ತದೆ. ಆದ್ದರಿಂದ, ಒಬ್ಬ ವ್ಯಾಪಾರಿಯು ಬುಲಿಶ್ ಹರಾಮಿ ಗರಿಷ್ಠಕ್ಕಿಂತ ಮೇಲಿನ ಲಾಂಗ್ ಟ್ರೇಡ್ ಅನ್ನು ಯೋಜಿಸಬಹುದು, ಬುಲಿಶ್ ಹರಾಮಿಯ ಕನಿಷ್ಠಕ್ಕಿಂತ ಕೆಳಮಟ್ಟದ ಸ್ಟಾಪ್-ಲಾಸ್ ಅನ್ನು ಇಟ್ಟುಕೊಳ್ಳಬಹುದು.

ಸುಮಾರು 11.55 AM ಗೆ ಸ್ಟಾಕ್ ಬೆಲೆಯು 2310 (C) ನಿಂದ 2340 (D) ಕ್ಕೆ ಏರಿತು. ಈ ಹಂತದ ನಂತರ ತಕ್ಷಣವೇ ಉತ್ತಮ ವಾಲ್ಯೂಮ್ ಸ್ಪೈಕ್ ಆಯಿತೆಂಬುದನ್ನು ಚಾರ್ಟ್ ತೋರಿಸುತ್ತದೆ. ಇದು ಶಾರ್ಟ್-ಕವರಿಂಗ್ ರ‍್ಯಾಲಿಯನ್ನು ಸೂಚಿಸುತ್ತದೆ ಮತ್ತು ಆದ್ದರಿಂದ ನಾವು ಮೇಲ್ಮುಖ ಕ್ಲೋಸಿಂಗ್ ಅನ್ನು ನಿರೀಕ್ಷಿಸಬಹುದು. ಹೀಗಾಗಿ, ನಮ್ಮ ಎಸ್‌ಎಲ್ ಅನ್ನು ಪ್ರತಿ ಸ್ವಿಂಗ್ ಲೋಗಿಂತ ಕೆಳಗೆ ಟ್ರೇಲ್ ಮಾಡುವುದು ಉತ್ತಮ.

ಟ್ರೇಲಿಂಗ್ SL ಗೆ ಎಲ್ಲಿಯೂ ಹೊಡೆತ ಬಿದ್ದಿಲ್ಲ ಎಂದು ಚಾರ್ಟ್ ಬಹಿರಂಗಪಡಿಸುತ್ತದೆ ಮತ್ತು ನಾವು EOD ಯಲ್ಲಿ ನಿರ್ಗಮಿಸಬಹುದು.

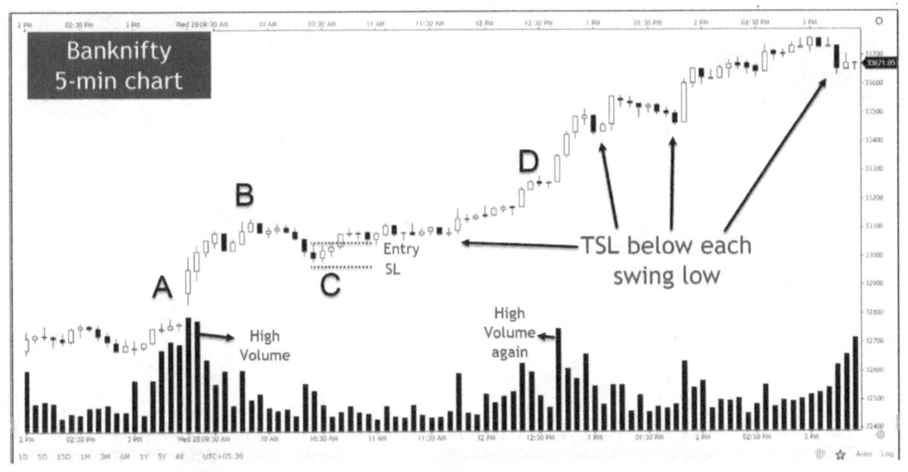

ಚಿತ್ರ 5.25 - ಬ್ಯಾಂಕ್ನಿಫ್ಟಿಯಲ್ಲಿ ಎಬಿಸಿಡಿ ಇಂಟ್ರಾಡೇ ಟ್ರೇಡ್

ಮೇಲಿನ ಚಿತ್ರವು ಬ್ಯಾಂಕ್ನಿಫ್ಟಿಯಲ್ಲಿ ಎಬಿಸಿಡಿ ಮಾದರಿಯ ವ್ಯಾಪಾರಕ್ಕೆ ಮತ್ತೊಂದು ಉದಾಹರಣೆಯನ್ನು ತೋರಿಸುತ್ತದೆ.

ಬೆಲೆಯು ಸಣ್ಣ ಅಂತರದೊಂದಿಗೆ ಪ್ರಾರಂಭವಾಯಿತು ಮತ್ತು ಮೊದಲ ಎರಡು ಕ್ಯಾಂಡಲ್‌ಗಳವರೆಗೆ (A) ಉತ್ತಮ ಪರಿಮಾಣವನ್ನು ಕಂಡಿತು. ಇದು ಮೇಲ್ಮುಖ ಚಲನೆ ಕಂಡಿತು (B) ಮತ್ತು ಪುಲ್‌ಬ್ಯಾಕ್ ಅನುಭವಿಸಿತು (ಸಿ).

ಲಾಂಗ್ ಟ್ರೇಡ್ ಆಯ್ಕೆ ಮಾಡಲು ಇದು ಉತ್ತಮ ಸಮಯ. ನಂತರ ಬೆಲೆಯು B ಮಟ್ಟವನ್ನು ತಲುಪಿತು ಮತ್ತು ತಕ್ಷಣವೇ ಅದು ಮತ್ತೊಮ್ಮೆ ವಾಲ್ಯೂಮ್ ಸ್ಪೈಕ್‌ಗಳನ್ನು ತೋರಿಸಿತು. ಇದು ಗೂಳಿಗಳು ದಿನದ ನಿಯಂತ್ರಣದಲ್ಲಿದೆ ಎಂದು ಖಚಿತಪಡಿಸುತ್ತದೆ.

ಆದ್ದರಿಂದ, ನಾವು SL ಅನ್ನು ಪ್ರತಿ ಸ್ವಿಂಗ್ ಲೋಗಿಂತ ಕೆಳಗೆ ಟ್ರೇಲ್ ಮಾಡಬಹುದು. ಮೇಲಿನ ಪ್ರಕರಣದಲ್ಲಿ, ಬೆಲೆಯು ನಮ್ಮ ಸ್ಟಾಪ್-ಲಾಸ್ ಅನ್ನು ತಲುಪಿಲ್ಲ ಮತ್ತು ದಿನಾಂತ್ಯದ ಕ್ಲೋಸಿಂಗ್ ಅನ್ನು ತೋರಿಸಿದೆ.

ಅದೇ ರೀತಿಯಲ್ಲಿ, ನಾವು ಶಾರ್ಟ್ ಟ್ರೇಡ್‌ಗಳನ್ನು ಸಹ ನೋಡಬಹುದು. ಒಂದೇ ವ್ಯತ್ಯಾಸವೆಂದರೆ 'B' ಅನ್ನು ರೂಪಿಸಿದ ನಂತರ ಬೆಲೆಯು 'C' ಗೆ ಯೋಗ್ಯವಾದ ಬೌನ್ಸ್ ಅನ್ನು ತೋರಿಸದಿರಬಹುದು (ಲಾಂಗ್ ಟ್ರೇಡ್‌ಗೆ ಹೋಲಿಸಿದರೆ).

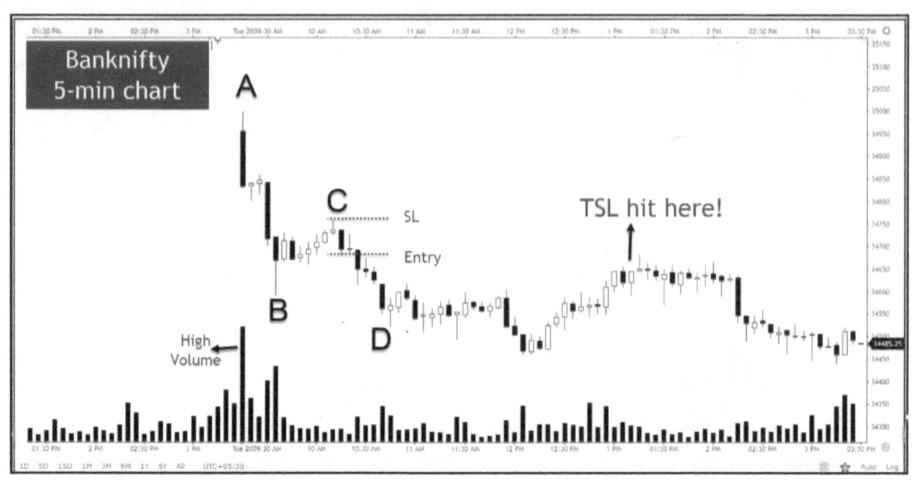

ಚಿತ್ರ 5.26 – ಬ್ಯಾಂಕ್ನಿಫ್ಟಿಯಲ್ಲಿ ಎಬಿಸಿಡಿ ಇಂಟ್ರಾಡೇ ಶಾರ್ಟ್ ಟ್ರೇಡ್

ಮೇಲಿನ ಚಿತ್ರವು ಬ್ಯಾಂಕ್ನಿಫ್ಟಿಯಲ್ಲಿ ಎಬಿಸಿಡಿ ಕಿರು ವ್ಯಾಪಾರದ ಉದಾಹರಣೆಯನ್ನು ತೋರಿಸುತ್ತದೆ.

ಬೆಲೆಯು ಗಮನಾರ್ಹ ಪ್ರಮಾಣದ ಸ್ಪೈಕ್‌ನೊಂದಿಗೆ ಹಿಂದಿನ ದಿನದ ಶ್ರೇಣಿ (A) ಗಿಂತ ಕಡಿಮೆ ಅಂತರವನ್ನು ಪ್ರದರ್ಶಿಸಿದೆ ಮತ್ತು ತ್ವರಿತವಾಗಿ ಕೆಳಮುಖವಾಗಿ (B) ಕ್ರ್ಯಾಶ್ ಆಗಿದೆ. ನಂತರ ಅದು ಸ್ವಲ್ಪ ಚೇತರಿಕೆ (C) ತೋರಿಸಿತು ಮತ್ತು ನಂತರ ಪಿನ್ ಬಾರ್ ಮಾದರಿಯನ್ನು ಪ್ರದರ್ಶಿಸಿತು.

ನಾವು ಇಲ್ಲಿ ಶಾರ್ಟ್ ಟ್ರೇಡ್ ಆರಿಸಿಕೊಳ್ಳಬಹುದು ಮತ್ತು ಪ್ರತಿ ಸ್ವಿಂಗ್ ಗರಿಷ್ಠದ ಮೇಲೆ SL ಅನ್ನು ಅನುಸರಿಸಬಹುದು. ಮೇಲಿನ ಪ್ರಕರಣದಲ್ಲಿ, ನಮ್ಮ TSL ಅನ್ನು ಮಧ್ಯಾಹ್ನ 1:00 ಗಂಟೆಯ ಸುಮಾರಿಗೆ ತಲುಪಿದೆ.

ಅಧ್ಯಾಯ 6

ಈ ಹಣ ನಿರ್ವಹಣೆ ನಿಯಮಗಳಿಲ್ಲದೆ, ನೀವು ಡೇ ಟ್ರೇಡಿಂಗ್ ಮಾಡಲು ಸಾಧ್ಯವಿಲ್ಲ

ಒಬ್ಬ ವ್ಯಾಪಾರಿ trade ತೆಗೆದುಕೊಂಡಾಗ ಅದು ಕೆಳಗಿನ ಐದು ಫಲಿತಾಂಶಗಳಲ್ಲಿ ಯಾವುದಾದರೂ ಒಂದನ್ನು ಮಾತ್ರ ಹೊಂದಬಹುದು:

1. ಬ್ರೇಕ್ ಇವನ್
2. ಸಣ್ಣ ಲಾಭ
3. ಒಂದು ಸಣ್ಣ ನಷ್ಟ
4. ದೊಡ್ಡ ಲಾಭ
5. ಒಂದು ದೊಡ್ಡ ನಷ್ಟ

5 ನೇ ಅಂಶವನ್ನು ಹೊರತುಪಡಿಸಿ, ಎಲ್ಲಾ ಇತರ ಫಲಿತಾಂಶಗಳು ದಿನದ ವ್ಯಾಪಾರ ವ್ಯವಹಾರದಲ್ಲಿ ಬದುಕಲು ನಿಮಗೆ ಅನುವು ಮಾಡಿಕೊಡುತ್ತದೆ. ಆದರೆ ಯಾವುದೇ ವ್ಯಾಪಾರದ ಆಗುವ ಮೇಲೆ ದೊಡ್ಡ ನಷ್ಟವು ವ್ಯಾಪಾರದಲ್ಲಿ ಸ್ವೀಕಾರಾರ್ಹವಲ್ಲದ ಪಾಪ. ಆದ್ದರಿಂದ, ಈ ಅಧ್ಯಾಯವು ದೊಡ್ಡ ನಷ್ಟದ ಸನ್ನಿವೇಶವನ್ನು ತಪ್ಪಿಸಲು ಕ್ರಮಗಳನ್ನು ಚರ್ಚಿಸುತ್ತದೆ.

ಹಣ ನಿರ್ವಹಣೆ ಬಹಳ ಮುಖ್ಯ!

"ನೀವು ಸರಿಯೋ ತಪ್ಪೋ ಎಂಬುದು ಮುಖ್ಯವಲ್ಲ, ನೀವು ಸರಿಯಾಗಿದ್ದಾಗ ನೀವು ಎಷ್ಟು ಹಣವನ್ನು ಗಳಿಸುತ್ತೀರಿ ಮತ್ತು ನೀವು ತಪ್ಪಾದಾಗ ನೀವು ಎಷ್ಟು ಕಳೆದುಕೊಳ್ಳುತ್ತೀರಿ ಎಂಬುದು ಮುಖ್ಯ." - ಜಾರ್ಜ್ ಸೊರೊಸ್

ಮೇಲಿನ ಉಲ್ಲೇಖವು ವ್ಯಾಪಾರದಲ್ಲಿ ಹಣ ನಿರ್ವಹಣೆಯ ಪ್ರಾಮುಖ್ಯತೆಯನ್ನು ವಿವರಿಸುತ್ತದೆ. ಇದು ವ್ಯಾಪಾರದ ಮೇಲೆ ನೇರ ಪರಿಣಾಮ ಬೀರುವ ಒಂದು ಮಾಡು-ಅಥವಾ-ಮಡಿ ಎಂಬ ರೀತಿಯ ಕೌಶಲ್ಯವಾಗಿದೆ. ಒಂದು ಅದ್ಭುತವಾದ ತಾಂತ್ರಿಕ ವ್ಯವಸ್ಥೆ ಇದ್ದು ಕಳಪೆ ಹಣ ನಿರ್ವಹಣೆ ಇದ್ದರೆ ನಿಮ್ಮ ಖಾತೆ ಬ್ಲೋ-ಅಪ್ ಆಗುವ ಪರಿಸ್ಥಿತಿ ಎದುರಾಗಬಹುದು.

ದಿನದ ವ್ಯಾಪಾರಿಗಳು ಹತೋಟಿಯ ಐಷಾರಾಮತ್ವವನ್ನು (ಹೆಚ್ಚಿನ ದೇಶಗಳಲ್ಲಿ) ಅನುಭವಿಸುತ್ತಾರೆ. ಇದು ಎರಡು ಅಂಚಿನ ಕತ್ತಿ. ಒಂದು ಸಣ್ಣ ತಪ್ಪು ಆಗಿಬಿಟ್ಟರೆ ಇದು ನಿಮ್ಮ ವ್ಯಾಪಾರ ಬಂಡವಾಳದ ಮೇಲೆ ಆಳವಾದ ಗಾಯವನ್ನು ಮಾಡಬಹುದು. ಒಬ್ಬ ಡೇ ಟ್ರೇಡರ್ 90% ಗೆಲುವಿನ ದರವನ್ನು ಹೊಂದಿದ್ದರೂ (ಇದು ಬಹುತೇಕ ಅಸಾಧ್ಯ) 10% ನಲ್ಲಿನ ಕೆಟ್ಟ ಹಣದ ನಿರ್ವಹಣೆಯು ಅವನ ಸಂಪೂರ್ಣ ವ್ಯಾಪಾರ ಬಂಡವಾಳವನ್ನು ಅಳಿಸಿಹಾಕಬಹುದು. ಇದಕ್ಕೆ ವ್ಯತಿರಿಕ್ತವಾಗಿ,

40% ಗೆಲುವಿನ ದರವನ್ನು ಹೊಂದಿರುವ ವ್ಯಾಪಾರಿಯು ಉತ್ತಮ ಹಣ ನಿರ್ವಹಣೆ ಕೌಶಲ್ಯಗಳೊಂದಿಗೆ ಹಣವನ್ನು ಗಳಿಸಬಹುದು.

ಪ್ರತಿ ವ್ಯಾಪಾರ ನಿಯಮಕ್ಕೆ 2%

ಬುದ್ಧಿವಂತ traders ಎಲ್ಲದರಿಂದ ಮತ್ತು ಪ್ರತಿಯೊಬ್ಬರಿಂದಲೂ ಕಲಿಯುತ್ತಾರೆ. ಸರಾಸರಿ ವ್ಯಾಪಾರಿಗಳು ತಮ್ಮ ಅನುಭವಗಳಿಂದ ಕಲಿಯುತ್ತಾರೆ; ಆದರೆ ಮೂರ್ಖ ವ್ಯಾಪಾರಿಗಳು ಈಗಾಗಲೇ ಎಲ್ಲ ಸಮಸ್ಯೆಗಳಿಗೂ ಉತ್ತರಗಳನ್ನು ಹೊಂದಿರುತ್ತಾರೆ!

ಹಣ ನಿರ್ವಹಣೆಯ ಪಾಠಗಳನ್ನು ಕಲಿಯಲು ನಿಮ್ಮ ವ್ಯಾಪಾರ ಬಂಡವಾಳ ಬ್ಲೋ ಅಪ್ ಆಗುವವರೆಗೆ ಕಾಯಬೇಡಿ. 100% ಯಶಸ್ಸಿನ ದರವನ್ನು ತೋರಿಸಲು ನೀವು ಉತ್ತಮ ವ್ಯಾಪಾರ ವ್ಯವಸ್ಥೆಯನ್ನು ಆರಿಸಿಕೊಂಡಿರಬಹುದು, ನೀವು ಲೈವ್ ಮಾರುಕಟ್ಟೆಯಲ್ಲಿ ಅದೇ ವ್ಯಾಪಾರದ ಸೆಟಪ್ ಅನ್ನು ಗುರುತಿಸಿರಬಹುದು, ಆದರೆ ಪ್ರಭಾವಿ ವ್ಯಕ್ತಿಯಿಂದ ಬರುವ ಒಂದು ಟ್ವೀಟ್ ನಿಮ್ಮ ವ್ಯಾಪಾರದ ಭವಿಷ್ಯವನ್ನು ಬದಲಾಯಿಸಬಹುದು. ಅಲ್ಲದೆ, ಎರಡು ದೇಶಗಳ ನಡುವಿನ ಭೂಕಂಪ ಅಥವಾ ಯುದ್ಧದ ಘೋಷಣೆಗಳಂತಹ ಯಾವುದೇ ನೈಸರ್ಗಿಕ ವಿಪತ್ತುಗಳು ನಿಮ್ಮ ವ್ಯಾಪಾರದ ಮೇಲೆ ಪ್ರತಿಕೂಲ ಪರಿಣಾಮವನ್ನು ಉಂಟುಮಾಡಬಹುದು.

ಆದ್ದರಿಂದ, ನೀವು ಒಂದು trade 25% (ನಿಮ್ಮ ಬಂಡವಾಳದ) ಅಪಾಯವನ್ನು ತೆಗೆದುಕೊಂಡರೆ ಏನಾಗುತ್ತದೆ? ಇದು 25% ಹಣವನ್ನು ಅಳಿಸಿಹಾಕುತ್ತದೆ ಮತ್ತು ನಿಮ್ಮ ಸಂಪೂರ್ಣ ಬಂಡವಾಳವನ್ನು ಅಳಿಸಿಹಾಕಲು ಕೇವಲ ನಾಲ್ಕು ಅಂತಹ ವಹಿವಾಟುಗಳು ಸಾಕು.

"ವ್ಯಾಪಾರದಲ್ಲಿ ಮತ್ತು ಜೀವನದಲ್ಲಿ ಗೆಲ್ಲುವ ಬಗ್ಗೆ ನನಗೆ ಎರಡು ಮೂಲಭೂತ ನಿಯಮಗಳಿವೆ:

1) ನೀವು ಬಾಜಿ ಕಟ್ಟದಿದ್ದರೆ, ನೀವು ಗೆಲ್ಲಲು ಸಾಧ್ಯವಿಲ್ಲ.

2) ನಿಮ್ಮ ಎಲ್ಲಾ ಚಿಪ್‌ಗಳನ್ನು ನೀವು ಕಳೆದುಕೊಂಡರೆ, ನೀವು ಬಾಜಿ ಕಟ್ಟಲು ಸಾಧ್ಯವಿಲ್ಲ" - ಲ್ಯಾರಿ ಹೈಟ್

ಹೆಚ್ಚಿನ ವ್ಯಾಪಾರಿಗಳು ವ್ಯಾಪಾರವನ್ನು ಪ್ರಾರಂಭಿಸಿದ ನಂತರ ತಮ್ಮ ಎಲ್ಲಾ ಚಿಪ್‌ಗಳನ್ನು ಕಳೆದುಕೊಳ್ಳುತ್ತಾರೆ. ಬಂಡವಾಳಕ್ಕೆ ದೊಡ್ಡ ಹೊಡೆತ ಬೀಳದಂತೆ

ನೋಡಿಕೊಂಡು ವ್ಯಾಪಾರದಲ್ಲಿ ಹಣವನ್ನು ಗಳಿಸುವುದು ಪ್ರಮುಖ. ಆದ್ದರಿಂದ ಯಾವುದೇ ವ್ಯಾಪಾರದ ಮೇಲೆ ವ್ಯಾಪಾರ ಬಂಡವಾಳದ **2%** ಕ್ಕಿಂತ ಹೆಚ್ಚು ಅಪಾಯವನ್ನು ಎದುರಿಸಬೇಡಿ.

Loss Incurred	Gain Required to Breakeven
10%	11.10%
15%	17.70%
20%	25%
25%	33.30%
30%	42.90%
35%	53.90%
40%	66.70%
45%	81.80%
50%	100%
60%	150%
70%	233.30%

ಚಿತ್ರ 6.1 – ಶೇಕಡವಾರು ಲೆಕ್ಕದಲ್ಲಿ ಬ್ರೇಕ್ ಇವನ್‌ಗೆ ನಷ್ಟ

ನಷ್ಟದಿಂದ ಬ್ರೇಕ್ ಇವನ್ ವರೆಗಿನ ವಿವಿಧ ಹಂತಗಳನ್ನು ಶೇಕಡವಾರು ಪರಿಭಾಷೆಯಲ್ಲಿ ಚಿತ್ರ 6.1 ತೋರಿಸುತ್ತದೆ. ಉದಾಹರಣೆಗೆ, ಒಬ್ಬ ವ್ಯಾಪಾರಿ ತನ್ನ ವ್ಯಾಪಾರದ ಬಂಡವಾಳದ 10% ನಷ್ಟ ಕಳೆದುಕೊಂಡರೆ, ಅವನು ತನ್ನ ಮೂಲ ಬಂಡವಾಳವನ್ನು ಮರುಪಡೆಯಲು 11.1% ಆದಾಯವನ್ನು ಮಾಡಬೇಕು (ಅವನು ಲಾಭವನ್ನು ಪ್ರಾರಂಭಿಸುವ ಮೊದಲು). ಅಂತೆಯೇ, ಒಬ್ಬ ವ್ಯಾಪಾರಿ 50% ವ್ಯಾಪಾರ ಬಂಡವಾಳವನ್ನು ಕಳೆದುಕೊಂಡರೆ, ಅವನು ಬ್ರೇಕ್ ಇವನ್ ಹಂತವನ್ನು ತಲುಪಲು ತನ್ನ ಕಡಿತಗೊಂಡ ಖಾತೆಯಲ್ಲಿ 100% ಆದಾಯವನ್ನು ಮಾಡಬೇಕು.

ಆದ್ದರಿಂದ, ಇಂಟ್ರಾಡೇ ಟ್ರೇಡಿಂಗ್ ಆಟದಲ್ಲಿ ಉಳಿಯಲು ಪ್ರತಿ ವ್ಯಾಪಾರ ನಿಯಮಕ್ಕೆ 2% ಅಪಾಯವನ್ನು ಅನುಸರಿಸುವುದು ಯಾವಾಗಲೂ ಒಳ್ಳೆಯದು.

ದಿನಕ್ಕೆ 3 ವಹಿವಾಟು ನಿಯಮ

ಕೆಲವು ಡೇ ಟ್ರೇಡರ್‌ಗಳು ಈ ನಿಯಮವನ್ನು ಒಪ್ಪದಿರಬಹುದು. ಆದರೆ ನನ್ನ ಅಭಿಪ್ರಾಯವು ತುಂಬಾ ಸರಳವಾಗಿದೆ. ದಿನದ ವ್ಯಾಪಾರದಲ್ಲಿ ನಮ್ಮ ಗುರಿ ಏನಾಗಿರಬೇಕು? ಹಣ ಮಾಡುವುದೇ ಅಥವಾ 3 ಕ್ಕಿಂತ ಹೆಚ್ಚು ವಹಿವಾಟುಗಳನ್ನು ತೆಗೆದುಕೊಳ್ಳುವುದೇ? ನೀವು ಯಾವುದೇ ಸ್ಕ್ರಿಪ್‌ನ ಇಂಟ್ರಾಡೇ ಚಾರ್ಟ್ ಅನ್ನು (10 ಅಥವಾ 15 ನಿಮಿಷಗಳು) ನೋಡಿದರೆ, ಹೆಚ್ಚಿನ ವ್ಯಾಪಾರದ ದಿನಗಳಲ್ಲಿ (90% ಕ್ಕಿಂತ ಹೆಚ್ಚು) ನೀವು ಒಂದು ದಿನದಲ್ಲಿ ಕೇವಲ ಒಂದು ವ್ಯಾಪಾರ ಅವಕಾಶವನ್ನು (ಲಾಂಗ್ ಅಥವಾ ಶಾರ್ಟ್) ಕಾಣಬಹುದು. ಆದ್ದರಿಂದ, ದಿನಕ್ಕೆ 3 ಕ್ಕಿಂತ ಹೆಚ್ಚು ವಹಿವಾಟುಗಳನ್ನು ತೆಗೆದುಕೊಳ್ಳುವುದರಲ್ಲಿ ಯಾವುದೇ ಅರ್ಥವಿಲ್ಲ.

ವ್ಯಾಪಾರದ ದಿನದಂದು ನೀವು 2 ಲಾಭದಾಯಕ ವಹಿವಾಟುಗಳನ್ನು ಹೊಂದಿದ್ದೀರಿ ಎಂದು ತಿಳಿಯೋಣ. 3 ನೇ ವ್ಯಾಪಾರವನ್ನು ತೆಗೆದುಕೊಳ್ಳುವ ಸಾಧ್ಯತೆ ಏನು? ತುಂಬಾ ಕಡಿಮೆ, ಸರಿ.. ನೀವು 3 ನೇ ವ್ಯಾಪಾರವನ್ನು ತೆಗೆದುಕೊಂಡರೂ ಸಹ, ನೀವು ಲಾಭದ ಕೆಲವು ಭಾಗವನ್ನು ಮಾತ್ರ ರಿಸ್ಕ್‌ಗೆ ತೆಗೆದುಕೊಳ್ಳುತ್ತೀರಿ (ನೀವು ಸಂವೇದನಾಶೀಲ ವ್ಯಾಪಾರಿಯಾಗಿದ್ದರೆ). ಆದ್ದರಿಂದ ಹೆಚ್ಚಿನ ಡೇ ಟ್ರೇಡರ್‌ಗಳು ಗೆದ್ದಾಗ ಅವರ ವಹಿವಾಟುಗಳ ಸಂಖ್ಯೆ ದಿನಕ್ಕೆ 2-3ಕ್ಕಿಂತ ಕಡಿಮೆಇರುತ್ತದೆ.

ಆದರೆ ವ್ಯಾಪಾರದ ದಿನದಂದು ನಷ್ಟಗಳನ್ನು ಪಡೆದಾಗ ನಾವು ಈ ಸಂಖ್ಯೆಯನ್ನು ಮೀರುವ ಸಾಧ್ಯತೆ ಹೆಚ್ಚಾಗಿರುತ್ತದೆ. ಏಕೆಂದರೆ ನಾವು ರಿವೇಂಜ್ ಟ್ರೇಡಿಂಗ್ ಆಟಿಟ್ಯೂಡ್ ಹೊಂದಿದ್ದೇವೆ ಮತ್ತು ಕಳೆದುಕೊಂಡ ಹಣವನ್ನು ಮತ್ತೆ ಅದೇ ವ್ಯಾಪಾರದಲ್ಲಿ ಪಡೆಯಬೇಕು ಎಂದು ಭಾವಿಸುತ್ತೇವೆ. ಇದು ಯಾವುದೇ ಟ್ರೇಡರ್‌ನ ಅಪಾಯಕಾರಿ ವರ್ತನೆ. ಎಲ್ಲಾ ನಷ್ಟಗಳೂ ಈ ಹಂತದಿಂದ ಪ್ರಾರಂಭವಾಗುತ್ತವೆ!

ಈ ಸಮಸ್ಯೆಯನ್ನು ತಪ್ಪಿಸಲು ಸರಳವಾದ ತಂತ್ರವೆಂದರೆ ವ್ಯಾಪಾರದಲ್ಲಿ ದಿನಕ್ಕೆ 3 ವಹಿವಾಟುಗಳ ನಿಯಮ. ನೀವು 3 ನೇ ವ್ಯಾಪಾರವನ್ನು ಪೂರ್ಣಗೊಳಿಸಿದಾಗಲೆಲ್ಲಾ, ಮಾರುಕಟ್ಟೆಯ ಮುಕ್ತಾಯಕ್ಕೆ ಎಷ್ಟು ಸಮಯ ಉಳಿದಿದೆ ಅಥವಾ ನೀವು ಎಷ್ಟು ಶಾಂತವಾಗಿದ್ದೀರಿ ಎಂಬುದನ್ನು ಲೆಕ್ಕಿಸದೆ ನಿಮ್ಮ ವ್ಯಾಪಾರ ವ್ಯವಸ್ಥೆಯನ್ನು

ಸ್ಥಗಿತಗೊಳಿಸಿ ಮತ್ತು ಜೀವನದ ಇತರ ಅಂಶಗಳ ಮೇಲೆ ಕೇಂದ್ರೀಕರಿಸಿ. ಇದು ಎಲ್ಲಾ ನಷ್ಟಗಳನ್ನು ತಡೆಯುವುದಲ್ಲದೆ ಉತ್ತಮ ವಹಿವಾಟುಗಳನ್ನು ಮಾತ್ರ ಆಯ್ಕೆ ಮಾಡಲು ನಿಮಗೆ ಸಹಾಯ ಮಾಡುತ್ತದೆ!

ದಿನಕ್ಕೆ 10% ನಷ್ಟ ನಿಯಮ

ದಿನದ ವಹಿವಾಟಿನಲ್ಲಿ ಹೆಚ್ಚಿನ ಹಾನಿಯನ್ನು ನಿಯಂತ್ರಿಸಲು ಮೇಲಿನ ಎರಡು ನಿಯಮಗಳು ಸಾಕು. ಆದರೆ ದುರದೃಷ್ಟವಶಾತ್, ದಿನದ ವ್ಯಾಪಾರವು ಎಲ್ಲಾ ಸಮಯದಲ್ಲೂ ಯೋಜನೆಯ ಪ್ರಕಾರ ನಡೆಯುವುದಿಲ್ಲ. ಮೇಲಿನ ಎರಡು ನಿಯಮಗಳ ಪ್ರಕಾರ, ಯಾವುದೇ ವ್ಯಾಪಾರದ ದಿನದಂದು (ಪ್ರತಿ ವ್ಯಾಪಾರಕ್ಕೆ 2% ಮತ್ತು ಗರಿಷ್ಠ 3 ವಹಿವಾಟುಗಳು) ವ್ಯಾಪಾರಿಯು 6% ಕ್ಕಿಂತ ಹೆಚ್ಚು ಕಳೆದುಕೊಳ್ಳಬೇಕಾಗಿಲ್ಲ. ಆದರೆ ಸ್ಲಿಪ್ಪಿಂಗ್, ಸಿಸ್ಟಮ್ ವೈಫಲ್ಯಗಳು, ಮಾನವ ದೋಷಗಳು ಇತ್ಯಾದಿಗಳಿಂದ ಕೆಲವು ಸಂದರ್ಭಗಳಲ್ಲಿ ವ್ಯಾಪಾರಿ 6% ಕ್ಕಿಂತ ಹೆಚ್ಚು ಕಳೆದುಕೊಳ್ಳಬಹುದು.

ನೀವು ಅಂತಹ ಪರಿಸ್ಥಿತಿಯನ್ನು ಎದುರಿಸಿದಾಗ ಮತ್ತು ನಿಮ್ಮ ಒಂದು ದಿನದ ಒಟ್ಟು ನಷ್ಟವು ನಿಮ್ಮ ವ್ಯಾಪಾರ ಬಂಡವಾಳದ 10% ಅನ್ನು ಮೀರಿದಾಗ ಎಲ್ಲಾ ವಹಿವಾಟುಗಳನ್ನು ಸ್ಥಗಿತಗೊಳಿಸಿ ನಿಮ್ಮ ಸಿಸ್ಟಮ್ ಅನ್ನು ಮುಚ್ಚುವುದು ಉತ್ತಮ.

ಈ ರೀತಿಯ ಸನ್ನಿವೇಶಗಳನ್ನು ನಿರ್ವಹಿಸಬಹುದೆಂದು ಒಬ್ಬರು ಭಾವಿಸಬಹುದು. ಆದರೆ ವಾಸ್ತವದಲ್ಲಿ, ನಮ್ಮ ಮನಸ್ಸು ಸಂಪೂರ್ಣ ಸ್ಪಷ್ಟತೆಯನ್ನು ಹೊಂದಿರುವುದಿಲ್ಲ ಮತ್ತು ಪ್ರತೀಕಾರದ ವಹಿವಾಟುಗಳನ್ನು ತೆಗೆದುಕೊಳ್ಳುವ ಅಥವಾ ಹೆಚ್ಚಿನ ತಪ್ಪುಗಳನ್ನು ಮಾಡುವ ಸಾಧ್ಯತೆ ಯಾವಾಗಲೂ ಇರುತ್ತದೆ.

ಆದ್ದರಿಂದ, ಮುಂದಿನ ಬಾರಿ ನೀವು ಯಾವುದೇ ವ್ಯಾಪಾರದ ದಿನದಂದು 10% ನಷ್ಟವನ್ನು ಎದುರಿಸಿದರೆ (ನೀವು ಈ ಪರಿಸ್ಥಿತಿಯನ್ನು ಎಂದಿಗೂ ಎದುರಿಸಬಾರದು ಎಂದು ನಾನು ಬಯಸುತ್ತೇನೆ), ಎಲ್ಲಾ ವಹಿವಾಟುಗಳನ್ನು ಮುಚ್ಚಿ, ಸಿಸ್ಟಮ್ ಅನ್ನು ಸ್ಥಗಿತಗೊಳಿಸಿ ಮತ್ತು ವ್ಯಾಪಾರದಿಂದ ಕೆಲವು ದಿನಗಳ ವಿರಾಮ ತೆಗೆದುಕೊಳ್ಳಿ.

ಕೆಲವು ದಲ್ಲಾಳಿಗಳು (brokers) “ಕಿಲ್ ಸ್ವಿಚ್” ಆಯ್ಕೆಯನ್ನು ಸಹ ಅಭಿವೃದ್ಧಿಪಡಿಸಿದ್ದಾರೆ, ಇದು ವ್ಯಾಪಾರದ ಬಂಡವಾಳದಲ್ಲಿ ನೀವು ಕೆಲವು ಇಂತಿಷ್ಟು

% ನಷ್ಟವನ್ನು ತಲುಪಿದಾಗ ಮುಂದಿನ 12 ಗಂಟೆಗಳವರೆಗೆ ವ್ಯಾಪಾರವನ್ನು ನಿಷ್ಕ್ರಿಯಗೊಳಿಸುತ್ತದೆ.

ಪೊಸಿಷನ್ ಸೈಝಿಂಗ್ ಮತ್ತು ಸ್ಕೇಲಿಂಗ್ ಆಫ್ ಕ್ಯಾಪಿಟಲ್

ಪೊಸಿಷನ್ ಸೈಝಿಂಗ್ ಎಂದರೆ ಒಂದು ವ್ಯಾಪಾರದಲ್ಲಿ ನೀವು ಯಾವ ಪ್ರಮಾಣದ ಸ್ಟಾಕ್ ಅನ್ನು ಖರೀದಿಸುತ್ತೀರಿ (ಅಥವಾ ಮಾರಾಟ ಮಾಡುತ್ತೀರಿ) ಎಂಬುದೇ ಹೊರತು ಬೇರೇನೂ ಅಲ್ಲ. ಇಂಟ್ರಾಡೇ ಟ್ರೇಡಿಂಗ್‌ನ ಯಶಸ್ಸಿನಲ್ಲಿ ಇದು ನಿರ್ಣಾಯಕ ಪಾತ್ರವನ್ನು ವಹಿಸುತ್ತದೆ.

ಅದನ್ನು ಚೆನ್ನಾಗಿ ಅರ್ಥಮಾಡಿಕೊಳ್ಳಲು ನಾವು ಒಂದು ಉದಾಹರಣೆಯನ್ನು ತೆಗೆದುಕೊಳ್ಳೋಣ.

ಇಬ್ಬರು ವ್ಯಾಪಾರಿಗಳಿದ್ದಾರೆ; ಜಾನ್ ಮತ್ತು ಟಾಮ್ 50% ಗೆಲುವಿನ ದರದೊಂದಿಗೆ ಅದೇ ವ್ಯವಸ್ಥೆಯನ್ನು ಬಳಸುತ್ತಾರೆ, ಅಂದರೆ 100 ವಹಿವಾಟುಗಳಲ್ಲಿ 50 ವಹಿವಾಟುಗಳು ಲಾಭವನ್ನು ಗಳಿಸುತ್ತವೆ ಮತ್ತು ಉಳಿದ 50 ವಹಿವಾಟುಗಳು ನಷ್ಟವನ್ನು ಉಂಟುಮಾಡುತ್ತವೆ ಮತ್ತು ರಿಸ್ಕ್-ರಿವಾರ್ಡ್ ಅನುಪಾತವು 1:2 ಆಗಿದೆ.

ಎರಡೂ ಒಂದೇ ಬಂಡವಾಳದಿಂದ (ರೂ. 100,000) ಪ್ರಾರಂಭವಾಗುತ್ತವೆ.

50 ವಹಿವಾಟುಗಳು ಯಶಸ್ವಿಯಾಗಿದ್ದರೂ ಮತ್ತು ಉಳಿದ 50 ವಹಿವಾಟುಗಳು ವಿಫಲವಾಗಿದ್ದರೂ ನಂತರವೂ ಅನೇಕ ವಿಫಲ ವಹಿವಾಟುಗಳು ಸತತವಾಗಿ ಬರಬಹುದು.

ಟಾಸ್ ಆಟದಲ್ಲಿ (ಹೆಡ್ ಅಥವಾ ಟೇಲ್) ಒಬ್ಬ ವ್ಯಕ್ತಿಯು ಬಾಜಿ ಕಟ್ಟುತ್ತಾನೆ ಎಂದುಕೊಳ್ಳೋಣ. ಅವರು ಪ್ರತಿ ಬಾರಿಯೂ 'ಹೆಡ್' ಬರುತ್ತದೆ ಎಂದು ಹೇಳುತ್ತಿದ್ದರೂ 'ಟೇಲ್' ಬರುವ ಸಾಧ್ಯತೆಯಿದೆಯಲ್ಲವೇ? ಇದನ್ನು 'ನಿರೀಕ್ಷಿತ ಸೋಲಿನ ಸರಣಿ' ಎಂದು ಕರೆಯಲಾಗುತ್ತದೆ.

ಕೆಳಗಿನ ಸೂತ್ರವನ್ನು ಬಳಸಿಕೊಂಡು ಇದನ್ನು ಸಂಖ್ಯಾಶಾಸ್ತ್ರೀಯವಾಗಿ ಲೆಕ್ಕಹಾಕಬಹುದು:

| ln(n)/ln(P) |

n = ಒಟ್ಟು ಪಂತಗಳ ಸಂಖ್ಯೆ

ln = ನೈಸರ್ಗಿಕ ಲಾಗರಿಥಮ್1

P = ಸಂಭವನೀಯತೆ2

|...| = ಸಂಪೂರ್ಣ ಮೌಲ್ಯ ಅಥವಾ 'ಮಾಡ್ಯುಲಸ್'

ನಮ್ಮ ವಿಶ್ಲೇಷಣೆಯನ್ನು ಸುಲಭಗೊಳಿಸಲು, ನಾನು ವಿವರಗಳನ್ನು ನೀಡುತ್ತೇನೆ. 100 ಪಂತಗಳಿಗೆ, 50% ಗೆಲುವಿನ ದರದೊಂದಿಗೆ, 9 ಬಾರಿ ನಿರೀಕ್ಷಿತ ಸೋಲಿನ ಸರಣಿಯ ಸಾಧ್ಯತೆಯಿದೆ.

ನಮ್ಮ ಜಾನ್ ಮತ್ತು ಟಾಮ್ ಉದಾಹರಣೆಗೆ ಹಿಂತಿರುಗಿ, ಒಬ್ಬರು ಯಾವುದೇ ಸಮಯದಲ್ಲಿ 9 ಸತತ ಸೋತ ವಹಿವಾಟುಗಳನ್ನು ಪಡೆಯಬಹುದು.

ಜಾನ್ ಪ್ರತಿ ವ್ಯಾಪಾರಕ್ಕಾಗಿ ತನ್ನ ಬಂಡವಾಳದ 2% ನಷ್ಟು ಅಪಾಯವನ್ನು ಎದುರಿಸಲು ನಿರ್ಧರಿಸುತ್ತಾನೆ ಮತ್ತು ಟಾಮ್ ಪ್ರತಿ ವ್ಯಾಪಾರಕ್ಕಾಗಿ ತನ್ನ ಬಂಡವಾಳದ 5% ನಷ್ಟು ಅಪಾಯವನ್ನು ಎದುರಿಸುತ್ತಾನೆ.

Trade #	Sequence	John's Risk (per trade)	John's Capital Value	Tom's Risk (per trade)	Tom's Capital Value
1	Loss	2%	98000	5%	95000
2	Loss	2%	96000	5%	90000
3	Loss	2%	94000	5%	85000
4	Loss	2%	92000	5%	80000
5	Loss	2%	90000	5%	75000
6	Loss	2%	88000	5%	70000
7	Loss	2%	86000	5%	65000
8	Loss	2%	84000	5%	60000
9	Loss	2%	82000	5%	55000

9 ಸತತ ವಿಫಲ ವಹಿವಾಟುಗಳನ್ನು ಎದುರಿಸಿದ ನಂತರ ಅವರ ಖಾತೆಯ ಸೈಝ್ ಅನ್ನು ನೋಡೋಣ (ಎರಡೂ ಯೋಜನೆಯಿಂದ ವಿಚಲನಗೊಳ್ಳುವುದಿಲ್ಲ ಎಂದು ಭಾವಿಸೋಣ).

9 ಸತತ ವಿಫಲ ವಹಿವಾಟುಗಳ ನಂತರ, ಜಾನ್ 82,000 ಬಂಡವಾಳದೊಂದಿಗೆ ಉಳಿದಿದ್ದಾನೆ, ಮತ್ತು ಅವನು ಇನ್ನೂ ತನ್ನ ಹಿಡಿತವನ್ನು ಕಾಪಾಡಿಕೊಳ್ಳಬಹುದು ಮತ್ತು ವಹಿವಾಟುಗಳನ್ನು ಪರಿಣಾಮಕಾರಿಯಾಗಿ ತೆಗೆದುಕೊಳ್ಳಬಹುದು.

ಆದರೆ ಟಾಮ್‌ಗೆ 55,000 ಉಳಿದಿದೆ. ಅವನ ಖಾತೆಯಲ್ಲಿ 45% ಸವೆತವಾಗಿದೆ. ಆದ್ದರಿಂದ, ಮುಂದಿನ ವಹಿವಾಟುಗಳನ್ನು ತೆಗೆದುಕೊಳ್ಳಲು ಅವರು ಹೆಚ್ಚು ಭಾವನಾತ್ಮಕ ಆಘಾತವನ್ನು ಎದುರಿಸಬೇಕಾಗುತ್ತದೆ.

ವ್ಯಾಪಾರ ಜಗತ್ತಿನಲ್ಲಿ ಕೆಲವು ಪೊಸಿಷನ್ ಸೈಝಿಂಗ್ ತಂತ್ರಗಳಿವೆ. ಆದರೆ ಎರಡು ಕಾರಣಗಳಿಂದಾಗಿ ಸರಳವಾದ ಶೇಕಡವಾರು ರಿಸ್ಕ್ ಪೊಸಿಷನ್ ಸೈಝಿಂಗ್ ಎಂಬುದು ಅತ್ಯಂತ ಪರಿಣಾಮಕಾರಿ ತಂತ್ರವಾಗಿದೆ:

1. ನೀವು ಗೆದ್ದಾಗ ಇದು ಹೆಚ್ಚು ಅಪಾಯವನ್ನು ನೀಡುತ್ತದೆ ಮತ್ತು ನೀವು ಸೋತಾಗ ಕಡಿಮೆ ಅಪಾಯವನ್ನು ಎದುರಿಸುತ್ತದೆ

2. ಸ್ಕೇಲಿಂಗ್ ಅನ್ನು ಸ್ವಯಂಚಾಲಿತವಾಗಿ ನೋಡಿಕೊಳ್ಳಲಾಗುತ್ತದೆ

ಖಾತೆಯ ಗಾತ್ರವು ರೂ. 100,000 ಆಗಿದ್ದರೆ ಮತ್ತು ನಾವು ಪ್ರತಿ ವ್ಯಾಪಾರದ ಮೇಲೆ 2% ನಷ್ಟದ ಅಪಾಯವನ್ನು ಹೊಂದಿದ್ದರೆ, ಪ್ರತಿ ವ್ಯಾಪಾರದ ಅಪಾಯವು 2,000 ಆಗಿದೆ.

ಪೊಸಿಷನ್ ಸೈಝ್ = ಪ್ರತಿ ವ್ಯಾಪಾರಕ್ಕೆ ಅಪಾಯ /ಸ್ಟಾಪ್-ಲಾಸ್

(Position Size = Risk per trade/Stop-loss)

ಟ್ರೇಡ್ ಸೆಟಪ್‌ಗೆ ಸ್ಟಾಪ್-ಲಾಸ್ 10 ಪಾಯಿಂಟ್‌ಗಳು ಎಂದು ಭಾವಿಸೋಣ

ಒಟ್ಟು ಷೇರುಗಳ ಸಂಖ್ಯೆ = 2,000/10 = 200 ಷೇರುಗಳು.

ವ್ಯಾಪಾರವು 10,000 ಲಾಭವನ್ನು ಗಳಿಸಿದೆ ಎಂದು ಭಾವಿಸೋಣ. ಈ ಸಂದರ್ಭದಲ್ಲಿ, ನಮ್ಮ ಬಂಡವಾಳವು 110,000 ಕ್ಕೆ ಬೆಳೆಯುತ್ತದೆ

10 ಪಾಯಿಂಟ್‌ಗಳ ಅದೇ ಸ್ಟಾಪ್-ಲಾಸ್‌ನೊಂದಿಗೆ ನೀವು ಇನ್ನೊಂದು ವ್ಯಾಪಾರವನ್ನು ಗುರುತಿಸಿದರೆ, ನಂತರ,

ಒಟ್ಟು ಷೇರುಗಳ ಸಂಖ್ಯೆ = 2,200/10 = 220 ಷೇರುಗಳು.

ನಾವು ಲಾಭ ಗಳಿಸಿದಾಗಲೆಲ್ಲಾ ನಮ್ಮ ಅಪಾಯದ ಮೊತ್ತವು ಹೆಚ್ಚಾಗುತ್ತದೆ ಎಂಬುದನ್ನು ದಯವಿಟ್ಟು ಗಮನಿಸಿ (ಆದರೆ ಪ್ರತಿ ವ್ಯಾಪಾರಕ್ಕೆ ಇರುವ 2% ಅಪಾಯವು ಒಂದೇ ಆಗಿರುತ್ತದೆ), ಮತ್ತು ಆದ್ದರಿಂದ ನಾವು ಹೆಚ್ಚಿನ ಷೇರುಗಳನ್ನು ಖರೀದಿಸುತ್ತೇವೆ.

ಹಾಗೆಯೇ ಶೇ.2ರ ನಿಯಮದಿಂದಾಗಿ ನಮ್ಮ ಬಂಡವಾಳ ಕಡಿಮೆಯಾದಾಗಲೆಲ್ಲಾ ನಮ್ಮ ಪೊಸಿಷನ್ ಸೈಝ್ ಸಹ ಕಡಿಮೆಯಾಗುತ್ತದೆ.

ಅಧ್ಯಾಯ 7

ಟ್ರೇಡಿಂಗ್ ಸೈಕಾಲಜಿ ಅತ್ಯಂತ ಶಕ್ತಿಶಾಲಿ ಆಯುಧ

ನಾನು ಮೊದಲ ಅಧ್ಯಾಯವನ್ನು ನನ್ನ ವಿಪಸ್ಸನ ಧ್ಯಾನದ ಅನುಭವದೊಂದಿಗೆ ಪ್ರಾರಂಭಿಸಿದೆ. ನನ್ನ ವೃತ್ತಿಜೀವನದ ಅತ್ಯುತ್ತಮ ಲಾಭವನ್ನು ಗಳಿಸಿದ ನಂತರವೂ ನಾನು ಏಕೆ ದುಃಖಿತನಾಗಿದ್ದೆ ಎಂಬುದನ್ನು ಮುಂದೆ ತಿಳಿಸುತ್ತೇನೆ ಎಂದು ಹೇಳಿದ್ದೆ.

ಈಗ ಕಥೆ ಹೇಳುತ್ತೇನೆ.

ಈ ಘಟನೆ ನಡೆದದ್ದು 29-Sep-2016 (ಭಾರತದ ಸರ್ಜಿಕಲ್ ಸ್ಟ್ರೈಕ್ ದಿನ).

ನನ್ನ ಇಂಟ್ರಾಡೇ ಸಿಸ್ಟಮ್ ಆ ದಿನದಂದು ಶಾರ್ಟ್ ಟ್ರೇಡ್ ಸೂಚಿಸಿತು. ಅದಲ್ಲದೆ, ಆ ದಿನ ನಿಫ್ಟಿಗೆ ಮಾಸಿಕ ಮುಕ್ತಾಯ (monthly expiry) ದಿನವೂ ಆಗಿತ್ತು (2016 ರಲ್ಲಿ ನಿಫ್ಟಿಗೆ ಯಾವುದೇ ಸಾಪ್ತಾಹಿಕ ಆಯ್ಕೆಗಳಿಲ್ಲ).

ಆ ದಿನಗಳಲ್ಲಿ ನಾನು ಸಂಪೂರ್ಣವಾಗಿ ಆಪ್ಷನ್ ಬಯರ್ ಆಗಿದ್ದೆ. ಏಕೆಂದರೆ ಆಗ ಕಾಯುವಿಕೆಯು ಯಾವುದೇ ಹೆಚ್ಚಿನ ಪರಿಣಾಮ ಬೀರಲಿಲ್ಲ (ಇದು ಮಾಸಿಕ ಮುಕ್ತಾಯದ ಸಮಯವಾಗಿತ್ತು).

ಆದ್ದರಿಂದ, ನಾನು ಮಾರುಕಟ್ಟೆ ತೆರೆದ ನಂತರ ರೂ.1.5 ಪ್ರೀಮಿಯಂ ಮೌಲ್ಯದಲ್ಲಿ ಯೋಗ್ಯ ಪ್ರಮಾಣದ (OTM) ನಿಫ್ಟಿ ಪುಟ್ಸ್ (PE) ಅನ್ನು ಖರೀದಿಸಿದೆ.

ನಾನು PEಗಳನ್ನು ಖರೀದಿಸಿದಾಗ, ಅದು ನನಗೆ ಸ್ಮರಣೀಯ ದಿನವಾಗುತ್ತದೆ ಎಂದು ನನಗೆ ತಿಳಿದಿರಲಿಲ್ಲ.

ಆ ದಿನಗಳಲ್ಲಿ, ನಾನು "WhatsApp" ಗುಂಪನ್ನು ನಿರ್ವಹಿಸುತ್ತಿದ್ದೆ ಮತ್ತು ನನ್ನ ಎಲ್ಲಾ ವ್ಯಾಪಾರದ ವಿವರಗಳನ್ನು ಗುಂಪಿನಲ್ಲಿ ಹಂಚಿಕೊಳ್ಳುತ್ತಿದ್ದೆ.

ನನ್ನ ಗುಂಪಿನಲ್ಲಿ ಒಬ್ಬ ಪರಿಣಿತ ವ್ಯಾಪಾರಿ ಸ್ನೇಹಿತನಿದ್ದ. ಅನೇಕ ಬಾರಿ ನಾವು ವ್ಯತಿರಿಕ್ತ ಅಭಿಪ್ರಾಯಗಳನ್ನು ಹೊಂದಿರುತ್ತಿದ್ದೆವು. ನಾನು ಆತನೊಂದಿಗೆ ಚರ್ಚೆ, ವಿವಾದಗಳನ್ನು ಮಾಡುತ್ತಿದ್ದೆ.

ದುರದೃಷ್ಟವಶಾತ್, ಆ ದಿನ ಮಾರುಕಟ್ಟೆ ಆರಂಭದಿಂದ ಆತನೂ ಬೇರಿಶ್ ವ್ಯೂ ಹೊಂದಿದ್ದ. ಆತನೂ ಕೂಡ ಪುಟ್ ಆಪ್ಷನ್ಸ್‌ಗಳನ್ನು ಲೋಡ್ ಮಾಡಿದ್ದ. ಆದರೆ ಅವನು ಜಾಸ್ತಿ ರಿಸ್ಕ್ ತಗೊಂಡಿದ್ದನು.

ನಾವು ವ್ಯಾಪಾರದಲ್ಲಿದ್ದೆವು, ಮತ್ತು ಬೆಲೆ ಇನ್ನೂ ಕೆಳಮುಖವಾಗಿ ಚಲಿಸಲು ಪ್ರಾರಂಭಿಸಿರಲಿಲ್ಲ. ಅದು ಆಪ್ಷನ್ ಬೈ ಆಗಿದ್ದ ಕಾರಣ ಆತನಿಗಿದ್ದ ಅಪಾಯದ ಬಗ್ಗೆ ಎಚ್ಚರಿಕೆ ನೀಡಿದೆ. ನಿಫ್ಟಿಯಲ್ಲಿ ಬೆಳೆ ಬೀಳದಿದ್ದರೆ ಆತನ ಅಪಾಯದ ಮೊತ್ತವನ್ನು ಕಳೆದುಕೊಳ್ಳಬೇಕಾಗುತ್ತದೆ ಎಂದು ಆತನಿಗೆ ತಿಳಿಸಿದೆ. (ಅದು ಮಾಸಿಕ ಮುಕ್ತಾಯದ ಸಂದರ್ಭವಾಗಿತ್ತು).

ತಾನು ಅಪಾಯದ ಬಗ್ಗೆ ತಿಳಿದಿದ್ದೇನೆ ಮತ್ತು ಸ್ವಲ್ಪ ಲಾಭವನ್ನು ಪಡೆದರೆ ಶೀಘ್ರದಲ್ಲೇ ನಿರ್ಗಮಿಸುತ್ತೇನೆ ಎಂದು ಆತ ನನಗೆ ಹೇಳಿದ.

ಇದ್ದಕ್ಕಿದ್ದಂತೆ, ನಿಫ್ಟಿ ಬೆಳಿಗ್ಗೆ 10ರ ನಂತರ ಕುಸಿಯಲು ಪ್ರಾರಂಭಿಸಿತು ಮತ್ತು ನಮ್ಮ ಪುಟ್ ಆಪ್ಷನ್ನ ಪ್ರೀಮಿಯಂ ಹೆಚ್ಚಾಗತೊಡಗಿತು. ನನ್ನ ಸ್ನೇಹಿತ 1:2 ಲಾಭದೊಂದಿಗೆ ವ್ಯಾಪಾರವನ್ನು ಮುಗಿಸಿದ.

ಅಂದು ಮಹತ್ವದ ರಿಸ್ಕ್ ತೆಗೆದುಕೊಂಡು ಶೇ.100ರಷ್ಟು ಲಾಭ ಗಳಿಸಿದ ಕಾರಣ ಆತನಿಗೆ ಖುಷಿಯಾಯಿತು. ಯಾವುದೇ ಅನಗತ್ಯ ವಹಿವಾಟುಗಳನ್ನು ತೆಗೆದುಕೊಳ್ಳುವುದನ್ನು ತಪ್ಪಿಸಲು ಆತ ಸಿಸ್ಟಮ್‌ನಿಂದ ಲಾಗ್ ಔಟ್ ಮಾಡಿದ.

ಆದರೆ ನಿಫ್ಟಿ ಬೆಳಿಗ್ಗೆ 10.30-11ರ ನಂತರ ಮತ್ತೆ ಕುಸಿಯಲು ಪ್ರಾರಂಭಿಸಿತು ಮತ್ತು ನನ್ನ ಲಾಭ ತೀವ್ರವಾಗಿ ಏರಿಳಿತಗೊಳ್ಳುತ್ತಿತ್ತು. ನಿಫ್ಟಿ ಇಷ್ಟು ಕುಸಿಯುತ್ತದೆ ಎಂದು ನಾನು ಭಾವಿಸಿರಲಿಲ್ಲ.

ಬಳಿಕ ಮಾಧ್ಯಮಗಳಲ್ಲಿ ಸರ್ಜಿಕಲ್ ಸ್ಟ್ರೈಕ್ ಸುದ್ದಿ ಹೊರಬಿತ್ತು. ಆಗ ನಿಫ್ಟಿ ಗಣನೀಯ ಕುಸಿತಕ್ಕೆ ಇದೇ ಕಾರಣ ಎಂದು ಅರಿವಾಯಿತು. ಮಾಸಿಕ ಅವಧಿ ಮುಗಿಯುವ

ದಿನವೂ ಆಗಿದ್ದ ಆ ದಿನದಂದು ಸಿಸ್ಟಮ್ ಶಾರ್ಟ್ ಟ್ರೇಡ್ ಅನ್ನು ಸೂಚಿಸಿದ್ದರಿಂದ ಅದೃಷ್ಟವೂ ನನ್ನ ಕಡೆ ಇತ್ತು. ನಾನು ಶಾರ್ಟ್ ಪೊಸಿಷನ್ ತೆಗೆದುಕೊಂಡ ನಂತರ ಸುದ್ದಿ ಹೊರಬಂದಿತು.

ನಾನು ಬಹಳ ಬುದ್ಧಿವಂತ ಎಂದು ಭಾವಿಸಿ ನಿಫ್ಟಿ ಕೆಲವು ಅಂಕಗಳಿಂದ ಕುಸಿದಾಗಲೆಲ್ಲಾ ನನ್ನ ಕೆಲವು ಶಾರ್ಟ್ ಪೊಸಿಷನ್‌ಗನ್ನು ಮುಚ್ಚಲು ಪ್ರಾರಂಭಿಸಿದೆ. ಮಧ್ಯಾಹ್ನ 12 ಗಂಟೆಯ ಹೊತ್ತಿಗೆ ನಾನು ನನ್ನ ಬಹುತೇಕ ಪೊಸಿಷನ್‌ಗಳನ್ನು ಮುಚ್ಚಿದ್ದೆ ಮತ್ತು ನನ್ನ ಶಾರ್ಟ್ ಪೊಸಿಷನ್‌ನ ಒಂದು ಸಣ್ಣ ಪ್ರಮಾಣವನ್ನು ಮಾತ್ರ ಉಳಿಸಿಕೊಂಡಿದ್ದೆ. ದಿನದ ಕೊನೆಯ ತನಕ ಅದನ್ನು ಒಯ್ಯಲು ನಿರ್ಧರಿಸಿದ್ದೆ.

ಆ ದಿನ ನನಗೆ ಊಟ ಮಾಡಲು ಮನಸ್ಸಾಗಲಿಲ್ಲ ಮತ್ತು ಬೆಲೆಯ ಸಂಪೂರ್ಣ ಕ್ರಮವನ್ನು ವೀಕ್ಷಿಸಲು ಕೊನೆಗೊಂಡಿತು.

ಅಂತಿಮವಾಗಿ, ಮಾರುಕಟ್ಟೆ ಮುಚ್ಚಲಾಯಿತು.

ನಾನು ಪುಟ್ ಆಪ್ಷನ್ಸ್ ಅನ್ನು 1.5 ನಲ್ಲಿ ಖರೀದಿಸಿದೆ ಮತ್ತು ನನ್ನ ಸರಾಸರಿ ಮುಕ್ತಾಯದ ಬೆಲೆ ಸುಮಾರು 51 ಆಗಿತ್ತು. ಆ ದಿನ ನಾನು ನನ್ನ ವೃತ್ತಿಜೀವನದ ಅತ್ಯುತ್ತಮ ಲಾಭವನ್ನು ಗಳಿಸಿದೆ. WhatsApp ಗುಂಪಿನಲ್ಲಿರುವ ಎಲ್ಲಾ ಜನರು ನನ್ನ ಪೋಸ್ಟ್‌ಗಳನ್ನು ನೋಡಿ ಆಶ್ಚರ್ಯಚಕಿತರಾಗಿದ್ದರು ಮತ್ತು ನನ್ನನ್ನು ಅಭಿನಂದಿಸಿದರು. .

ಆದರೆ ನನಗೆ ಸಂತೋಷವಾಗಲಿಲ್ಲ.

ಕಾರಣ ಸಾಕಷ್ಟು ಸರಳವಾಗಿದೆ. ನಾನು ಖರೀದಿಸಿದ ಪುಟ್ ಆಪ್ಷನ್‌ಗಳು ಸುಮಾರು 155 ತಲುಪಿತ್ತು ಮತ್ತು 151 ರಲ್ಲಿ ಮುಚ್ಚಲ್ಪಟ್ಟಿತು.

ಆದ್ದರಿಂದ, ನನ್ನ ಎಲ್ಲಾ ಶಾರ್ಟ್ ಪೊಸಿಷನ್‌ಗಳನ್ನು ಕೊನೆಯವರೆಗೆ ಹಿಡಿದಿಟ್ಟುಕೊಂಡಿದ್ದರೆ ನನ್ನ ಒಟ್ಟು ಸ್ಥಾನದ ಮೇಲೆ ಆ ದಿನ ನಾನು 3X ಲಾಭ ಗಳಿಸುತ್ತಿದ್ದೆ.

ಇದು ನನ್ನ "ದುರಾಸೆ" ಅಲ್ಲ. ನಾನು ಲಾಭವನ್ನು ಹಿಡಿದಿಟ್ಟುಕೊಳ್ಳಲು ಸಾಧ್ಯವಾಗದ ಕಾರಣ ನಾನು ಪೊಸಿಷನ್ ಗಳನ್ನು ಮುಚ್ಚಲು ಪ್ರಾರಂಭಿಸಿದೆ ಮತ್ತು

MTM (ಮಾರ್ಕ್ ಟು ಮಾರ್ಕೆಟ್) ನಲ್ಲಿನ ಪ್ರತಿ ಹೆಚ್ಚಳವು ನನ್ನ ಮನಸ್ಸಿನಲ್ಲಿ ಬಹಳಷ್ಟು ಭಾವನೆಗಳನ್ನು ಪ್ರಚೋದಿಸಿತು.

ಹಿಂದೆ, ನಾನು ಈ ರೀತಿಯ ಉಲ್ಲೇಖಗಳನ್ನು ಓದಿದ್ದೇನೆ - "ಕುಳಿತುಕೊಂಡರೆ ಹಣ ಮಾಡಬಹುದು, ವ್ಯಾಪಾರದಿಂದಲ್ಲ « ಅಥವಾ "ನನಗೆ ದೊಡ್ಡ ಹಣವನ್ನು ಮಾಡಲು ಸಾಧ್ಯವಾಗಿದ್ದು ನನ್ನ ಆಲೋಚನೆಯಿಂದಲ್ಲ. ಸುಮ್ಮನೆ ಕುಳಿತಿದ್ದರಿಂದ".

ಆದರೆ ಅಂದು ಈ ಹೇಳಿಕೆಗಳ ಮಹತ್ವವನ್ನು ನಾನು ಪ್ರಾಯೋಗಿಕವಾಗಿ ಅರಿತುಕೊಂಡೆ.

ಯಶಸ್ವಿ ವ್ಯಾಪಾರಿಯಾಗಲು, ಲಾಭದ ಮೇಲೆ ಹೇಗೆ ಸವಾರಿ ಮಾಡುವುದು ಎಂಬುದನ್ನು ತಿಳಿದಿರಬೇಕು!

ಆ ದಿನ ನಾನು ವೃತ್ತಿಜೀವನದಲ್ಲಿ ಉತ್ತಮ ಲಾಭವನ್ನು ಗಳಿಸಿದರೂ, ನಾನು ಬಹಳ ಅಸಮಾಧಾನಗೊಂಡಿದ್ದೆ. ಆದ್ದರಿಂದ, ನಾನು ವಿಪಸ್ಸನಾ ಧ್ಯಾನ ಕಾರ್ಯಕ್ರಮವನ್ನು ತೆಗೆದುಕೊಳ್ಳಲು ನಿರ್ಧರಿಸಿದೆ. ಏಕೆಂದರೆ ವ್ಯಾಪಾರಕ್ಕೆ ಸಂಬಂಧಿಸಿದ ನನ್ನ ಮನೋವಿಜ್ಞಾನವನ್ನು ಸುಧಾರಿಸುವುದು ನನ್ನ ಗುರಿಯಾಗಿತ್ತು.

ಎಲ್ಲಾ ಇಂಟ್ರಾಡೇ ಟ್ರೇಡಿಂಗ್-ಸಂಬಂಧಿತ ವಿಷಯಗಳ ಪೈಕಿ, ವ್ಯಾಪಾರದ ಮನೋವಿಜ್ಞಾನವು ವ್ಯಾಪಾರ ಸಮುದಾಯದಲ್ಲಿ ಕನಿಷ್ಠ ಅಂಗೀಕಾರವನ್ನು ಪಡೆಯುತ್ತದೆ. ಆದರೆ ಇದು ವ್ಯಾಪಾರದ ಯಶಸ್ಸಿನ ಅತ್ಯಂತ ನಿರ್ಣಾಯಕ ಅಂಶಗಳಲ್ಲಿ ಒಂದಾಗಿದೆ.

ನಾನು ನಿಮಗೆ 1000 ರೂ ನೀಡುತ್ತೇನೆ ಮತ್ತು ಅದನ್ನು ನಿಮ್ಮ ನಗರದಲ್ಲಿ ಇರುವ ನನ್ನ ಸ್ನೇಹಿತರೊಬ್ಬರಿಗೆ ಹಸ್ತಾಂತರಿಸಲು ವಿನಂತಿಸುತ್ತೇನೆ ಎಂದು ಭಾವಿಸೋಣ. ನೀವು ಇದನ್ನು ಸುಲಭವಾಗಿ ಮಾಡಬಹುದು.

ಆದರೆ ನಾನು ನಿಮಗೆ 1000 ಬದಲಿಗೆ 10 ಲಕ್ಷ ನೀಡಿದರೆ ಏನು? ನಿಮ್ಮ ಮನಸ್ಸಿನಲ್ಲಿ ಅನೇಕ ಭಾವನೆಗಳು ಮೂಡುತ್ತವೆ ಮತ್ತು ಅದನ್ನು ತಲುಪಿಸಲು ನೀವು ಒಪ್ಪದಿರಬಹುದು, ಸರಿಯೇ?

ಅದೇ ರೀತಿಯಲ್ಲಿ, ವ್ಯಾಪಾರಿಗಳು ತಮ್ಮ ಹಣವನ್ನು ವ್ಯಾಪಾರಕ್ಕಾಗಿ ಬಾಜಿ ಕಟ್ಟಿದಾಗ ಅನೇಕ ಭಾವನೆಗಳನ್ನು ಅನುಭವಿಸುತ್ತಾರೆ.

ಹುಚ್ಚು ಹಿಡಿದ ವ್ಯಕ್ತಿಗೆ ನೀವು ಮೆಷಿನ್ ಗನ್ ನೀಡಿದಾಗ ಏನಾಗುತ್ತದೆ?

ಅಂದು ಭಾನುವಾರ. ನೀವು ಸುದೀರ್ಘ ನಿದ್ರೆಯ ನಂತರ 10 ಗಂಟೆಗೆ ಎಚ್ಚರಗೊಳ್ಳುತ್ತೀರಿ. ಸಂಪೂರ್ಣ ವಿಶ್ರಾಂತಿಯಿಂದಾಗಿ ನಿಮ್ಮ ಮನಸ್ಸು ಸಂತೋಷವಾಗಿರುತ್ತದೆ. ನೀವು ಬಿಸಿ ನೀರಿನಲ್ಲಿ ಸ್ನಾನ ಮಾಡಿ ಹತ್ತಿರದ ರೆಸ್ಟೋರೆಂಟ್‌ನಲ್ಲಿ ಉಪಾಹಾರ ಸೇವಿಸಲು ನಿರ್ಧರಿಸುತ್ತೀರಿ.

ನೀವು ಮನೆಯಿಂದ ಹೊರಬಂದು, ಕೆಲವು ಮೀಟರ್ ನಡೆದು ಉತ್ತಮ ಉಪಹಾರ ಸೇವಿಸುತ್ತೀರಿ. ಈ ಸಂತೋಷವನ್ನು ಹೆಚ್ಚಿಸಲು ನೀವು ಒಂದು ದೊಡ್ಡ ಕಪ್ ಕಾಫಿಯನ್ನು ಸಹ ಆರ್ಡರ್ ಮಾಡಿ ಬಿಸಿಬಿಸಿಯಾದ ಕಾಫಿ ಹೀರುತ್ತಾ, ಆನಂದದಲ್ಲಿ ನಿಧಾನವಾಗಿ ನಿಮ್ಮ ಮನೆಯತ್ತ ನಡೆಯುತ್ತಿರುತ್ತೀರಿ.

ದಾರಿಯಲ್ಲಿ, ಕೈಯಲ್ಲಿ ಮಷಿನ್ ಗನ್ ಹಿಡಿದಿರುವ ಹುಚ್ಚು ವ್ಯಕ್ತಿಯನ್ನು ನೀವು ಗುರುತಿಸುತ್ತೀರಿ. ಇದು ಆಧುನಿಕ ಮೆಷಿನ್ ಗನ್. ಇದಕ್ಕೆ ಸ್ವಯಂಚಾಲಿತ ಕಾರ್ಟ್ರಿಡ್ಜ್‌ಗಳನ್ನು ಸಹ ಗನ್‌ಗೆ ಜೋಡಿಸಲಾಗಿರಿತ್ತದೆ. ಈಗ ನಿಮಗೆ ಹೇಗನಿಸುತ್ತದೆ?

ನೀವು ಇನ್ನೂ ಆನಂದವಾಗಿರುತ್ತೀರ ಅಥವಾ ನೀವು ಎಂದಿಗೂ ಅನುಭವಿಸದ ಕೆಟ್ಟ ಭಯವನ್ನು ಅನುಭವಿಸಿ ಜೀವ ಉಳಿಸಿಕೊಳ್ಳಲು ಓಡುತ್ತೀರ?

ಈ ಪರಿಸ್ಥಿತಿಯನ್ನು ಊಹಿಸಿಕೊಳ್ಳಲು ಸಹ ಭಯವಾಗುತ್ತದೆ.

ಅದೇ ತರ್ಕ ವ್ಯಾಪಾರಕ್ಕೆ ಅನ್ವಯಿಸುತ್ತದೆ. ಒಬ್ಬ ವ್ಯಾಪಾರಿ ಸುಧಾರಿತ ವ್ಯಾಪಾರ ಸಾಫ್ಟ್‌ವೇರ್ ಮತ್ತು ಅತ್ಯುತ್ತಮ ದಿನದ ವ್ಯಾಪಾರ ವ್ಯವಸ್ಥೆಯನ್ನು ಹೊಂದಿರಬಹುದು. ಆದರೆ ಅವನು ತನ್ನ ಭಾವನೆಗಳನ್ನು ನಿಯಂತ್ರಿಸಲು ವಿಫಲವಾದರೆ, ಅದು ಅವನ ವ್ಯಾಪಾರ ಖಾತೆಗೆ ವ್ಯಾಪಕ ಹಾನಿಯನ್ನು ಉಂಟುಮಾಡುತ್ತದೆ. ಒಂದು ದಿನದಲ್ಲಿ ಎಲ್ಲಾ ಬಂಡವಾಳವನ್ನು (ಅಥವಾ ಹೆಚ್ಚಿನ ಬಂಡವಾಳವನ್ನು) ಕಳೆದುಕೊಳ್ಳುವ ಹೆಚ್ಚಿನ ಸಂಭವನೀಯತೆ ಇದೆ!

ಉತ್ತಮ ಶಿಕ್ಷಣದೊಂದಿಗೆ ಅಥವಾ ಲಾಭದಾಯಕ ವ್ಯಾಪಾರಗಳೊಂದಿಗೆ ಇಂಟ್ರಾಡೇ ಟ್ರೇಡಿಂಗ್ ಆರಂಭಿಸುವ ಅತ್ಯಂತ ಯಶಸ್ವಿ ಜನರು ಈ ಕಾರಣದಿಂದಲೇ ಭಯಾನಕವಾಗಿ ವಿಫಲರಾಗಿದ್ದಾರೆ. ದಿನದ ವ್ಯಾಪಾರಕ್ಕೆ ಹೆಚ್ಚು ಬುದ್ಧಿವಂತಿಕೆ ಅಥವಾ ವಿಶ್ಲೇಷಣಾತ್ಮಕ ಸಾಮರ್ಥ್ಯಗಳ ಅವಶ್ಯಕತೆ ಇಲ್ಲ. ಇದಕ್ಕೆ ಬೇಕಾಗಿರುವುದು ಶಾಂತ ರೀತಿಯಲ್ಲಿ ವಹಿವಾಟುಗಳನ್ನು ನಿರಂತರವಾಗಿ ಕಾರ್ಯಗತಗೊಳಿಸುವ ಬುದ್ಧಿಮತೆ.

ವ್ಯಾಪಾರ ಮನೋವಿಜ್ಞಾನದ 4 ಅಂಶಗಳು

ನಮ್ಮ ಕೆಲಸದಲ್ಲಿ ಆಗಿರುವ ಡಿಜಿಟಲೀಕರಣವು ನಮ್ಮ ಜೀವನದ ಹಲವು ಅಂಶಗಳನ್ನು ಮಾರ್ಪಾಡು ಮಾಡಿದೆಯಾದರೂ ವ್ಯಾಪಾರದ ಮನೋವಿಜ್ಞಾನಕ್ಕೆ ಸಂಬಂಧಿಸಿದಂತೆ ಏನೂ ಬದಲಾಗಿಲ್ಲ.

ಕೇವಲ ನಾಲ್ಕು ಶಕ್ತಿಯುತ ಭಾವನೆಗಳು ಪ್ರತಿ ವ್ಯಾಪಾರಿಯ ಸುತ್ತ ಸುತ್ತುತ್ತವೆ ಮತ್ತು ಅವರ ವ್ಯಾಪಾರ ಮನೋವಿಜ್ಞಾನದ ಮೇಲೆ ವಿಭಿನ್ನ ಪ್ರಭಾವವನ್ನು ಉಂಟುಮಾಡುತ್ತವೆ.

ಈ ನಾಲ್ಕು ಭಾವನೆಗಳು ಯಾವುವೆಂದರೆ,

1) ದುರಾಸೆ

2) ಭಯ

3) ವಿಷಾದ

4) ಭರವಸೆ

ದುರಾಸೆ

ಒಬ್ಬ ವ್ಯಾಪಾರಿಯ ಮನಸ್ಸು ದುರಾಸೆಯಿಂದ ತುಂಬಿದಾಗ ಅವನು ಎಲ್ಲ ಹಣಕಾಸು ಮತ್ತು ರಾಜಕೀಯ ಸುದ್ದಿಗಳನ್ನು ಅತ್ಯಂತ ಆಶಾವಾದಿಯಾಗಿ ನೋಡುತ್ತಾನೆ ಮತ್ತು ನಕಾರಾತ್ಮಕ ಮಾಹಿತಿಯನ್ನು ನಿರ್ಲಕ್ಷಿಸುತ್ತಾನೆ. ಭದ್ರತಾ ಬೆಲೆಗಳು ಏರುತ್ತಿವೆ ಎಂಬ ಭ್ರಮೆಯನ್ನು ಮತ್ತು ಸಕಾರಾತ್ಮಕ ದೃಷ್ಟಿಕೋನವನ್ನು ಅವನ ಮನಸ್ಸಿನಲ್ಲಿ ಸೃಷ್ಟಿಸಿಕೊಳ್ಳುತ್ತಾನೆ. ಆದ್ದರಿಂದ, ಅವನು ಹೆಚ್ಚು ಅಪಾಯವನ್ನು ತೆಗೆದುಕೊಳ್ಳುತ್ತಾನೆ ಅಥವಾ ಅವನ ವ್ಯಾಪಾರವನ್ನು ಹಿಡಿದಿಟ್ಟುಕೊಳ್ಳುತ್ತಾನೆ. ಅವನ ವಿಶ್ಲೇಷಣೆಯು ತಪ್ಪಾಗಲಾರದು ಎಂದು ಭಾವಿಸುತ್ತಾನೆ.

ಆದರೆ ಯಾವಾಗಲೂ ನೆನಪಿಡಿ, ವ್ಯಾಪಾರಿಯು ಲಾಭವಿಲ್ಲದೆ ಮಾರುಕಟ್ಟೆಗಳಲ್ಲಿ ಬದುಕಬಹುದು ಆದರೆ ಬಂಡವಾಳವಿಲ್ಲದೆ ಅಲ್ಲ. ಬಂಡವಾಳವನ್ನು ರಕ್ಷಿಸುವುದು

ಪ್ರಮುಖವಾಗಿದೆ ಮತ್ತು ಮುಂದಿನ ಪ್ರಮುಖ ಅಂಶವೆಂದರೆ ಸ್ಥಿರವಾಗಿ ಲಾಭ ಮಾಡುವುದು.

ಭಯ

ಭಯವು ದುರಾಸೆ ಎಂಬ ನಾಣ್ಯದ ಇನ್ನೊಂದು ಮುಖ. ಭಯವು ವಿಶಾಲವಾದ ವೈಯಕ್ತಿಕ ಮನಸ್ಥಿತಿಯ ಮೇಲೆ ಹೆಚ್ಚು ಕೇಂದ್ರೀಕೃತವಾಗಿದೆ.

ಭಯದಲ್ಲಿ ಎರಡು ವಿಧಗಳಿವೆ:

1) ವ್ಯಾಪಾರವನ್ನು ತೆಗೆದುಕೊಳ್ಳಲು ಭಯ
2) ಕಳೆದುಕೊಳ್ಳುವ ಭಯ (FOMO)

ನಿಮ್ಮ ಮನಸ್ಸಿನಲ್ಲಿರುವ ಹೆಚ್ಚಿನ ಭಯಗಳು ವ್ಯಾಪಾರದಲ್ಲಿ ನಿಮ್ಮ ಹಿಂದಿನ ನಕಾರಾತ್ಮಕ ಅನುಭವಗಳಿಂದ ರಚಿಸಲ್ಪಟ್ಟಿರುತ್ತವೆ. ಉದಾಹರಣೆಗೆ, ಒಬ್ಬ ವ್ಯಾಪಾರಿ ತನ್ನ ಟ್ರೇಡಿಂಗ್ ಸೆಟಪ್ ಪ್ರವೇಶವನ್ನು ತೋರಿಸಿದ ನಂತರವೂ ವ್ಯಾಪಾರ ಮಾಡಲು ಹಿಂಜರಿಯುತ್ತಾನೆ.

ಆ ವ್ಯಾಪಾರದ ಸೆಟಪ್‌ನೊಂದಿಗೆ ಅವನು ಹಣವನ್ನು ಕಳೆದುಕೊಂಡಿದ್ದಾನೆ ಎಂದು ಇದು ಸೂಚಿಸುತ್ತದೆ ಮತ್ತು ಅವನ ಸುಪ್ತಪ್ರಜ್ಞೆಯ ಮನಸ್ಸು ಆ ವ್ಯಾಪಾರದ ಪರಿಕಲ್ಪನೆಯನ್ನು ನೋವಿನಿಂದ ನೆನಪಿಸಿಕೊಳ್ಳುತ್ತದೆ. ಹಾಗಾಗಿ ಅವನ ಮನಸ್ಸಿನಲ್ಲಿ ಹಿಂಜರಿಕೆ ಇರುತ್ತದೆ.

ಈ ಸರಳ ಭಯವನ್ನು ತೊಡೆದುಹಾಕಲು ಎರಡು ಮಾರ್ಗಗಳಿವೆ:

1) ವ್ಯಾಪಾರದ ಸೆಟಪ್‌ನಲ್ಲಿ ನಿಮ್ಮ ಕನ್ವಿಕ್ಷನ್ ಅನ್ನು ಹೆಚ್ಚಿಸಿ. ನೀವು ಇಂಟ್ರಾಡೇ ಟ್ರೇಡಿಂಗ್ ಸಿಸ್ಟಮ್ ಅನ್ನು 10 ವರ್ಷಗಳವರೆಗೆ ಹಸ್ತಚಾಲಿತವಾಗಿ ಬ್ಯಾಕ್‌ಟೆಸ್ಟ್ ಮಾಡಿದರೆ, ಪ್ರತಿ ಡೇಟಾವು ಸುಪ್ತಪ್ರಜ್ಞೆಯಲ್ಲಿ ಸಂಗ್ರಹವಾಗಿರುತ್ತದೆ ಮತ್ತು ಆ ಮೂಲಕ ಕನ್ವಿಕ್ಷನ್ ಹೆಚ್ಚಾಗುತ್ತದೆ.

2) ನಿಮ್ಮ ವ್ಯಾಪಾರವನ್ನು ಯೋಜಿಸಿ ಮತ್ತು ನಿಮ್ಮ ಯೋಜನೆಯನ್ನು ವ್ಯಾಪಾರ ಮಾಡಿ. ನಿಮ್ಮ ವ್ಯಾಪಾರ ವ್ಯವಸ್ಥೆಯ ಬಗ್ಗೆ ಸ್ಪಷ್ಟ ನಿಯಮಗಳನ್ನು ಬರೆಯಿರಿ ಮತ್ತು ಅವುಗಳನ್ನು ಅನುಸರಿಸಲು ಪ್ರಾಮಾಣಿಕ

ಪ್ರಯತ್ನ ಮಾಡಿ. ಲೈವ್ ಮಾರುಕಟ್ಟೆಯಲ್ಲಿ ನಮ್ಮ ಮನಸ್ಸು ಭಾವನೆಗಳಿಂದ ತುಂಬಿರುವುದರಿಂದ ಲೈವ್ ಮಾರುಕಟ್ಟೆಯಲ್ಲಿ ಆ ನಿಯಮಗಳನ್ನು ತಿದ್ದುಪಡಿ ಮಾಡಲು ಎಂದಿಗೂ ಪ್ರಯತ್ನಿಸಬೇಡಿ.

ಬೆಲೆಯು ನಿಮ್ಮ ಸೆಟಪ್ ಅನ್ನು ತೋರಿಸಿ ಆನಂತರ ದೊಡ್ಡ ಬದಲಾವಣೆ ಕಂಡಾಗ FOMO ಸಂಭವಿಸುತ್ತದೆ. (ಆದರೆ ನೀವು ಶೇ.100ರಷ್ಟು ಆತ್ಮವಿಶ್ವಾಸ ಹೊಂದಿಲ್ಲದ ಕಾರಣ ಮಾರುಕಟ್ಟೆ ಪ್ರವೇಶ ಮಾಡುವುದಿಲ್ಲ). ಇದು ಪ್ರವೇಶವನ್ನು ಬೆನ್ನಟ್ಟಲು ಕಾರಣವಾಗುತ್ತದೆ ಮತ್ತು ಇದು ವ್ಯಾಪಾರಕ್ಕೆ ಸೂಕ್ತವಲ್ಲ.

ವ್ಯಾಪಾರಿಯು ಮರುದಿನ ಚಾರ್ಟ್ ಅನ್ನು ನೋಡಿದಾಗ, ಅವನ ಮನಸ್ಸು ಹಿಂದಿನ ದಿನ ಕಳೆದುಹೋದ ಅವಕಾಶವನ್ನು ನೆನಪಿಸಿಕೊಳ್ಳುತ್ತದೆ ಮತ್ತು ಅವನ ಮನಸ್ಸು ಅವನ ವ್ಯಾಪಾರದ ಸೆಟಪ್ ಸಂಭವಿಸಿದೆ ಎಂದು ಅವನಿಗೆ ಹೇಗಾದರೂ ಮನವರಿಕೆ ಮಾಡುತ್ತದೆ.

ವಿಶೇಷವಾಗಿ ಹೊಸ ವ್ಯಾಪಾರಿಗಳಿಗೆ FOMO ಕಠಿಣವಾಗಿದೆ. ಏಕೆಂದರೆ ಅವರು ಅಂತಹ ಅನೇಕ ಅನುಭವಗಳನ್ನು ನೋಡಿರುವುದಿಲ್ಲ. FOMOನೊಂದಿಗೆ ವ್ಯವಹರಿಸಲು ಉತ್ತಮ ಮಾರ್ಗವೆಂದರೆ ಆಫ್‌ಲೈನ್ ಅವಧಿಯಲ್ಲಿ ಮಾಡಿದ ಮತ್ತು ಲೈವ್ ಮಾರುಕಟ್ಟೆಯಲ್ಲಿನ ನಿಯಮಗಳನ್ನು ಶ್ರದ್ಧೆಯಿಂದ ಅನುಸರಿಸುವುದು.

ವಿಷಾದ

ನೀವು ಮಾಡಬಾರದೆಂದು ಭಾವಿಸುವ ಸಂಗತಿಗಳನ್ನು ಮಾಡುವಾಗ ನೀವು ಅನುಭವಿಸುವ ಅರಿವಿನ ಅಪಶ್ರುತಿಯೇ ವಿಷಾದ.

ನೀವು ಎರಡು ವಿರೋಧಾತ್ಮಕ ವ್ಯಾಪಾರ ಆಲೋಚನೆಗಳನ್ನು ಹಿಡಿದಿಟ್ಟುಕೊಂಡಾಗ ನಿಮ್ಮ ಮನಸ್ಸಿನಲ್ಲಿ ಅನುಭವಿಸುವ ಅಸ್ವಸ್ಥತೆಯನ್ನು ಸೂಚಿಸುವುದೇ ಅರಿವಿನ ಅಪಶ್ರುತಿ.

ನೀವು ದೀರ್ಘ ವ್ಯಾಪಾರವನ್ನು ಹೊಂದಿದ್ದೀರಿ ಎಂದು ಭಾವಿಸೋಣ. ನಿಮ್ಮ ಸಿಸ್ಟಂ ನಿಯಮಗಳು IB ಎತ್ತರಕ್ಕಿಂತ (ಆ ದಿನದ) ಕೆಳಗೆ ಬಂದರೆ ಮಾತ್ರ ವ್ಯಾಪಾರದಿಂದ ನಿರ್ಗಮಿಸಲು ಹೇಳುತ್ತದೆ. ಆದರೆ ನೀವು ಮೇಲ್ಭಾಗದಲ್ಲಿ ಬೇರಿಶ್ ಮಾದರಿಯನ್ನು ನೋಡುತ್ತೀರಿ ಮತ್ತು ಈಗ ನೀವು ವ್ಯಾಪಾರವನ್ನು ಹಿಡಿದಿಟ್ಟುಕೊಳ್ಳುವ ಅಥವಾ ನಿರ್ಗಮಿಸುವ ಸಂದಿಗ್ಧತೆಯಲ್ಲಿದ್ದೀರಿ.

ಆದ್ದರಿಂದ, ವ್ಯವಸ್ಥೆಯ ಪ್ರಕಾರ, ನೀವು ಹಾಗೆಯೇ ಉಳಿಯಲು ನಿರ್ಧರಿಸುತ್ತೀರಿ. ಆದರೆ ಬೆಲೆ ನಿಮ್ಮ ಸ್ಟಾಪ್-ಲಾಸ್ ಅನ್ನು ತಲುಪುತ್ತದೆ. ಈ ಅನುಭವವು ಸ್ವಲ್ಪ ವಿಷಾದಕ್ಕೆ ಕಾರಣವಾಗುತ್ತದೆ.

ಇಂಟ್ರಾಡೇ ಟ್ರೇಡಿಂಗ್‌ನಲ್ಲಿ, ವಿಷಾದಗಳು ಎಂದಿಗೂ ಅಂತ್ಯಗೊಳ್ಳುವುದಿಲ್ಲ. ಪ್ರತಿದಿನ ವಿಷಾದ ಆಗಿಯೇ ಆಗುತ್ತದೆ. ಆದ್ದರಿಂದ, ವ್ಯಾಪಾರ ವ್ಯವಸ್ಥೆಯ ಪ್ರಕಾರ ನಮ್ಮ ವಹಿವಾಟುಗಳನ್ನು ನಿರ್ವಹಿಸುವುದು ಉತ್ತಮ.

ವಿಷಾದವನ್ನು ನಿಭಾಯಿಸಲು ಕೆಲವು ಸರಳ ತಂತ್ರಗಳನ್ನು ಕೆಳಗೆ ನೀಡಲಾಗಿದೆ:

1. ವಿಷಾದವು ವ್ಯಾಪಾರದಲ್ಲಿ ಒಂದು ಭಾವನೆಯಾಗಿದೆ ಎಂದು ಮೊದಲು ಒಪ್ಪಿಕೊಳ್ಳಿ. ಮಾರುಕಟ್ಟೆಯಲ್ಲಿನ ಎಲ್ಲಾ ಉತ್ತಮ ಚಲನೆಗಳನ್ನು ಯಾರೂ ಹಿಡಿಯಲು ಸಾಧ್ಯವಿಲ್ಲ.
2. ಮಾರುಕಟ್ಟೆಯು ಶಾಶ್ವತವಾಗಿ ಇರುತ್ತದೆ ಎಂದು ಯಾವಾಗಲೂ ನೆನಪಿಡಿ ಮತ್ತು ಭವಿಷ್ಯದಲ್ಲಿ ನೀವು ಯಾವಾಗಲೂ ಉತ್ತಮ ವ್ಯಾಪಾರವನ್ನು ಪಡೆಯಬಹುದು.
3. 'ಒಳ್ಳೆಯ ವ್ಯಾಪಾರ' ಮತ್ತು 'ಉತ್ತಮ ವ್ಯಾಪಾರ'ದ ನಡುವೆ ಅಪಾರ ವ್ಯತ್ಯಾಸವಿದೆ. ಒಂದು ವ್ಯಾಪಾರವು ನಿಮ್ಮ ಇಂಟ್ರಾಡೇ ಟ್ರೇಡಿಂಗ್ ವೃತ್ತಿಯನ್ನು ನಿರ್ಮಿಸುವುದಿಲ್ಲ. ಆದ್ದರಿಂದ, ನಿಮ್ಮ ಸಿಸ್ಟಮ್‌ಗೆ ಅನುಗುಣವಾಗಿ ಹೆಚ್ಚಿನ ವಹಿವಾಟುಗಳನ್ನು ಪಡೆಯುವತ್ತ ಗಮನಹರಿಸಿ.

ಭರವಸೆ

ವ್ಯಾಪಾರ ಮನೋವಿಜ್ಞಾನದಲ್ಲಿನ ಬಹಳ ದೊಡ್ಡ ಘಟನೆಯ ಅವಾಸ್ತವಿಕ ನಿರೀಕ್ಷೆಯೇ ಭರವಸೆ.

ಹೋಪ್/ಭರವಸೆ ಎನ್ನುವುದು ಮಾನವನ ಸಹಜ ಭಾವನೆಯಾಗಿದ್ದು, ವ್ಯಾಪಾರಿಗಳು ತಮ್ಮ ವ್ಯಾಪಾರ ಯೋಜನೆಯಿಂದ ವಿಪಥಗೊಂಡ ತಕ್ಷಣ ಅದು ಅವರ ಮನಸ್ಸಿಗೆ ಬರುತ್ತದೆ. ಇದು ಅತ್ಯಂತ ಅಪಾಯಕಾರಿ ಭಾವನೆಯಾಗಿದ್ದು, ಕೆಲವೊಮ್ಮೆ ದೊಡ್ಡ ನಷ್ಟಗಳಿಗೆ ಕಾರಣವಾಗಬಹುದು.

ಅನೇಕ ಸಂದರ್ಭಗಳಲ್ಲಿ, ಭರವಸೆಯು ನಮ್ಮ ಹಮ್ಮುಬಿಮ್ಮಿನೊಂದಿಗೆ ನಿಕಟವಾಗಿ ಜೋಡಿಸಲ್ಪಟ್ಟಿರುತ್ತದೆ. ಅನೇಕ ವ್ಯಾಪಾರಿಗಳು ತಮ್ಮ ಬಂಡವಾಳ ಕಳೆದುಕೊಂಡ ಕೆಲಸಗಳನ್ನು ಮಾಡಿದ್ದಾರೆ ಎಂದು ಒಪ್ಪಿಕೊಳ್ಳಲು ಇಷ್ಟಪಡುವುದಿಲ್ಲ (ವಿಶೇಷವಾಗಿ ಸಾರ್ವಜನಿಕವಾಗಿ).

ವ್ಯಾಪಾರದ ಮನೋವಿಜ್ಞಾನವನ್ನು ಹೇಗೆ ಸುಧಾರಿಸುವುದು

ಇಂಟ್ರಾಡೇ ಟ್ರೇಡಿಂಗ್‌ನಲ್ಲಿ ನಮ್ಮ ಭಾವನೆಗಳನ್ನು ಕರಗತ ಮಾಡಿಕೊಳ್ಳುವುದು ಎಂದಿಗೂ ಮುಗಿಯದ ಯುದ್ಧವಾಗಿದೆ. ಆದರೆ ಈ ಭಾವನೆಗಳನ್ನು ನಿರ್ವಹಿಸುವ ಮೂಲಭೂತ ಚೌಕಟ್ಟು ತುಂಬಾ ಸರಳವಾಗಿದೆ.

1. ಧನಾತ್ಮಕ ಸಂಗತಿಗಳನ್ನು ಮತ್ತು ಸ್ಪಷ್ಟವಾಗಿ ವ್ಯಾಖ್ಯಾನಿಸಲಾದ ನಿಯಮಗಳನ್ನು ಹೊಂದಿರುವ ಇಂಟ್ರಾಡೇ ಟ್ರೇಡಿಂಗ್ ತಂತ್ರವನ್ನು ಆರಿಸಿ. ಕಟ್ಟುನಿಟ್ಟಾದ ಹಣ ನಿರ್ವಹಣೆ ನಿಯಮಗಳೊಂದಿಗೆ ಅದನ್ನು ಮತ್ತೆ ಮತ್ತೆ ಕಾರ್ಯಗತಗೊಳಿಸಿ.

2. ಯಾವಾಗಲೂ ನೆನಪಿಡಿ, ನಮ್ಮ ಚಿಂತನೆಯ ಪ್ರಕ್ರಿಯೆಗಳ ಮೇಲೆ ಭಾವನೆಗಳು ಪ್ರಾಬಲ್ಯ ಸಾಧಿಸಲು ನಾವು ಅನುಮತಿಸಿದಾಗ ನಮ್ಮ ಆ ಭಾವನೆಗಳು ವ್ಯಗ್ರವಾಗುತ್ತಾ ಹೋಗುತ್ತವೆ. ಆದ್ದರಿಂದ, ಪ್ರತಿದಿನ 30 ನಿಮಿಷಗಳ ಕಾಲ ಧ್ಯಾನ ಮಾಡಬೇಕು. ಧ್ಯಾನವು ಭಾವನೆಗಳ ಪ್ರಭಾವವನ್ನು ಕಡಿಮೆ ಮಾಡಲು ಸಹಾಯ ಮಾಡುತ್ತದೆ.

3. ಟ್ರೇಡಿಂಗ್ ಜರ್ನಲ್‌ನಲ್ಲಿ ಎಲ್ಲಾ ವಹಿವಾಟುಗಳನ್ನು ಲಾಗ್ ಮಾಡಿ ಮತ್ತು ವಾರಾಂತ್ಯದಲ್ಲಿ ನಿಮ್ಮ ವಹಿವಾಟುಗಳನ್ನು ಅಧ್ಯಯನ ಮಾಡಿ. ಕಳೆದುಕೊಳ್ಳುವ ವಹಿವಾಟಿನ ಮೇಲೆ ಹೆಚ್ಚು ಗಮನಹರಿಸಿ. ಈ ನಷ್ಟಗಳು ವ್ಯಾಪಾರ ಯೋಜನೆಯನ್ನು ಅನುಸರಿಸುವುದರಿಂದ ಅಥವಾ ನಿಯಮಗಳನ್ನು ಮುರಿಯುವುದರಿಂದ ಉಂಟಾಗಿದೆಯೇ ಎಂದು ವಿಶ್ಲೇಷಿಸಿ. ನೀವು ತಪ್ಪುಗಳ ಮಾದರಿಯನ್ನು ನೋಡಬಹುದಾದರೆ, ಅದು ಒಳ್ಳೆಯದು, ಮತ್ತು ನೀವು ಲೈವ್ ಮಾರುಕಟ್ಟೆಯಲ್ಲಿ ಪ್ರಜ್ಞಾಪೂರ್ವಕವಾಗಿ ಆ ಮಾದರಿಯನ್ನು ತಪ್ಪಿಸಬಹುದು.

ಆಲ್ಗೋ ಟ್ರೇಡಿಂಗ್

ವಿಪಸ್ಸನಾ ಕಾರ್ಯಕ್ರಮದಲ್ಲಿ ನಾನು ಭೇಟಿಯಾದ ನನ್ನ ಸ್ನೇಹಿತ ದಿನದ ವ್ಯಾಪಾರದಲ್ಲಿ ಅನೇಕ ಸವಾಲುಗಳನ್ನು ಎದುರಿಸಿದ್ದನು. ಆತ ಸಾಕಷ್ಟು ಬುದ್ಧಿವಂತನಾಗಿದ್ದ ಮತ್ತು ಅನೇಕ ವ್ಯಾಪಾರ ತಂತ್ರಗಳನ್ನು ಅಭಿವೃದ್ಧಿಪಡಿಸಿದ್ದ. ಆದಾಗ್ಯೂ, ನೇರ ಮಾರುಕಟ್ಟೆಯಲ್ಲಿನ ವ್ಯವಸ್ಥೆಯ ಪ್ರಕಾರ ವಹಿವಾಟುಗಳನ್ನು ಕಾರ್ಯಗತಗೊಳಿಸುವಲ್ಲಿ ಅವ ಭಾವನಾತ್ಮಕ ಸಮಸ್ಯೆಗಳನ್ನು ಎದುರಿಸಿದ.

ಆದ್ದರಿಂದ, ಆತ ಆಲ್ಗೋ ವ್ಯಾಪಾರವನ್ನು ಕಲಿಯಲು ಪ್ರಾರಂಭಿಸಿ ಅದರ ಮೂಲಕ ತನ್ನದೇ ಆದ ವ್ಯವಸ್ಥೆಯನ್ನು ಹುಡುಕಿದ. ಕೆಲವು ಕುಸಿತವನ್ನು ನೋಡಿದ ನಂತರ ಆತ ತನ್ನ ವ್ಯವಸ್ಥೆಯನ್ನು ನಿಲ್ಲಿಸಲಿಲ್ಲ. ಹಣ ನಿರ್ವಹಣೆ ನಿಯಮಗಳನ್ನು ಅನ್ವಯಿಸುವ ಮೂಲಕ ವ್ಯವಸ್ಥೆಯ ಪ್ರಕಾರ ವಹಿವಾಟುಗಳನ್ನು ಮುಂದುವರೆಸಿದರು.

ಕೆಲವು ತಿಂಗಳುಗಳ ನಂತರ, ಫಲಿತಾಂಶಗಳು ಗೋಚರಿಸಿದವು ಮತ್ತು ಅವನ ಆಲ್ಗೋ ವ್ಯವಸ್ಥೆಯು ಉತ್ತಮ ಆದಾಯವನ್ನು ನೀಡಿತು. ಈಗ ಆತ ಹಲವಾರು ವ್ಯಾಪಾರ ತಂತ್ರಗಳನ್ನು ನಿಯೋಜಿಸಿದ್ದಾನೆ ಮತ್ತು ಸಂತೃಪ್ತಿಯಿಂದಿದ್ದಾನೆ.

ಮೊದಲು, ಸ್ಟಾಕ್ ಬ್ರೋಕರ್‌ಗಳು ಕೈ ಸನ್ನೆಗಳೊಂದಿಗೆ ವ್ಯಾಪಾರ ಮಾಡಲು ಮತ್ತು ಜೋರಾಗಿ ಮಾತನಾಡಲು ಪರಸ್ಪರ ಜಗಳವಾಡುತ್ತಿದ್ದರು. ಆ ದಿನಗಳಲ್ಲಿ ಟ್ರೇಡಿಂಗ್ ಪಿಟ್‌ನ ಶಬ್ದ ತರಕಾರಿ ಮಾರುಕಟ್ಟೆಯಂತೆ ಭಾಸವಾಗುತ್ತಿತ್ತು.

1990 ರ ದಶಕದಲ್ಲಿ, NASDAQ ಸಂಪೂರ್ಣ ಎಲೆಕ್ಟ್ರಾನಿಕ್ ವ್ಯಾಪಾರವನ್ನು ಪರಿಚಯಿಸಿತು ಮತ್ತು ನಿಧಾನವಾಗಿ ಪ್ರಪಂಚದ ಎಲ್ಲಾ ವಿನಿಮಯ ಕೇಂದ್ರಗಳು ಎಲೆಕ್ಟ್ರಾನಿಕ್ ವ್ಯಾಪಾರವನ್ನು ಜಾರಿಗೆ ತಂದವು. ಕಳೆದ ದಶಕದಿಂದ ಆಲ್ಗೋ ವ್ಯಾಪಾರವು ತನ್ನ ವೇಗವನ್ನು ಪಡೆದುಕೊಂಡಿದೆ.

ಅಲ್ಗೋ ಟ್ರೇಡಿಂಗ್ ಎನ್ನುವುದು ಅಲ್ಗಾರಿದಮಿಕ್ ಟ್ರೇಡಿಂಗ್ ಅಥವಾ ಸ್ವಯಂಚಾಲಿತ ವ್ಯಾಪಾರ ಎಂಬ ಪದದ ಸಂಕ್ಷಿಪ್ತ ರೂಪ. ಅಲ್ಲಿ ವಹಿವಾಟುಗಳನ್ನು ಕಾರ್ಯಗತಗೊಳಿಸಲು ಸಿಸ್ಟಮ್-ರಚಿತ ಅಲ್ಗಾರಿದಮ್‌ಗಳನ್ನು ಬಳಸಲಾಗುತ್ತದೆ. ಪ್ರವೇಶ, ನಿರ್ಗಮನ, ಹಿಂದುಳಿದ ಎಸ್‌ಎಲ್, ಸ್ಥಾನದ ಗಾತ್ರ, ಸಮಯ ಮತ್ತು ಯಾವುದೇ ಸಂಬಂಧಿತ ಗಣಿತದ ಮಾದರಿಯಲ್ಲಿ ಸರಿಯಾದ ನಿಯಮಗಳೊಂದಿಗೆ

ಒಬ್ಬ ವ್ಯಾಪಾರಿಯು ಕಂಪ್ಯೂಟರ್ ಪ್ರೋಗ್ರಾಂ (ಅಮಿಬ್ರೋಕರ್ ಎಎಫ್‌ಎಲ್‌ಗಳು, ಪೈಥಾನ್ ಅಥವಾ ಜಾವಾ) ಅನ್ನು ಪೂರ್ವ-ವಿನ್ಯಾಸಗೊಳಿಸುತ್ತಾನೆ.

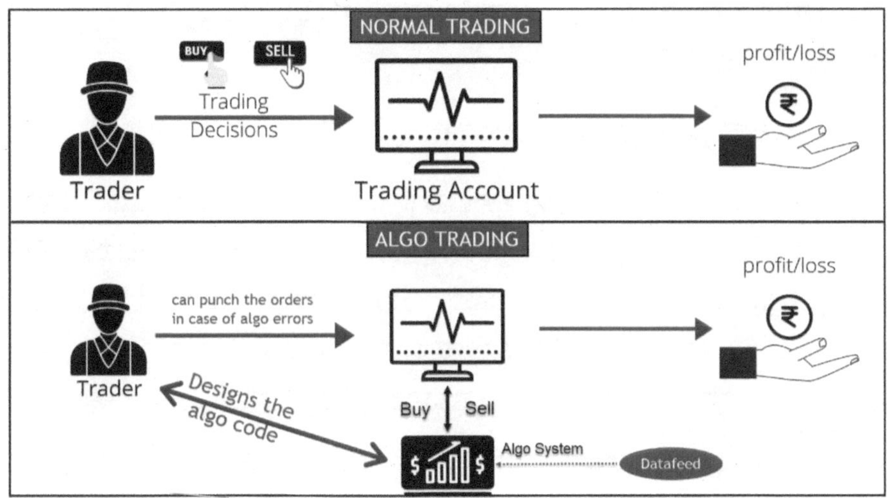

ಆಲ್ಗೋ ಕೋಡ್ ರನ್ ಆಗಲು ಎರಡು ವಿಷಯಗಳು ಅತ್ಯಗತ್ಯ - 1) ಲೈವ್ ಟಿಕ್ ಡೇಟಾ ಫೀಡ್ ಮತ್ತು 2) ಟ್ರೇಡಿಂಗ್ ಖಾತೆಯೊಂದಿಗೆ API ಸಂಪರ್ಕ.

ಆಲ್ಗೋ ವ್ಯಾಪಾರದ ಪ್ರಯೋಜನಗಳು

ಆಲ್ಗೋ ವ್ಯಾಪಾರದ ಅನುಕೂಲಗಳನ್ನು ಕೆಳಗೆ ನೀಡಲಾಗಿದೆ:

- ಇದು ಭಾವನೆಗಳನ್ನು ತೊಡೆದುಹಾಕಲು ಸಹಾಯ ಮಾಡುತ್ತದೆ
- ಇದು ವ್ಯಾಪಾರದಲ್ಲಿ ಶಿಸ್ತನ್ನು ತರುತ್ತದೆ
- ವ್ಯಾಪಾರಿಗಳು ವಿವಿಧ ಖಾತೆಗಳಲ್ಲಿ ವಿವಿಧ ಆರ್ಡರ್‌ಗಳನ್ನು ಸುಲಭವಾಗಿ ನಿರ್ವಹಿಸಬಹುದು
- ಇದು ವ್ಯಾಪಾರದ ವೇಗವನ್ನು ಹೆಚ್ಚಿಸುತ್ತದೆ.
- ಇದು ಐತಿಹಾಸಿಕ ಡ್ರಾಡೌನ್‌ಗಳು ಮತ್ತು ಬ್ಯಾಕ್‌ಟೆಸ್ಟಿಂಗ್‌ನೊಂದಿಗೆ ನಷ್ಟದ ದಿನಗಳನ್ನು ಸ್ವೀಕರಿಸಲು ವ್ಯಾಪಾರಿಯನ್ನು ಮಾನಸಿಕವಾಗಿ ಸಿದ್ಧಪಡಿಸುತ್ತದೆ.

ಆಲ್ಗೋ ವ್ಯಾಪಾರದ ಅನಾನುಕೂಲಗಳು

ಎಲ್ಲಾ ವ್ಯಾಪಾರ ಸಮಸ್ಯೆಗಳಿಗೆ ಆಲ್ಗೋ ವ್ಯಾಪಾರವು 100% ಪರಿಹಾರವಲ್ಲ. ಇದು ವ್ಯಾಪಾರಿಗಳಿಗೆ ತಮ್ಮ ಭಾವನೆಗಳನ್ನು ಸ್ವಲ್ಪ ಮಟ್ಟಿಗೆ ನಿಯಂತ್ರಿಸಲು ಸಹಾಯ ಮಾಡುತ್ತದೆ.

ಆಲ್ಗೋ ವ್ಯಾಪಾರದ ಅನಾನುಕೂಲಗಳನ್ನು ಕೆಳಗೆ ನೀಡಲಾಗಿದೆ:

- ವ್ಯಾಪಾರದಲ್ಲಿ 100% ಭಾವನೆಗಳನ್ನು ತೆಗೆದುಹಾಕಲು ಇದು ಸಹಾಯ ಮಾಡುವುದಿಲ್ಲ. ಉದಾಹರಣೆಗೆ, ವಿಶ್ವ ಮಾರುಕಟ್ಟೆ ಅಥವಾ SGX ನಿಫ್ಟಿ ಗಮನಾರ್ಹ ಅಂತರವನ್ನು ಅಥವಾ ಗ್ಯಾಪ್ ಡೌನ್ ಓಪನ್ ಅನ್ನು ತೋರಿಸಿದಾಗ, ಮುಂದಿನ ವ್ಯಾಪಾರದ ದಿನದಂದು ಸಿಸ್ಟಮ್ ಅನ್ನು ಆನ್/ ಆಫ್ ಮಾಡುವುದು ಇನ್ನೂ ಭಾವನಾತ್ಮಕವಾಗಿ ಸವಾಲಿನ ಸಂಗತಿಯಾಗಿದೆ.
- ಇದು ಫಿಕ್ಸೆಡ್ ಕಾಸ್ಟ್‌ನೊಂದಿಗೆ ಬರುತ್ತದೆ. ಅನೇಕ ದಲ್ಲಾಳಿಗಳು ತಮ್ಮ API ಗಳನ್ನು ಬಳಸಲು ಪ್ರತಿ ತಿಂಗಳು ಕೆಲವು ನಿಶ್ಚಿತ ಮೊತ್ತವನ್ನು ವಿಧಿಸುತ್ತಾರೆ. ಇದಲ್ಲದೆ, ವ್ಯಾಪಾರಿಗಳು ಅಲ್ಗೋ ಸೇತುವೆಗಳು, ಇಂಟ್ರಾಡೇ ಡೇಟಾ ಫೀಡ್, ಪ್ರೋಗ್ರಾಂ ಅನ್ನು ಹೋಸ್ಟ್ ಮಾಡಲು ಕ್ಲೌಡ್ ಸರ್ವರ್ ಇತ್ಯಾದಿಗಳ ಮಾಸಿಕ ಶುಲ್ಕವನ್ನು ಪಾವತಿಸಬೇಕಾಗುತ್ತದೆ. ಈ ಎಲ್ಲಾ ವೆಚ್ಚಗಳು ಒಟ್ಟಾರೆ ಲಾಭವನ್ನು ಕಡಿಮೆ ಮಾಡುತ್ತದೆ.
- ಇದು ವ್ಯಾಪಾರಿಗಳಿಗೆ 100% ಸ್ವಾತಂತ್ರ್ಯವನ್ನು ಒದಗಿಸುವುದಿಲ್ಲ. ಅನೇಕ ಸಂದರ್ಭಗಳಲ್ಲಿ API ಸೇತುವೆ ಅಥವಾ ಬ್ರೋಕರ್ ಟರ್ಮಿನಲ್ ಅಥವಾ ಡೇಟಾ ಫೀಡ್ ಬ್ರೇಕ್ ಆಗಬಹುದು. ಆದ್ದರಿಂದ ಪ್ರತಿದಿನ ಮೇಲ್ವಿಚಾರಣೆಯ ಅಗತ್ಯವಿರುತ್ತದೆ.
- ಇದು ವ್ಯಾಪಾರ ಕಲ್ಪನೆಯನ್ನು ವಿನ್ಯಾಸಗೊಳಿಸಲು, ಬ್ಯಾಕ್‌ಟೆಸ್ಟ್ ಮಾಡಲು ಮತ್ತು ಕಾರ್ಯಗತಗೊಳಿಸಲು ಕೋಡಿಂಗ್ ಜ್ಞಾನವನ್ನು ಬಯಸುತ್ತದೆ.
- ವ್ಯಾಪಾರಕ್ಕೆ ಸಂಬಂಧಿಸಿದ ಬದಲಾವಣೆಗಳಿದ್ದಾಗಲೆಲ್ಲಾ ನಿಮ್ಮ ಆಲ್ಗೋ ಕೋಡ್‌ಗೆ ಮರುನಿರ್ಮಾಣ ಮತ್ತು ಮರುವಿನ್ಯಾಸ ಮಾಡುವ ಅಗತ್ಯವಿದೆ. ಅದು cost change, size change, margin change ಅಥವಾ broker change ಇರಬಹುದು.

ಅಧ್ಯಾಯ 8

ಫ್ಯೂಚರ್ಸ್ ಮತ್ತು ಆಪ್ಷನ್ಸ್ ವ್ಯಾಪಾರದ ಸೂಕ್ಷ್ಮ ಕಲೆ

ಒಂದಾನೊಂದು ಕಾಲದಲ್ಲಿ, ಒಬ್ಬ ಗುರುಗಳು ಮತ್ತು ಅವರ ಶಿಷ್ಯರು ಸುಂದರವಾದ ಉದ್ಯಾನವನದಲ್ಲಿ ಅಕ್ಕಪಕ್ಕದಲ್ಲಿ ನಡೆಯಲು ಪ್ರಾರಂಭಿಸಿದರು.

ಶಿಷ್ಯನು ಇದ್ದಕ್ಕಿದ್ದಂತೆ ನಡೆಯುವುದನ್ನು ನಿಲ್ಲಿಸಿ ಕೇಳುತ್ತಾನೆ: "ಗುರುಗಳೇ, ನೀವು ಶಾಂತಿ ಮತ್ತು ಶಾಂತಿಯನ್ನು ಸಾಧಿಸುವ ಹಲವು ಮಾರ್ಗಗಳ ಬಗ್ಗೆ ಮಾತನಾಡುತ್ತೀರಿ. ಆದರೆ ನಾನು ನಿಮ್ಮಿಂದ ಮಾರಣಾಂತಿಕ ಹೋರಾಟದ ತಂತ್ರಗಳನ್ನು ಮತ್ತು ಯುದ್ಧದ ತಂತ್ರಗಳನ್ನು ಕಲಿತಿದ್ದೇನೆ. ನೀವು ಎರಡನ್ನೂ ಹೇಗೆ ಸಮನ್ವಯಗೊಳಿಸುತ್ತೀರಿ?"

ಗುರುಗಳು ಮುಗುಳ್ನಕ್ಕು ಹೇಳುತ್ತಾರೆ, "ಪ್ರಿಯ ಶಿಷ್ಯನೇ, ಯುದ್ಧದಲ್ಲಿ ತೋಟಗಾರನಾಗಿರುವುದಕ್ಕಿಂತ ತೋಟದಲ್ಲಿ ಯೋಧನಾಗಿರುವುದೇ ಉತ್ತಮ."

It is better to be A Warrior in a Garden
Than to be a Gardener in a War!

ಈ ವಿಶ್ವ-ಪ್ರಸಿದ್ಧ ಚೀನೀ ಸಮರ ಕಥೆಯು ಅನೇಕ ಜನರಿಗೆ ವಿವಿಧ ಸಂಗತಿಗಳಲ್ಲಿ ಚುರುಕಾಗಿ ಕ್ರಮ ತೆಗೆದುಕೊಳ್ಳಲು ಪ್ರೇರೇಪಿಸಿತು. ಈ ಕಥೆಯು ಸ್ಪಷ್ಟವಾದ ಸಂದೇಶವನ್ನು ನೀಡುತ್ತದೆ - ಇದರ ಅರ್ಥ ಯಾವಾಗಲೂ ಯುದ್ಧ ಮಾಡಬೇಕು ಎಂದಲ್ಲ. ಆದರೆ ಯಾವಾಗಲೂ ಹೋರಾಡಲು ಸಿದ್ಧವಾಗಿರಬೇಕು ಎಂದು.

ಸ್ಟಾಕ್ ಮಾರುಕಟ್ಟೆಯಲ್ಲಿ ಹೆಚ್ಚಿನ ವ್ಯಾಪಾರಿಗಳು ಬಹುಪಾಲು ತೋಟಗಾರರಾಗಿದ್ದಾರೆ ಮತ್ತು ಸ್ವಲ್ಪ ಮಟ್ಟದಲ್ಲಿ ಯೋಧರಾಗಿದ್ದಾರೆ.

ತೋಟಗಾರ - ಇತರ ವ್ಯಾಪಾರಿಗಳ ಲಾಭದ ಸ್ಕ್ರೀನ್‌ಶಾಟ್‌ಗಳನ್ನು ನೋಡುವುದು, ಹೋಲಿ ಗ್ರೇಲ್ ವ್ಯವಸ್ಥೆಯನ್ನು ಅನುಸರಿಸುವುದು, ಒಂದರ ನಂತರ ಒಂದರಂತೆ ವ್ಯಾಪಾರ ಕಾರ್ಯಾಗಾರಗಳಿಗೆ ಹಾಜರಾಗುವುದು.

ಯೋಧ - ಒಂದು ವ್ಯಾಪಾರ ವ್ಯವಸ್ಥೆಯನ್ನು ಶಾರ್ಟ್‌ಲಿಸ್ಟ್ ಮಾಡುತ್ತಾನೆ, ಸರಿಯಾದ ವ್ಯಾಪಾರ ಸಾಧನವನ್ನು ಆರಿಸಿಕೊಳ್ಳುತ್ತಾನೆ, ROI ಗೆ ಅನುಗುಣವಾಗಿ ಆದಾಯವನ್ನು ನೋಡುತ್ತಾನೆ ಮತ್ತು ಕನಿಷ್ಠ ಭಾವನೆಗಳೊಂದಿಗೆ ಯೋಜನೆಯನ್ನು ಕಾರ್ಯಗತಗೊಳಿಸುತ್ತಾನೆ.

ಒಬ್ಬ ವ್ಯಕ್ತಿಯು ಯುದ್ಧಕ್ಕೆ ಸಿದ್ಧವಾದಾಗ, ಬಳಸಲು ಅನುಮತಿ ಇರುವ ಶಸ್ತ್ರಾಸ್ತ್ರಗಳು ಯಾವುವು ಮತ್ತು ಅವುಗಳನ್ನು ಹೇಗೆ ಬಳಸಬೇಕೆಂದು ತಿಳಿದಿರಬೇಕು. ಈ ಎಲ್ಲಾ ಆಯುಧಗಳನ್ನು ಬಳಸುವ ಕೌಶಲ್ಯವನ್ನು ಅವನು ಅಭಿವೃದ್ಧಿಪಡಿಸಿಕೊಂಡರೆ, ಯುದ್ಧವನ್ನು ಗೆಲ್ಲುವ ಹೆಚ್ಚಿನ ಸಂಭವನೀಯತೆ ಇರುತ್ತದೆ.

ಅದೇ ರೀತಿಯಲ್ಲಿ, ಮಾರುಕಟ್ಟೆಯಲ್ಲಿ ಯಾವ ವ್ಯಾಪಾರ ಉಪಕರಣಗಳು ಲಭ್ಯವಿದೆ ಎಂಬುದನ್ನು ವ್ಯಾಪಾರಿಗಳು ತಿಳಿದಿರಬೇಕು. ಏಕೆಂದರೆ ವ್ಯಾಪಾರವು ಒಂದು ಯುದ್ಧವಾಗಿದೆ ಮತ್ತು ನಿಮ್ಮ ವ್ಯಾಪಾರ ಸಾಧನ/ತಂತ್ರವು ನಿಮ್ಮ ಆಯುಧವಾಗಿದೆ.

ಆದ್ದರಿಂದ ವ್ಯಾಪಾರ ಉಪಕರಣಗಳ ಆಳವಾದ ತಿಳುವಳಿಕೆಯು ವ್ಯಾಪಾರಿಗಳಿಗೆ ಬದುಕುಳಿಯಲು ಮತ್ತು ಅಂತಿಮವಾಗಿ ವ್ಯಾಪಾರದಲ್ಲಿ ಹಣವನ್ನು ಗಳಿಸಲು ಸಹಾಯ ಮಾಡುತ್ತದೆ.

ವ್ಯಾಪಾರದ 3 ಉಪಕರಣಗಳು

ನಾವು ಷೇರು ಮಾರುಕಟ್ಟೆಯಲ್ಲಿ ಮೂರು ವ್ಯಾಪಾರ ಸಾಧನಗಳನ್ನು ಹೊಂದಿದ್ದೇವೆ:

1. ಇಕ್ವಿಟಿ

2. ಫ್ಯೂಚರ್ಸ್

3. ಆಪ್ಷನ್ಸ್ / ಆಯ್ಕೆಗಳು

ಈ ವ್ಯಾಪಾರ ಉಪಕರಣಗಳು ಹೇಗೆ ಕಾರ್ಯನಿರ್ವಹಿಸುತ್ತವೆ ಎಂಬುದನ್ನು ವ್ಯಾಪಾರಿ ತಿಳಿದಿರಬೇಕು. ಅವುಗಳನ್ನು ಚೆನ್ನಾಗಿ ಅರ್ಥಮಾಡಿಕೊಳ್ಳಲು ನಾವು ಒಂದು ಉದಾಹರಣೆಯನ್ನು ತೆಗೆದುಕೊಳ್ಳೋಣ.

ಒಂದು ವ್ಯಾಪಾರ ಖಾತೆಯಲ್ಲಿ ರೂ. 385,000 (3.85 ಲಕ್ಷ) ಇದೆ ಎಂದು ಭಾವಿಸೋಣ.

ಇನ್ಫೋಸಿಸ್ ನ ಪ್ರಸ್ತುತ ಮಾರುಕಟ್ಟೆ ಬೆಲೆ (CMP) 1615 ಆಗಿದೆ.

ಮುಂದಿನ 2 ದಿನಗಳಲ್ಲಿ ಇನ್ಫೋಸಿಸ್ 5% (81 ಅಂಕಗಳು) ಏರಿದೆ ಎಂದು ಭಾವಿಸೋಣ. (ವಿವರಣೆಗಾಗಿ)

ಉಪಕರಣ-1: ಈಕ್ವಿಟಿ

385,000 ಜೊತೆಗೆ 238 ಷೇರುಗಳನ್ನು ಖರೀದಿಸಬಹುದು.

5% ಮೇಲ್ಮುಖ ಚಲನೆಯಿಂದಾಗಿ ಗಳಿಸಿದ ಲಾಭ ರೂ.19,278 (238 ಷೇರುಗಳು X 81 ಅಂಕಗಳು)

ಬಂಡವಾಳದ ಮೇಲಿನ ROI 5%

ಉಪಕರಣ-2: ಭವಿಷ್ಯ

385,000 ನೊಂದಿಗೆ, ಒಬ್ಬ ವ್ಯಾಪಾರಿ ಫ್ಯೂಚರ್ಸ್‌ನಲ್ಲಿ 1 ಲಾಟ್ (600 ಷೇರುಗಳು) ಖರೀದಿಸಬಹುದು.

5% ಮೇಲ್ಮುಖ ಚಲನೆಯಿಂದ ಮಾಡಿದ ಲಾಭ ರೂ. 48,600 (600 QTY X 81)

ಬಂಡವಾಳದ ಮೇಲಿನ ROI 12.6%

ಆದ್ದರಿಂದ, ಈಕ್ವಿಟಿಗಳಿಗೆ ಹೋಲಿಸಿದರೆ ಫ್ಯೂಚರ್ಸ್ ಉತ್ತಮ ಪ್ರತಿಫಲವನ್ನು ನೀಡುತ್ತದೆ. ಆದರೆ ಫ್ಯೂಚರ್ಸ್ ಎರಡು ಅಂಚಿನ ಕತ್ತಿಯಂತಿದೆ ಎಂದು ವ್ಯಾಪಾರಿಗಳು ಗಮನಿಸಬೇಕು, ಏಕೆಂದರೆ ನಷ್ಟವೂ ಹೆಚ್ಚಿನ ಭಾಗದಲ್ಲಿದೆ.

ಯಾರು ಫ್ಯೂಚರ್ಸ್ ವ್ಯಾಪಾರ ಮಾಡಬೇಕು?

ಫ್ಯೂಚರ್ಸ್‌ನಲ್ಲಿ ಪೊಸಿಷನಲ್ ಟ್ರೇಡ್ ಮಾಡಿದರೆ ಅದರಲ್ಲಿ ಉಂಟಾಗುವ ಅಂತರದ (up or down) ಕಾರಣ ಹೆಚ್ಚಿನ ಅಪಾಯ ಇರುತ್ತದೆ ಮತ್ತು ಇದು ಹಣ ನಿರ್ವಹಣೆ ನಿಯಮಗಳನ್ನು ಹಾಳುಮಾಡುತ್ತದೆ.

ನೀವು ಭವಿಷ್ಯದಲ್ಲಿ ಪೊಸಿಷನಲ್ ಬೆಟ್ ತೆಗೆದುಕೊಳ್ಳಲು ಯೋಜಿಸುತ್ತಿದ್ದರೆ, ಸ್ಟಾಕ್ ವಿರುದ್ಧ ದಿಕ್ಕಿನಲ್ಲಿ 10% ಅಂತರವನ್ನು ತೋರಿಸುತ್ತಿದ್ದರೂ ಸಹ ನೀವು 10% ಕ್ಕಿಂತ ಹೆಚ್ಚಿನ ಬಂಡವಾಳವನ್ನು ಕಳೆದುಕೊಳ್ಳದಂತೆ ಯೋಜನೆ ರೂಪಿಸಿ.

ಮೇಲಿನ ವಿಭಾಗದಲ್ಲಿ (CMP 1615 ರಲ್ಲಿ) ಚರ್ಚಿಸಿದ ಅದೇ ಇನ್ಫೋಸಿಸ್ ಉದಾಹರಣೆಯನ್ನು ನಾವು ತೆಗೆದುಕೊಳ್ಳುತ್ತೇವೆ. ಈ ಮೌಲ್ಯ ಮತ್ತಷ್ಟು ಹೆಚ್ಚಾಗುತ್ತದೆ ಎಂದು ಭಾವಿಸಿ ವ್ಯಾಪಾರಿಯು ರಾತ್ರೋರಾತ್ರಿ ಸ್ಥಾನವನ್ನು ಸಾಗಿಸಲು ನಿರ್ಧರಿಸುತ್ತಾನೆ ಎಂದು ಭಾವಿಸಿ.

ಮರುದಿನ, ಬೆಲೆಯು 10% ಗ್ಯಾಪ್ ಡೌನ್ ಓಪನ್ ತೋರಿಸುತ್ತಿದೆ ಎಂದು ಭಾವಿಸೋಣ (1615 ರಿಂದ). ನಂತರ ವ್ಯಾಪಾರಿಯು ರೂ.96,900 ಅನ್ನು ಕಳೆದುಕೊಳ್ಳುತ್ತಾನೆ ಮತ್ತು ಇದು ಅವನ ವ್ಯಾಪಾರ ಬಂಡವಾಳದ 25% ಕ್ಕಿಂತ ಹೆಚ್ಚು. ಇದು ಅವರಿಗೆ ಭಯಾನಕ ಹೊಡೆತವಾಗಿದೆ ಮತ್ತು ಆತ ಈ ಹಂತದಿಂದ ಚೇತರಿಸಿಕೊಳ್ಳುವುದು ಕಠಿಣ.

ಆದರೆ ಟ್ರೇಡರ್‌ನ ಬಳಿ ರೂ. 1,000,000 ವ್ಯಾಪಾರ ಬಂಡವಾಳವಾಗಿದ್ದು ನಂತರ ನಷ್ಟ ರೂ.97,200 ಆದರೆ ಅದು ಒಟ್ಟಾರೆ ಬಂಡವಾಳದ ಮೇಲೆ ಕೇವಲ 10% ನಷ್ಟವಾಗಿದೆ ಮತ್ತು ಈ ನಷ್ಟವನ್ನು ಮತ್ತೆ ಸಂಪಾದಿಸಬಹುದಾದ ಸಂಭವನೀಯತೆ ಇದೆ. ಹಾಗಾಗಿ ಫ್ಯೂಚರ್ಸ್‌ನಲ್ಲಿ (ಭಾರತೀಯ ಮಾರುಕಟ್ಟೆ ಪರಿಸ್ಥಿತಿಗಳಲ್ಲಿ) ಪೊಸಿಷನಲ್ ವಹಿವಾಟುಗಳನ್ನು ತೆಗೆದುಕೊಳ್ಳಲು ಅಂದಾಜು ರೂ. 1,000,000 (10 ಲಕ್ಷ) ಬಂಡವಾಳ ಅಗತ್ಯವಿದೆ.

ಇಂಟ್ರಾಡೇ ವ್ಯಾಪಾರಿಗಳು ಫ್ಯೂಚರ್ಸ್‌ನಲ್ಲಿ ವ್ಯಾಪಾರ ಮಾಡಲು ಸಾವಕಾಶವಾಗಿ ಯೋಚಿಸಬಹುದು. ಇಲ್ಲಿ ಅವರು ಅಂತರ (ಗ್ಯಾಪ್) ಬಗ್ಗೆ ಚಿಂತಿಸಬೇಕಾಗಿಲ್ಲ. ಇಂಟ್ರಾಡೇ ಹಂತದಲ್ಲಿ (ವಿಶೇಷವಾಗಿ ನಿರ್ಣಾಯಕ ಹಂತಗಳಲ್ಲಿ) ಸಹ ಗ್ಯಾಪ್ ಸೃಷ್ಟಿಯಾಗುವ ಸಾಧ್ಯತೆ ಸ್ವಲ್ಪ ಇದೆ. ಆದರೆ ಈ ಅಂತರಗಳು ಚಿಕ್ಕದಾಗಿರುತ್ತವೆ ಮತ್ತು ಸುಲಭವಾಗಿ ನಿರ್ವಹಿಸಲು ಸಾಧ್ಯವಾಗುವಂತಿರುತ್ತವೆ.

ನೀವು ಫ್ಯೂಚರ್ಸ್ ವಿಭಾಗದಲ್ಲಿ ವಹಿವಾಟುಗಳನ್ನು ತೆಗೆದುಕೊಳ್ಳುತ್ತಿದ್ದರೆ ಅಧ್ಯಾಯ-6 ರಲ್ಲಿ ಚರ್ಚಿಸಲಾದ ಎಲ್ಲಾ ಇಂಟ್ರಾಡೇ ಟ್ರೇಡಿಂಗ್ ನಿಯಮಗಳೂ ಇದಕ್ಕೆ ಅನ್ವಯಿಸುತ್ತವೆ. ಎರಡು ಪ್ರಮುಖ ಅಗತ್ಯ ನಿಯಮಗಳೆಂದರೆ - 1) ಯಾವುದೇ ವ್ಯಾಪಾರದಲ್ಲಿ 2% ಕ್ಕಿಂತ ಹೆಚ್ಚು ಬಂಡವಾಳವನ್ನು ಕಳೆದುಕೊಳ್ಳಬಾರದು ಮತ್ತು 2) ಯಾವುದೇ ವ್ಯಾಪಾರದ ದಿನದಂದು 10% ಕ್ಕಿಂತ ಹೆಚ್ಚು ಬಂಡವಾಳವನ್ನು ಕಳೆದುಕೊಳ್ಳಬಾರದು.

ಆಪ್ಷನ್ಸ್ - ಬಹುಮುಖ ವ್ಯಾಪಾರ ಜಗತ್ತಿಗೆ ಸುಸ್ವಾಗತ

Options ಎಂದರೆ ಒಂದು ಒಪ್ಪಂದ. ಇದು ಒಂದು ನಿರ್ದಿಷ್ಟ ಬೆಲೆಗೆ ('ಸ್ಟ್ರೈಕ್ ಬೆಲೆ' ಎಂದು ಕರೆಯಲಾಗುತ್ತದೆ) ಆಧಾರವಾಗಿರುವ ಸ್ಟಾಕ್/ಸೂಚ್ಯಂಕವನ್ನು ಗಡುವಿನೊಳಗೆ ('ಎಕ್ಸ್‌ಪೈರಿ' ಎಂದು ಕರೆಯಲಾಗುತ್ತದೆ) ಖರೀದಿಸುವ ಅಥವಾ ಮಾರಾಟ ಮಾಡುವ ಹಕ್ಕನ್ನು ನೀಡುತ್ತದೆ.

ತಿಂಗಳ ಅಂತ್ಯದ ವೇಳೆಗೆ 100 ಕ್ಕೆ XYZ ಷೇರುಗಳನ್ನು ಖರೀದಿಸಲು ನೀವು ಒಪ್ಪಂದವನ್ನು ಖರೀದಿಸುತ್ತೀರಿ ಎಂದು ಊಹಿಸಿ.

ನಂತರ ನೀವು XYZ ಷೇರುಗಳನ್ನು 100ರಲ್ಲೇ ಖರೀದಿಸಬೇಕು ಎಂದೇನಿಲ್ಲ. ಅದರ ಬದಲು ನೀವು ತಿಂಗಳ ಅಂತ್ಯದವರೆಗೆ ಖರೀದಿಸುವ ಹಕ್ಕನ್ನು ಉಳಿಸಿಕೊಳ್ಳುತ್ತೀರಿ. ಆದ್ದರಿಂದ, ಇದನ್ನು "ಕಡ್ಡಾಯ" ಎನ್ನುವುದಕ್ಕಿಂತ "ಆಯ್ಕೆ" ಎಂದು ಕರೆಯಲಾಗುತ್ತದೆ.

ಆದಾಗ್ಯೂ, ಈ ಹಕ್ಕು "ಪ್ರೀಮಿಯಂ" ಎಂದು ಕರೆಯಲ್ಪಡುವ ಸಣ್ಣ ಶುಲ್ಕದೊಂದಿಗೆ ಬರುತ್ತದೆ.

ಎರಡು ರೀತಿಯ ಒಪ್ಪಂದಗಳಿವೆ:

1) ಕಾಲ್ ಆಪ್ಷನ್ಸ್ (CE) – ಎಕ್ಸ್‌ಪೈರಿ ಆಗುವ ಮುನ್ನ ನಿಗದಿತ ಬೆಲೆಯಲ್ಲಿ ಸ್ಟಾಕ್ ಅನ್ನು ಖರೀದಿಸಲು ಇದು ನಿಮಗೆ ಅವಕಾಶ ಮಾಡಿಕೊಡುತ್ತದೆ.

2) ಪುಟ್ ಆಪ್ಷನ್ಸ್ (PE) - ಎಕ್ಸ್‌ಪೈರಿ ಆಗುವ ಮುನ್ನ ನಿಗದಿತ ಬೆಲೆಯಲ್ಲಿ ಸ್ಟಾಕ್ ಅನ್ನು ಮಾರಾಟ ಮಾಡಲು ಇದು ನಿಮಗೆ ಅವಕಾಶ ಮಾಡಿಕೊಡುತ್ತದೆ.

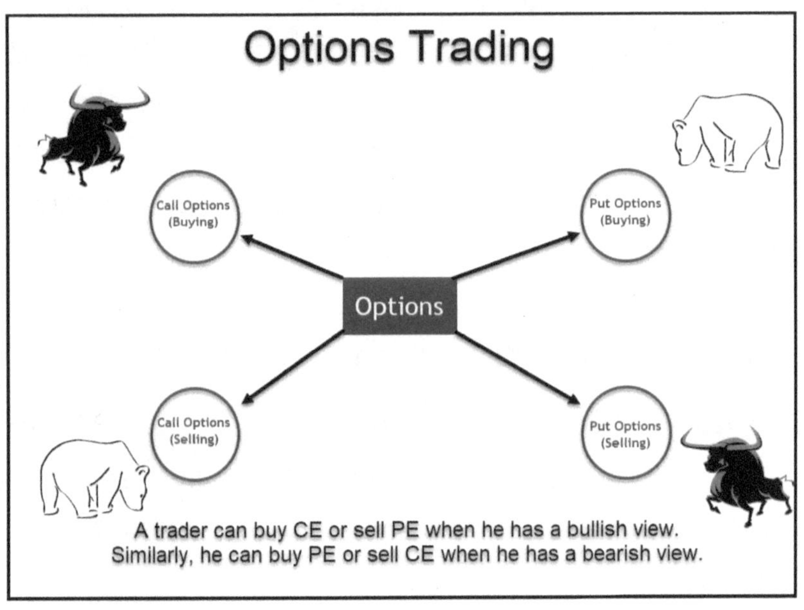

ಚಿತ್ರ 8.1 - ಆಯ್ಕೆಗಳ ವ್ಯಾಪಾರ / ಆಪ್ಷನ್ಸ್ ಟ್ರೇಡಿಂಗ್

ವ್ಯಾಪಾರಿಯೊಬ್ಬರು CE (ಬೆಲೆ ಹೆಚ್ಚಾಗುವುದನ್ನು ನಿರೀಕ್ಷಿಸಿ) ಅಥವಾ PE (ಬೆಲೆ ಕಡಿಮೆಯಾಗುವುದನ್ನು ನಿರೀಕ್ಷಿಸಿ) options ಖರೀದಿಸಿದರೆ, ಅದನ್ನು ಆಯ್ಕೆಗಳ ವ್ಯಾಪಾರದಲ್ಲಿ 'ಲಾಂಗ್' ಪೊಸಿಷನ್ ಎಂದು ಗುರುತಿಸಲಾಗುತ್ತದೆ (ಆಯ್ಕೆ ಖರೀದಿದಾರ).

ವ್ಯಾಪಾರಿಯೊಬ್ಬರು CE (ಬೆಲೆ ಕಡಿಮೆಯಾಗಬಹುದು ಎಂದು ನಿರೀಕ್ಷಿಸಿ) ಅಥವಾ PE (ಬೆಲೆ ಹೆಚ್ಚಾಗುವುದನ್ನು ನಿರೀಕ್ಷಿಸಿ) ಮಾರಾಟ ಮಾಡಿದರೆ, ಅದನ್ನು ಆಯ್ಕೆಗಳಲ್ಲಿ (ಆಯ್ಕೆ ಮಾರಾಟಗಾರ ಅಥವಾ ಆಯ್ಕೆ ಬರಹಗಾರ) ' ಶಾರ್ಟ್ ' ಪೊಸಿಷನ್ ಎಂದು ಗುರುತಿಸಲಾಗುತ್ತದೆ.

ITM, ATM ಮತ್ತು OTM ಆಯ್ಕೆಗಳು

ಸ್ಟ್ರೈಕ್ ಬೆಲೆಯನ್ನು ಆರಿಸುವುದರಿಂದ ವ್ಯಾಪಾರದ ಯಶಸ್ಸಿನ ಸಂಭವನೀಯತೆಯನ್ನು ಮತ್ತು ROI ಅನ್ನು ಹೇಗೆ ಬದಲಾಯಿಸಬಹುದು ಎಂಬುದನ್ನು ವ್ಯಾಪಾರಿ ತಿಳಿದಿರಬೇಕು. ಆದ್ದರಿಂದ, In-The-Money (ITM), At-The-Money (ATM) ಮತ್ತು Out-of-The-Money (OTM) ಆಯ್ಕೆಗಳ ಮೂಲಭೂತ ತಿಳುವಳಿಕೆ ಅಗತ್ಯ.

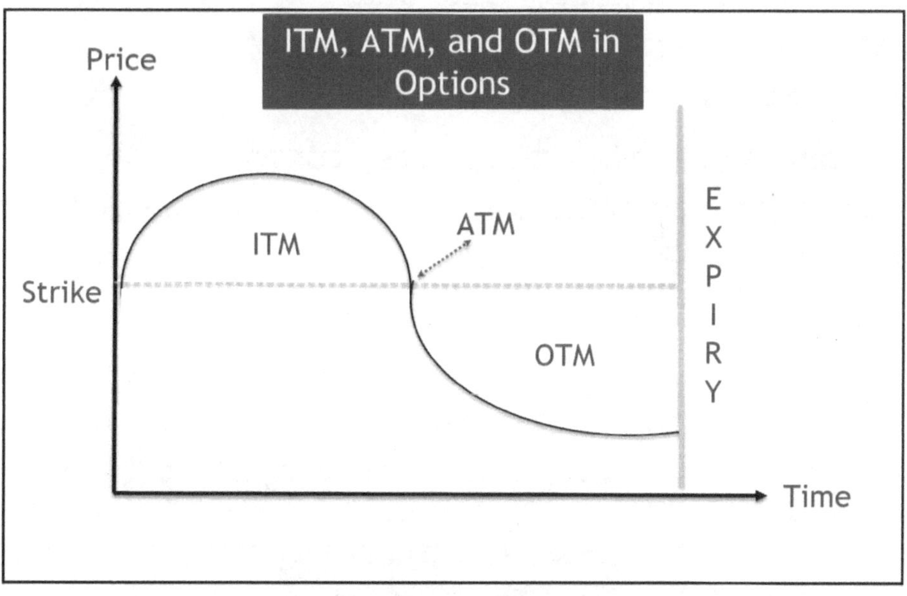

ಚಿತ್ರ 8.2 – ಕಾಲ್ ಆಪ್ಷನ್‌ಗಾಗಿ ITM, ATM, ಮತ್ತು OTM ಆಯ್ಕೆಗಳು.

ITM ಆಯ್ಕೆಯನ್ನು ತಕ್ಷಣವೇ ಚಲಾಯಿಸಿದರೆ ಹೋಲ್ಡರ್‌ಗೆ ಧನಾತ್ಮಕ ನಗದು ಹರಿವು ಉಂಟಾಗುತ್ತದೆ. ಕಾಲ್ ಆಪ್ಷನ್‌ಗಾಗಿ (CE) - ಸ್ಟ್ರೈಕ್ ಬೆಲೆಗಿಂತ ಸ್ಪಾಟ್ ಬೆಲೆ ಹೆಚ್ಚಾದಾಗ.

ATM ಆಯ್ಕೆಯನ್ನು ತಕ್ಷಣವೇ ಚಲಾಯಿಸಿದರೆ ಹೋಲ್ಡರ್‌ಗೆ ಶೂನ್ಯ ನಗದು ಹರಿವು ಉಂಟಾಗುತ್ತದೆ. ಕಾಲ್ ಆಪ್ಷನ್‌ಗಾಗಿ (CE) - ಸ್ಪಾಟ್ ಬೆಲೆಯು ಸ್ಟ್ರೈಕ್ ಬೆಲೆಗೆ ಸಮಾನವಾದಾಗ.

OTM ಆಯ್ಕೆಯನ್ನು ತಕ್ಷಣವೇ ಚಲಾಯಿಸಿದರೆ ಹೋಲ್ಡರ್‌ಗೆ ಋಣಾತ್ಮಕ ನಗದು ಹರಿವು ಉಂಟಾಗುತ್ತದೆ.

ಕಾಲ್ ಆಪ್ಷನ್‌ಗಾಗಿ (CE) - ಸ್ಪಾಟ್ ಬೆಲೆಯು ಸ್ಟ್ರೈಕ್ ಬೆಲೆಗಿಂತ ಕಡಿಮೆಯಾದಾಗ.

ಆಪ್ಷನ್ಸ್‌ನಲ್ಲಿ Time Decayಯ ಪ್ರಾಮುಖ್ಯತೆ

ಮುಂದಿನ ಅಧ್ಯಾಯದಲ್ಲಿ ನಾವು ಕೆಲವು ಶಕ್ತಿಶಾಲಿ ಆಪ್ಷನ್ಸ್‌ಗಳ ವ್ಯಾಪಾರ ತಂತ್ರಗಳನ್ನು ಅನ್ವೇಷಿಸುತ್ತೇವೆ. ಆದರೆ ಕೆಲವು ನಿಯತಾಂಕಗಳು ಪ್ರೀಮಿಯಂ ಆಯ್ಕೆಗಳೊಂದಿಗೆ ನೇರ ಸಹ-ಸಂಬಂಧವನ್ನು ಹೇಗೆ ಹೊಂದಿವೆ ಎಂಬುದನ್ನು ಅರ್ಥಮಾಡಿಕೊಳ್ಳುವುದು ಅತ್ಯಗತ್ಯ.

ನಿಮಗೆ ತಿಳಿದಿರುವಂತೆ, ಇನ್‌ಸ್ಟ್ರುಮೆಂಟ್ ಬೆಲೆಗಳಲ್ಲಿನ (ಡೆಲ್ಟಾ ಮತ್ತು ಗಾಮಾ) ಆಧಾರ ಬದಲಾವಣೆಗಳು ಪ್ರೀಮಿಯಂ ಆಯ್ಕೆಗಳ ಮೇಲೆ ಹೆಚ್ಚು ಪರಿಣಾಮ ಬೀರುತ್ತವೆ. ತಾಂತ್ರಿಕ ವಿಶ್ಲೇಷಣೆಯನ್ನು ಬಳಸಿಕೊಂಡು ಆಧಾರವಾಗಿರುವ ಇನ್‌ಸ್ಟ್ರುಮೆಂಟ್ ಗಳಲ್ಲಿನ ಬದಲಾವಣೆಯ ದಿಕ್ಕು ಮತ್ತು ಪರಿಮಾಣವನ್ನು ಊಹಿಸಬಹುದು.

ಡೆಲ್ಟಾ ಮತ್ತು ಗಾಮಾವನ್ನು ಹೊರತುಪಡಿಸಿ, ಆಪ್ಷನ್ಸ್‌ಗಳ ಪ್ರೀಮಿಯಂ ಮೇಲೆ ಪರಿಣಾಮ ಬೀರುವ ಮುಂದಿನ ಪ್ರಮುಖ ಅಂಶವೆಂದರೆ ಟೈಮ್ ಡೀಕೆ (ಥೀಟಾ).

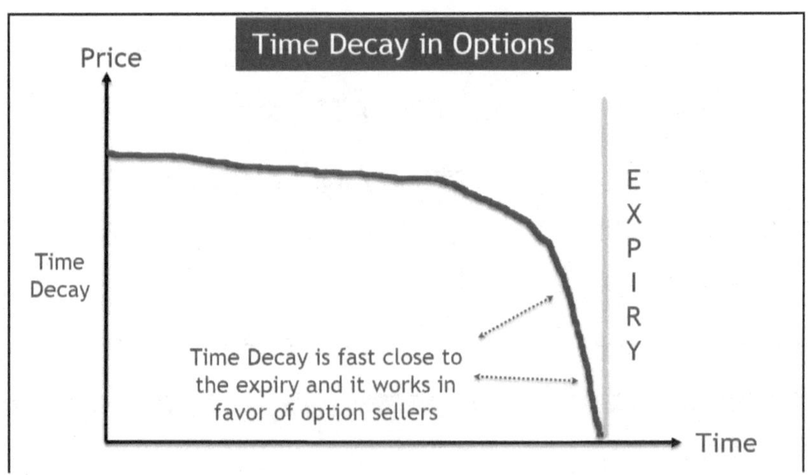

ಚಿತ್ರ 8.3 – ಆಪ್ಷನ್ಸ್‌ಗಳಲ್ಲಿ ಟೈಮ್ ಡೀಕೆ

ಮೇಲಿನ ಚಿತ್ರದಲ್ಲಿ ತೋರಿಸಿರುವಂತೆ, ಟೈಮ್ ಡೀಕೆ ಆಪ್ಷನ್ಸ್ ಮಾರಾಟಗಾರರ ಪರವಾಗಿ ಕಾರ್ಯನಿರ್ವಹಿಸುತ್ತದೆ. ಆಪ್ಷ ಕಾಂಟ್ರಾಕ್ಟ್ಸ್ ಮುಕ್ತಾಯದ ಸಮೀಪದಲ್ಲಿದ್ದಾಗ ಅದು ಆಕ್ರಮಣಕಾರಿಯಾಗಿರುತ್ತದೆ. ಮುಕ್ತಾಯದ ಸಮಯದಲ್ಲಿ ಎಲ್ಲಾ OTM ಆಯ್ಕೆಗಳು ತ್ವರಿತವಾಗಿ ಶೂನ್ಯದ ಕಡೆಗೆ ಚಲಿಸುತ್ತವೆ ಮತ್ತು ಅನೇಕ ಆಯ್ಕೆಯ ಮಾರಾಟಗಾರರು ಈ ಕ್ರಮದಿಂದ ಲಾಭಗಳನ್ನು ಗಳಿಸಲು ಪ್ರಯತ್ನಿಸುತ್ತಾರೆ.

ಈ ಕಾರಣದಿಂದ, ಆಯ್ಕೆಯ ಖರೀದಿಗೆ ಹೋಲಿಸಿದರೆ ಆಯ್ಕೆಯ ಮಾರಾಟವು ಹೆಚ್ಚಿನ ಗೆಲುವಿನ ಸಂಭವನೀಯತೆಯನ್ನು ಒದಗಿಸುತ್ತದೆ.

ಉದಾಹರಣೆಗೆ, ಮುಂದಿನ ಕೆಲವು ದಿನಗಳಲ್ಲಿ ಸ್ಟಾಕ್ ಏರುತ್ತದೆ ಎಂದು ವ್ಯಾಪಾರಿ ವಿಶ್ಲೇಷಿಸುತ್ತಾರೆ. ಆದ್ದರಿಂದ ಅವನು ಪ್ರೀಮಿಯಂ ಪಡೆಯಲು ಪುಟ್ ಆಪ್ಷನ್ಸ್ ಅನ್ನು ಮಾರಾಟ ಮಾಡಲು ನಿರ್ಧರಿಸುತ್ತಾನೆ.

ಬೆಲೆಯು ತನ್ನ ಆಪ್ಷನ್ ಸ್ಟ್ರೈಕ್ ಬೆಲೆಗಿಂತ ಕಡಿಮೆ ವ್ಯಾಪಾರ ಮಾಡಲು ಪ್ರಾರಂಭಿಸಿದರೆ ಮಾತ್ರ ಅವನು ಹಣವನ್ನು ಕಳೆದುಕೊಳ್ಳುತ್ತಾನೆ. ಇತರ ಎಲ್ಲ ಸಂದರ್ಭಗಳಲ್ಲಿಯೂ, ಅಂದರೆ, ಬೆಲೆಯು ಮೇಲಕ್ಕೆ ಹೋದಾಗ ಅಥವಾ ಬೆಲೆಯು ಪಕ್ಕಕ್ಕೆ ಸರಿದಾಗ, ಅವನು ಹಣವನ್ನು ಗಳಿಸುತ್ತಾನೆ.

ಸಿದ್ಧಾಂತದ ಪ್ರಕಾರ, ಆಯ್ಕೆಯ ಮಾರಾಟವು ಅನಿಯಮಿತ ಅಪಾಯದೊಂದಿಗೆ ಬರುತ್ತದೆ. ಆದಾಗ್ಯೂ, ಒಬ್ಬ ವ್ಯಾಪಾರಿ ಈ ಅಪಾಯವನ್ನು ಎರಡು ರೀತಿಯಲ್ಲಿ ನಿರ್ವಹಿಸಬಹುದು: 1) SL ಖರೀದಿ ಆದೇಶವನ್ನು ಇರಿಸುವುದು ಮತ್ತು 2) ಹೆಡ್ಜಿಂಗ್.

ಬೆಲೆಯು ವಿರುದ್ಧ ದಿಕ್ಕಿನಲ್ಲಿ ತ್ವರಿತವಾಗಿ ಗಮನಾರ್ಹವಾದ ಚಲನೆಯನ್ನು ತೋರಿಸಿದಾಗ ಮಾತ್ರ ಆಪ್ಷನ್ಸ್ ಮಾರಾಟಗಾರರು ಹಣವನ್ನು ಕಳೆದುಕೊಳ್ಳುತ್ತಾರೆ.

ಆಪ್ಷನ್ಸ್ ವ್ಯಾಪಾರದಲ್ಲಿ ಸ್ಟ್ರೈಕ್ ಬೆಲೆಯನ್ನು ಹೇಗೆ ಆರಿಸುವುದು?

ಆಧಾರವಾಗಿರುವ ಇನ್ಸ್ಟ್ರುಮೆಂಟ್ ಅನ್ನು (ಸ್ಟಾಕ್ ಅಥವಾ ಸೂಚ್ಯಂಕ) ಖರೀದಿಸಬಹುದಾದ ಅಥವಾ ಮಾರಾಟ ಮಾಡಬಹುದಾದ ಸ್ಥಿರ ಬೆಲೆಯೇ ಸ್ಟ್ರೈಕ್ ಬೆಲೆ.

ಒಬ್ಬ ವ್ಯಾಪಾರಿ ಕಾಲ್ ಆಪ್ಷನ್ ಅನ್ನು ಖರೀದಿಸಿದಾಗ ಅವನು ಸ್ಟಾಕ್/ಇಂಡೆಕ್ಸ್ ಅನ್ನು ಪೂರ್ವನಿರ್ಧರಿತ ಬೆಲೆಗೆ ಖರೀದಿಸುವ ಹಕ್ಕನ್ನು ಖರೀದಿಸುತ್ತಾನೆ.

ಅದೇ ಕಾಲ್ ಆಪ್ಷನ್ ಅನ್ನು ಅದೇ ಸ್ಟ್ರೈಕ್ ಬೆಲೆ ಮತ್ತು ಅದೇ ಅವಧಿಗೆ ಮಾರಾಟ ಮಾಡಲು ನೀವು ನಿರ್ಧರಿಸಿದ್ದೀರಿ ಎಂದು ಊಹಿಸಿ.

ನೀವು ಖರೀದಿದಾರರಿಗೆ ಸ್ಟಾಕ್ ಅನ್ನು ಪೂರ್ವನಿರ್ಧರಿತ ಬೆಲೆಗೆ (ಸ್ಟ್ರೈಕ್ ಬೆಲೆ) ಖರೀದಿಸುವ ಹಕ್ಕನ್ನು ಮಾರಾಟ ಮಾಡುತ್ತಿದ್ದೀರಿ ಎಂದು ಇದು ಸೂಚಿಸುತ್ತದೆ ಮತ್ತು ಆದ್ದರಿಂದ ನೀವು ಪ್ರೀಮಿಯಂ ಅನ್ನು ಸ್ವೀಕರಿಸುತ್ತೀರಿ.

ಸ್ಟ್ರೈಕ್ ಬೆಲೆ ಕೂಡ ನಿರ್ಣಾಯಕ ಪಾತ್ರವನ್ನು ವಹಿಸುತ್ತದೆ. ಆಧಾರವಾಗಿರುವ ಉಪಕರಣವು ಸ್ಟ್ರೈಕ್ ಬೆಲೆಯನ್ನು ತಲುಪದಿದ್ದರೆ, ಪ್ರೀಮಿಯಂ ಶೂನ್ಯವಾಗುತ್ತದೆ ಎಂಬುದನ್ನು ಮರೆಯಬೇಡಿ.

ಆದರೆ ನೀವು ತುಂಬಾ ದೂರದ ಸ್ಟ್ರೈಕ್ ಬೆಲೆಯನ್ನು ಆರಿಸಿದರೆ, ನಿಮ್ಮ ವ್ಯಾಪಾರಕ್ಕಾಗಿ ROI ಅನ್ನು ಕಡಿಮೆ ಮಾಡುವ ಕಡಿಮೆ ಪ್ರೀಮಿಯಂ ಅನ್ನು ನೀವು ಸ್ವೀಕರಿಸುತ್ತೀರಿ.

ಆದ್ದರಿಂದ, ನೀವು ಆಯ್ಕೆಗಳನ್ನು ಖರೀದಿಸಿ ಅಥವಾ ಮಾರಾಟ ಮಾಡುವುದನ್ನು ಲೆಕ್ಕಿಸದೆ, ಸರಿಯಾದ ಸ್ಟ್ರೈಕ್ ಬೆಲೆಯನ್ನು ಆರಿಸುವುದು ಆಯ್ಕೆಗಳ ವ್ಯಾಪಾರದಲ್ಲಿ ನಿರ್ಣಾಯಕ ಅಂಶವಾಗಿದೆ.

ಅದನ್ನೇ ವಿವರವಾಗಿ ವಿವರಿಸಲು ನಾನು ಒಂದು ಉದಾಹರಣೆಯನ್ನು ತೆಗೆದುಕೊಳ್ಳುತ್ತೇನೆ.

ದಿನಾಂಕ - 29 ಜುಲೈ 2021, ಸಮಯ - 9.20 AM

ಉಪಕರಣ – ನಿಫ್ಟಿ

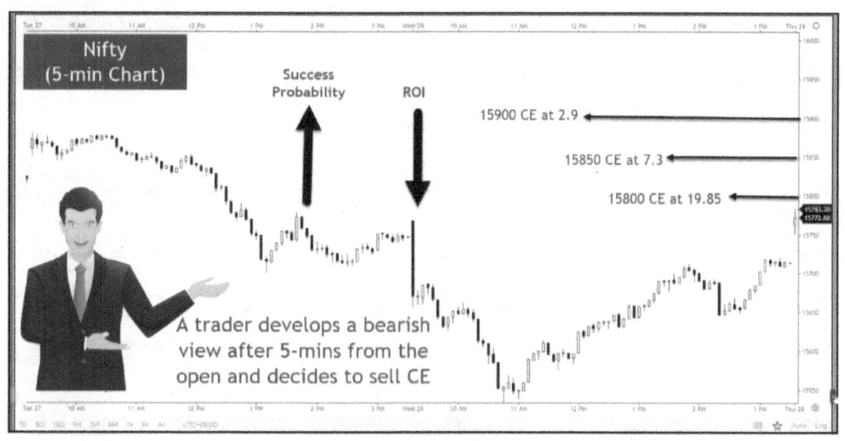

ಚಿತ್ರ 8.4 - ದಿನದ ವಹಿವಾಟಿನಲ್ಲಿ ಸ್ಟ್ರೈಕ್ ಬೆಲೆಯ ಪ್ರಾಮುಖ್ಯತೆ

ಆಯ್ಕೆಯ ಮಾರಾಟಗಾರನು ಬೇರಿಶ್ ನೋಟವನ್ನು ಅಭಿವೃದ್ಧಿಪಡಿಸುತ್ತಾನೆ ಮತ್ತು ಅವನು ಕಾಲ್ ಆಪ್ಷನ್ ಅನ್ನು ಮಾರಾಟ ಮಾಡಲು ನಿರ್ಧರಿಸುತ್ತಾನೆ.

ಮೇಲಿನ ಉದಾಹರಣೆಯಲ್ಲಿ, ಜುಲೈ 29 ಸ್ವತಃ ಮುಕ್ತಾಯ ದಿನವಾಗಿದೆ. ಆದ್ದರಿಂದ ಅವರು ಸರಿಯಾದ ಸ್ಟ್ರೈಕ್ ಬೆಲೆಯನ್ನು ಆರಿಸಬೇಕಾಗುತ್ತದೆ.

5 ನಿಮಿಷಗಳ ನಂತರ, ನಿಫ್ಟಿಯ CMP 15772 ಆಗಿದೆ. ಆದ್ದರಿಂದ ನಾವು ತಕ್ಷಣದ 3 ಕಾಲ್ ಆಪ್ಷನ್‌ಗಳನ್ನು ಮತ್ತು ROI ಮತ್ತು ಯಶಸ್ಸಿನ ಸಂಭವನೀಯತೆಯು ಹೇಗೆ ಕಾರ್ಯನಿರ್ವಹಿಸುತ್ತದೆ ಎಂಬುದನ್ನು ನೋಡುತ್ತೇವೆ. ಈ ಎಲ್ಲಾ ಸ್ಟ್ರೈಕ್ ಬೆಲೆಯ ಕಾಲ್ ಆಪ್ಷನ್‌ಗಳನ್ನು (ಅಂದಾಜು ರೂ.120,000) ಮಾರಾಟ ಮಾಡಲು ಅವರಿಗೆ ಬಹುತೇಕ ಒಂದೇ ಮಾರ್ಜಿನ್ ಅಗತ್ಯವಿದೆ ಎಂಬುದನ್ನು ಗಮನಿಸಿ.

ಅವರು 15800 CE ಮಾರಾಟ ಮಾಡಿದರೆ, ಅವರು 19.85 ರ ಪ್ರೀಮಿಯಂ ಪಡೆಯುತ್ತಾರೆ ಮತ್ತು ಬೆಲೆ 15800 ಕ್ಕಿಂತ ಕಡಿಮೆಯಾದರೆ, ಅವರು ಸಂಪೂರ್ಣ ಪ್ರೀಮಿಯಂ ಅನ್ನು ಪಡೆಯುತ್ತಾರೆ. ಬಂಡವಾಳದ ಮೇಲಿನ ROI 0.83% ಆಗಿದೆ.

ಆದರೆ ಅವನು 15850 CE ಅನ್ನು ಮಾರಾಟ ಮಾಡಲು ನಿರ್ಧರಿಸಿದರೆ, ಬೆಲೆ 15850 ಕ್ಕಿಂತ ಕಡಿಮೆಯಾದರೆ ಅವನು 7.3 ರ ಸಂಪೂರ್ಣ ಪ್ರೀಮಿಯಂ ಅನ್ನು ಪಡೆಯುತ್ತಾನೆ ಮತ್ತು ಆದ್ದರಿಂದ ಬಂಡವಾಳದ ಮೇಲಿನ ROI 0.3% ಆಗಿದೆ.

ಮತ್ತೊಂದೆಡೆ, ಅವನು 15900 CE ಅನ್ನು ಮಾರಾಟ ಮಾಡಲು ಆರಿಸಿದರೆ, ಬೆಲೆ 15900 ಕ್ಕಿಂತ ಕಡಿಮೆಯಾದರೆ ಅವನು 2.9 ರ ಪ್ರೀಮಿಯಂ ಅನ್ನು ಪಡೆಯುತ್ತಾನೆ. ಆದ್ದರಿಂದ ಬಂಡವಾಳದ ಮೇಲಿನ ROI 0.12% ಆಗಿದೆ.

ನಾವು ಮಾರಾಟ ಮಾಡಲು OTM ಆಯ್ಕೆಗಳನ್ನು ಆರಿಸಿದಾಗ, ಯಶಸ್ಸಿನ ಸಂಭವನೀಯತೆ ಹೆಚ್ಚು ಇರುತ್ತದೆ. ಆದರೆ ROI ಕಡಿಮೆಯಾಗುತ್ತದೆ. ಆದರೆ ನಾವು ಅತ್ಯಂತ ನಿಕಟವಾದ ಸ್ಟ್ರೈಕ್ ಬೆಲೆಯನ್ನು (ಅಥವಾ ATM) ಆರಿಸಿದರೆ, ನಂತರ ಲಾಭಗಳ ಕಡಿಮೆ ಸಂಭವನೀಯತೆ ಇರುತ್ತದೆ, ಆದರೆ ROI ಆಕರ್ಷಕವಾಗಿರುತ್ತದೆ.

ಆದ್ದರಿಂದ, ಆಯ್ಕೆಗಳಲ್ಲಿ ಸ್ಟ್ರೈಕ್ ಬೆಲೆಗಳನ್ನು ಆರಿಸುವಾಗ ದಿನದ ವ್ಯಾಪಾರಿ 'ROI' ಮತ್ತು 'ಯಶಸ್ಸಿನ ಸಂಭವನೀಯತೆ' ನಡುವೆ ಸಮತೋಲನವನ್ನು ಸಾಧಿಸಬೇಕು.

ಅಧ್ಯಾಯ 9

ಇಂಟ್ರಾಡೇ ಟ್ರೇಡಿಂಗ್‌ಗಾಗಿ ನಾಲ್ಕು ಅತ್ಯುತ್ತಮ ಆಪ್ಷನ್ ತಂತ್ರಗಳು

ಇಕ್ವಿಟಿಯು ಕಡಿಮೆ ಅಪಾಯ ಮತ್ತು ಕಡಿಮೆ ಪ್ರತಿಫಲವನ್ನು ನೀಡುತ್ತದೆ. ಫ್ಯೂಚರ್ಸ್ ಮಧ್ಯಮ ಅಪಾಯ ಮತ್ತು ಮಧ್ಯಮ ಪ್ರತಿಫಲವನ್ನು ನೀಡುತ್ತದೆ.

ಆದರೆ ಆಪ್ಷನ್ಸ್ ಬಹುಮುಖ ವ್ಯಾಪಾರ ಸಾಧನವಾಗಿದ್ದು, ಅದು ಕಡಿಮೆ ಅಪಾಯ ಹಾಗೂ ಗಮನಾರ್ಹವಾಗಿ ಕಡಿಮೆ ಪ್ರತಿಫಲವನ್ನು ನೀಡುತ್ತದೆ. ಎಲ್ಲವೂ ವ್ಯಾಪಾರಿ ಆಯ್ಕೆಗಳನ್ನು ಹೇಗೆ ಬಳಸುತ್ತಾನೆ ಎಂಬುದರ ಮೇಲೆ ಅವಲಂಬಿತವಾಗಿದೆ.

ಇದಲ್ಲದೆ, ಪೋರ್ಟ್‌ಫೋಲಿಯೋವನ್ನು ರಕ್ಷಿಸಲು (ಹೆಡ್ಜಿಂಗ್) ಮತ್ತು ಪೋರ್ಟ್‌ಫೋಲಿಯೋದ ರಿಟರ್ನ್‌ಗಳನ್ನು ಗರಿಷ್ಠಗೊಳಿಸಲು (ಕವರ್ಡ್ ಕರೆಗಳು) ಆಪ್ಷನ್ಸ್‌ಗಳನ್ನು ಬಳಸಬಹುದು. ಹೆಚ್ಚುವರಿಯಾಗಿ, ಗಡುವು (ಅವಧಿ ಮುಕ್ತಾಯ) ಬಂದ ನಂತರ ಆಪ್ಷನ್‌ನ ಒಪ್ಪಂದವು ಎಷ್ಟು ಗಳಿಸುತ್ತದೆ ಅಥವಾ ಕಳೆದುಕೊಳ್ಳುತ್ತದೆ ಎಂಬುದನ್ನು ಲೆಕ್ಕ ಹಾಕಬಹುದು.

ಇಕ್ವಿಟಿ ಮತ್ತು ಫ್ಯೂಚರ್‌ಗಳೆರಡೂ ಎರಡು ಆಯಾಮದ ಉತ್ಪನ್ನಗಳಾಗಿವೆ - ಇದರರ್ಥ ವ್ಯಾಪಾರಿ ದಿಕ್ಕನ್ನು ಊಹಿಸುವ ಮೂಲಕ ಹಣವನ್ನು ಗಳಿಸಬಹುದು (ಮೇಲ್ಮುಖವಾಗಿ ಅಥವಾ ಕೆಳಮುಖವಾಗಿ). ಯಾವ ದಿಕ್ಕಾದರೂ (ಮೇಲಕ್ಕೆ, ಕೆಳಕ್ಕೆ ಅಥವಾ ಪಕ್ಕಕ್ಕೆ) ವ್ಯಾಪಾರಿ ಹಣವನ್ನು ಮಾಡಬಹುದು.

'ಹೆಡ್ಜಿಂಗ್' ಎಂಬುದಕ್ಕೆ ವಿರುದ್ಧವಾದುದು 'ಸ್ಪೆಕ್ಯುಲೇಶನ್'. ಆಪ್ಷನ್ಸ್‌ಗಳನ್ನು ಸ್ಪೆಕ್ಯುಲೇಶನ್‌ಗಾಗಿ ಸಹ ಬಳಸಬಹುದು. ಜೊತೆಗೆ, ಈಕ್ವಿಟಿ ಮತ್ತು ಫ್ಯೂಚರ್‌ಗಳೆರಡಕ್ಕೂ ಹೋಲಿಸಿದರೆ ಸ್ಪೆಕ್ಯುಲೇಶನ್‌ನಲ್ಲಿ ಆಪ್ಷನ್ಸ್‌ಗಳು ಹೆಚ್ಚಿನ ರಿಸ್ಕ್ ರಿವಾರ್ಡ್ ಅನ್ನು ನೀಡುತ್ತವೆ.

ಇದು ಈ ಕೆಳಗಿನ ಅನುಕೂಲಗಳನ್ನು ನೀಡುತ್ತದೆ:

- ಇದು ಹೆಚ್ಚಿನ ಆದಾಯವನ್ನು ನೀಡುವ ಸಾಮರ್ಥ್ಯವನ್ನು ಹೊಂದಿದೆ
- ಇದನ್ನು ಸಣ್ಣ ಬಂಡವಾಳದೊಂದಿಗೆ ನಿಯೋಜಿಸಬಹುದು
- ಇದು ವಿವಿಧ ರೀತಿಯ ಪರ್ಯಾಯ ತಂತ್ರಗಳನ್ನು ಒದಗಿಸುತ್ತದೆ.

ಆಪ್ಷನ್ಸ್ ಟ್ರೇಡಿಂಗ್ ಯಾಕೆ ಮುಂದುವರೆಯುತ್ತಿರಬೇಕು?

ನಗದು ಮಾರುಕಟ್ಟೆಯಲ್ಲಿ ಕೆಲವು ಷೇರುಗಳನ್ನು ಖರೀದಿಸುವುದು ಅನೇಕ ವ್ಯಾಪಾರಿಗಳಿಗೆ ಏಕೆ ಸುಲಭ ಎನಿಸುತ್ತದೆ ಎಂದರೆ ಅದನ್ನು ಅರ್ಥಮಾಡಿಕೊಳ್ಳುವ ಮತ್ತು ಕಾರ್ಯಗತಗೊಳಿಸುವ ವಿಧಾನ ಸುಲಭವಾಗಿರುತ್ತದೆ. ಸ್ವಲ್ಪ ಮಟ್ಟಿಗೆ ಫ್ಯೂಚರ್‌ಗಳನ್ನು ನಿರ್ವಹಿಸುವುದು ಸಹ ಸುಲಭ. ಆದರೆ ಆಪ್ಷನ್ಸ್‌ಗಳ ವಿಷಯಕ್ಕೆ ಬಂದಾಗ, ಅನೇಕ ಜನರು ಅದರ ಪರಿಭಾಷೆ ಅಥವಾ ಅದು ಹೇಗೆ ಕಾರ್ಯನಿರ್ವಹಿಸುತ್ತದೆ ಎಂಬುದನ್ನು ಅರ್ಥಮಾಡಿಕೊಳ್ಳಲು ಹೆಣಗಾಡುತ್ತಾರೆ. ಆದರೆ ಇನ್ನೂ ಟ್ರೇಡರ್‌ಗಳು ಈ ಕೆಳಗಿನ ಕಾರಣಗಳಿಗಾಗಿ ಆಪ್ಷನ್ಸ್‌ಗಳನ್ನು ಅರ್ಥಮಾಡಿಕೊಳ್ಳಲೇಬೇಕು:

ಇಂಟ್ರಾಡೇ ಮಾರ್ಜಿನ್ ಸಮಸ್ಯೆಗಳನ್ನು ಸೋಲಿಸಲು

ಜನವರಿ 2021 ರಿಂದ, ದಿನದ ವ್ಯಾಪಾರಿಗಳಿಗೆ ಸಿಗುವ ಹೆಚ್ಚುವರಿ ಮಾರ್ಜಿನ್ ಅನ್ನು ರದ್ದುಗೊಳಿಸಲು SEBI ಹೊಸ ನಿಯಮವನ್ನು (ಹಂತ ಹಂತವಾಗಿ) ಜಾರಿಗೆ ತಂದಿದೆ. ಇದರರ್ಥ ಸೆಪ್ಟೆಂಬರ್ 2021 ರಿಂದ, ಭಾರತದಲ್ಲಿ ಇಂಟ್ರಾಡೇ ಟ್ರೇಡ್ (MIS ಮಾರ್ಜಿನ್ ಇಂಟ್ರಾಡೇ ಸ್ಕ್ವೇರ್-ಆಫ್) ಅಥವಾ ಪೊಸಿಷನಲ್ ಟ್ರೇಡ್ (NRML-ಸಾಮಾನ್ಯ) ಆಗಿ 1 ಲಾಟ್ ಅನ್ನು ಖರೀದಿಸಲು ಅಗತ್ಯವಿರುವ ಬಂಡವಾಳವು ಒಂದೇ ಆಗಿರುತ್ತದೆ.

ಆದ್ದರಿಂದ, ನೀವು ಇಂಟ್ರಾಡೇ ಟ್ರೇಡರ್ ಆಗಿದ್ದರೆ, ನೀವು ಫ್ಯೂಚರ್ಸ್ ವಿಭಾಗದಲ್ಲಿ ವ್ಯಾಪಾರ ಮಾಡಿದರೆ ಉತ್ತಮ ಆದಾಯವನ್ನು ಪಡೆಯುವುದು ಸವಾಲಿನ ಸಂಗತಿಯಾಗಿದೆ (ಇದು ಹೆಚ್ಚು ಮಾರ್ಜಿನ್ ಅನ್ನು ಬೇಡುತ್ತದೆ). ಅದಲ್ಲದೇ, ನಿಫ್ಟಿಯ ಯಾವುದೇ ಉನ್ನತ ಷೇರುಗಳಲ್ಲಿ ಕನಿಷ್ಠ 1 ಲಾಟ್ ಫ್ಯೂಚರ್ ಅನ್ನು ಪಡೆಯಲು ಸಹ ಸಾಕಷ್ಟು ಜನರು ಬಂಡವಾಳವನ್ನು ಹೊಂದಿಲ್ಲದಿರಬಹುದು.

ಆದರೆ ಆಪ್ಷನ್ಸ್‌ನೊಂದಿಗೆ ಉತ್ತಮ ROI ಪಡೆಯಲು ವಿವಿಧ ತಂತ್ರಗಳನ್ನು ನಿಯೋಜಿಸಬಹುದು. ಸಣ್ಣ ಬಂಡವಾಳದಿಂದಲೂ ಈ ತಂತ್ರಗಳನ್ನು ಕಾರ್ಯಗತಗೊಳಿಸಬಹುದು ಎಂಬುದನ್ನು ಗಮನಿಸಬೇಕು.

ಚಂಚಲ ಮಾರುಕಟ್ಟೆ ಪರಿಸ್ಥಿತಿಗಳನ್ನು ಇಲ್ಲದಂತೆ ಮಾಡಲು

ಕೋವಿಡ್-19 ಸಾಂಕ್ರಾಮಿಕ ರೋಗದ ನಂತರ, ಅನೇಕ ಮಾರುಕಟ್ಟೆಗಳು ಚಂಚಲವಾಗಿವೆ. ಹೆಚ್ಚಿನ ಚಂಚಲತೆಯ ಮಾರುಕಟ್ಟೆಗಳು ವ್ಯಾಪಾರಿಗಳಿಗೆ ಒಳ್ಳೆಯದು; ಆದರೆ ಅವರು ಭಾವನೆಗಳ ನಿಯಂತ್ರಣ, ಲಾಭವನ್ನು ಗಳಿಸುವ ಸಾಮರ್ಥ್ಯ ಮತ್ತು ಆಳವಾದ ಸ್ಟಾಪ್-ಲಾಸ್‌ನಿಂದ ಆಗುವ ಪೊಸಿಷನ್ ಸೈಝ್‌ನ ಕ್ರಿಯಾತ್ಮಕ ಹೊಂದಾಣಿಕೆಯಂತಹ ವಿಷಯಗಳಲ್ಲಿ ಹೆಚ್ಚಿನ ಕೌಶಲ್ಯಗಳನ್ನು ಬೆಳೆಸಿಕೊಳ್ಳಲು ಬಯಸುತ್ತಾರೆ.

ಜೊತೆಗೆ, ದೊಡ್ಡ ಅಂತರದ ಗ್ಯಾಪ್ ಅಪ್/ಡೌನ್ ಸನ್ನಿವೇಶಗಳು ಇಂಟ್ರಾಡೇ ವ್ಯಾಪಾರಿಗಳಿಗೆ ದೊಡ್ಡ ಸವಾಲನ್ನು ನೀಡುತ್ತವೆ.

ಆದ್ದರಿಂದ, ನುರಿತ ದಿನದ ವ್ಯಾಪಾರಿಗಳು ದೊಡ್ಡ ಹಣವನ್ನು ಗಳಿಸಲು ಸ್ಪೆಕ್ಯುಲೇಟಿವ್ ಸಾಧನವಾಗಿ ಅಪ್ಷನ್ಸ್ ಅನ್ನು ಬಳಸಬಹುದು. ಮಧ್ಯಂತರ-ಹಂತದ ವ್ಯಾಪಾರಿಗಳು ನಷ್ಟವನ್ನು ಮಿತಿಗೊಳಿಸಲು ಮತ್ತು ಲಾಭವನ್ನು ಹೆಚ್ಚಿಸಲು ಆಪ್ಷನ್ಸ್ ಅನ್ನು ಬಳಸಬಹುದು. ಹೂಡಿಕೆದಾರರು ತಮ್ಮ ಪೋರ್ಟ್‌ಫೋಲಿಯೊಗಳನ್ನು ರಕ್ಷಿಸುವ ಮೂಲಕ ಅಪಾಯವನ್ನು ಕಡಿಮೆ ಮಾಡಬಹುದು.

ಸಾಪ್ತಾಹಿಕ ಆಯ್ಕೆಗಳ ಪ್ರಯೋಜನವನ್ನು ಪಡೆಯಲು

ವಾರದ ಆಯ್ಕೆಗಳನ್ನು (weekly options) ಪರಿಚಯಿಸುವ ಮೊದಲು ಉತ್ಪನ್ನಗಳ ವ್ಯಾಪಾರವು (ಡಿರೈವೇಟಿವ್ಸ್ ಟ್ರೇಡಿಂಗ್) ಸುಗಮವಾಗಿತ್ತು. ಸಾಪ್ತಾಹಿಕ ಆಯ್ಕೆಗಳ ಪರಿಚಯವು ಅನೇಕ ಡೇ ಟ್ರೇಡರ್‌ಗಳನ್ನು ಆಕರ್ಷಿಸಿತು (ಖರೀದಿ ಮತ್ತು ಮಾರಾಟದ ಆಯ್ಕೆಗಳ ಕಡೆಗೆ) ಮತ್ತು ಆಪ್ಷನ್ಸ್ ವಿಭಾಗದಲ್ಲಿನ ಭಾಗವಹಿಸುವಿಕೆಯು ಬಹಳಷ್ಟು ಹೆಚ್ಚಾಯಿತು.

ಆದರೆ ಇದು ವ್ಯಾಪಾರಿಗಳಿಗೆ ಅನೇಕ ವ್ಯಾಪಾರ ಅವಕಾಶಗಳನ್ನು (4 ಪಟ್ಟು ಹೆಚ್ಚು) ಒದಗಿಸುತ್ತದೆ. ಉತ್ತಮ ಸ್ಪೆಕ್ಯುಲೇಟರ್ ಆದವನು ಆಪ್ಷನ್ಸ್ ಬಯಿಂಗ್

ಅನ್ನು ಬಳಸುತ್ತಾನೆ, ಬುದ್ಧಿವಂತ ವ್ಯಾಪಾರಿಗಳು ಕಟ್ಟುನಿಟ್ಟಾದ ಸ್ಟಾಪ್-ಲಾಸ್‌ನೊಂದಿಗೆ ಆಪ್ಷನ್ಸ್ ಸೆಲ್ಲಿಂಗ್ ಮೇಲೆ ಅವಲಂಬಿತರಾಗುತ್ತಾರೆ ಮತ್ತು ಬಬಹಳ ಬುದ್ಧಿವಂತ ತಂತ್ರಜ್ಞ ವ್ಯಾಪಾರಿಗಳು ಹಣವನ್ನು ಗಳಿಸಲು ಅನೇಕ ಆಪ್ಷನ್ ಸ್ಟ್ರಾಟಜಿಗಳನ್ನು ಅವಲಂಬಿಸಿರುತ್ತಾರೆ.

ಆದ್ದರಿಂದ, ವ್ಯಾಪಾರಿಯು ಇಂಟ್ರಾಡೇ ಟ್ರೇಡಿಂಗ್‌ನಲ್ಲಿ ಯೋಗ್ಯವಾದ ಹಣವನ್ನು ಗಳಿಸಲು ಆಯ್ಕೆಗಳ ಮೂಲಭೂತ ಮತ್ತು ಕೆಲವು ಅಗತ್ಯ ತಂತ್ರಗಳನ್ನು ತಿಳಿದಿರಬೇಕು.

ತಂತ್ರ #1 ಕ್ರೆಡಿಟ್ ಸ್ಪ್ರೆಡ್

ಕ್ರೆಡಿಟ್ ಸ್ಪ್ರೆಡ್ ಆಪ್ಷನ್ ಖರೀದಿ ಮತ್ತು ಆಪ್ಷನ್ ಮಾರಾಟವನ್ನು ಒಳಗೊಂಡ ಅದ್ಭುತವಾದ ತಂತ್ರವಾಗಿದೆ (1 ಮುಖ್ಯ ವ್ಯಾಪಾರ ಮತ್ತು 1 ಹೆಡ್ಜ್ ವ್ಯಾಪಾರ).

ಕ್ರೆಡಿಟ್ ಸ್ಪ್ರೆಡ್‌ನಲ್ಲಿ ಎರಡು ವಿಧಗಳಿವೆ - 1) ಕ್ರೆಡಿಟ್ ಕಾಲ್ ಸ್ಪ್ರೆಡ್ ಮತ್ತು 2) ಕ್ರೆಡಿಟ್ ಪುಟ್ ಸ್ಪ್ರೆಡ್.

ವ್ಯಾಪಾರಿಯು ಬೇರಿಶ್ ಆಗಿರುವಾಗ ಕ್ರೆಡಿಟ್ ಕಾಲ್ ಸ್ಪ್ರೆಡ್ ಅನ್ನು ಬಳಸಲಾಗುತ್ತದೆ ಮತ್ತು ವ್ಯಾಪಾರಿಯು ಬೆಲೆಯಲ್ಲಿ ಮಧ್ಯಮ ಏರಿಕೆಯನ್ನು ನಿರೀಕ್ಷಿಸಿದಾಗ ಕ್ರೆಡಿಟ್ ಪುಟ್ ಸ್ಪ್ರೆಡ್ ಅನ್ನು ಬಳಸಲಾಗುತ್ತದೆ.

ಅನುಕೂಲಗಳು:

1) ನಿಖರವಾದ ನಷ್ಟ ಮತ್ತು ಲಾಭವನ್ನು ಸ್ಪಷ್ಟವಾಗಿ ವ್ಯಾಖ್ಯಾನಿಸಲಾಗಿದೆ
2) ಇದು ದೊಡ್ಡ ನಷ್ಟದ ಸನ್ನಿವೇಶವನ್ನು ತೊಡೆದುಹಾಕುತ್ತದೆ
3) ಆಧಾರವಾಗಿರುವಉಪಕರಣದಲ್ಲಿವೈಡ್ಎಸ್ಎಲ್‌ನಸಂದರ್ಭದಲ್ಲಿಯೂ ಸಹ ನಾವು ವಹಿವಾಟುಗಳನ್ನು ನಿರ್ವಹಿಸಬಹುದು
4) ಟೈಮ್ ಡೀಕೆ ನಮಗೆ ಸಹಾಯ ಮಾಡುತ್ತದೆ
5) ಬೆಲೆ ಬದಿಗೆ ಸರಿದರೂ ಲಾಭದಾಯಕ

ಇದು ಹೇಗೆ ಕಾರ್ಯನಿರ್ವಹಿಸುತ್ತದೆ ಎಂಬುದನ್ನು ಅರ್ಥಮಾಡಿಕೊಳ್ಳಲು ನಾವು ಕ್ರೆಡಿಟ್ ಪುಟ್ ಸ್ಪ್ರೆಡ್‌ನ ಉದಾಹರಣೆಯನ್ನು ಅಧ್ಯಯನ ಮಾಡುತ್ತೇವೆ. ಇದು ಅದೇ ಮುಕ್ತಾಯ ದಿನಾಂಕದೊಂದಿಗೆ ಹಾಗೂ ವಿಭಿನ್ನ ಸ್ಟ್ರೈಕ್ ಬೆಲೆಗಳೊಂದಿಗೆ ಒಂದೇ ಸೆಕ್ಯುರಿಟಿಯ ಪುಟ್ ಆಪ್ಷನ್ನ ಖರೀದಿ ಮತ್ತು ಮಾರಾಟವನ್ನು ಒಳಗೊಂಡಿರುತ್ತದೆ.

ಉದಾಹರಣೆ 1 - 18-ಮೇ-2021 ರಂದು ನಿಫ್ಟಿ (ಸಾಪ್ತಾಹಿಕ ಮುಕ್ತಾಯ)

ಚಿತ್ರ 9.1 - ನಿಫ್ಟಿ ಡೈಲಿ ಚಾರ್ಟ್

ಮೇಲಿನ ಚಿತ್ರವು 17-ಮೇ-2021 ರ ನಿಫ್ಟಿ ದೈನಂದಿನ ಚಾರ್ಟ್ ಅನ್ನು ತೋರಿಸುತ್ತದೆ.

ಇದು ಸ್ಪಷ್ಟವಾಗಿ ಒಂದು ದಿಕ್ಕಿನಲ್ಲಿ ಮುಂದುವರಿಯುತ್ತಿದೆ. ಆದಾಗ್ಯೂ, ಇದು 22-Apr-2021 ರಂದು ಕೊನೆಯ ಕಡಿಮೆ ಕನಿಷ್ಠವನ್ನು ದಾಖಲಿಸಿತು ಮತ್ತು ಅದರ ನಂತರ, ಇದು ಕೇವಲ higher lows (HL) ಅನ್ನು ದಾಖಲಿಸಿತು.

17-ಮೇ-2021 ರಂದು, ಇದು ಬುಲ್‌ಗಳ ಬಲವನ್ನು ಪ್ರದರ್ಶಿಸಿತು ಮತ್ತು ಬೆಲೆಯು ಪ್ರತಿರೋಧದ ಟ್ರೆಂಡ್ ಲೈನ್‌ಗೆ ಬಹಳ ಹತ್ತಿರದಲ್ಲಿದೆ.

ಹಾಗಾಗಿ, ಮುಂದಿನ ದಿನದಲ್ಲಿ ನಿಫ್ಟಿ ಬ್ರೇಕ್‌ಔಟ್ ತೋರಿಸುವ ಹೆಚ್ಚಿನ ಸಂಭವನೀಯತೆ ಇದೆ.

ಈ ಸೆಟಪ್ ನೋಡಿದ ನಂತರ ಫ್ಯೂಚರ್ಸ್ ವಿಭಾಗದಲ್ಲಿ ನಾಳೆ ಮಾರುಕಟ್ಟೆ ತೆರೆದಾಗ ನೀವು ದೀರ್ಘ ವ್ಯಾಪಾರವನ್ನು ತೆಗೆದುಕೊಳ್ಳಲು ಸಿದ್ಧರಿದ್ದೀರಿ ಎಂದು ಊಹಿಸಿಕೊಳ್ಳಿ.

ಚಿತ್ರ 9.2 – ನಿಫ್ಟಿ 15-ನಿಮಿಷಗಳ ಚಾರ್ಟ್ (18ನೇ ಮೇ 2021)

ಆದರೆ ನಿಫ್ಟಿ ಸ್ಪಾಟ್ ಮತ್ತು ಮೇ ಫ್ಯೂಚರ್ಸ್ 130+ ಅಂಕಗಳ ಅಂತರದೊಂದಿಗೆ ತೆರೆದಿವೆ.

ಈಗ, ನೀವು ಫ್ಯೂಚರ್ಸ್‌ನಲ್ಲಿ ದೀರ್ಘ ವ್ಯಾಪಾರವನ್ನು ಯೋಜಿಸುತ್ತಿದ್ದರೆ, ನೀವು ಸ್ಟಾಪ್-ಲಾಸ್ ಅನ್ನು ಎಲ್ಲಿ ಇರಿಸುತ್ತೀರಿ?

15-ನಿಮಿಷದ ಕ್ಯಾಂಡಲ್‌ನ ಕನಿಷ್ಠವು ಆಕ್ರಮಣಕಾರಿಯಾಗಿದೆ ಮತ್ತು ಸಣ್ಣ ಚಂಚಲ ಚಲನೆಯು ಸ್ಟಾಪ್-ಲಾಸ್ ಅನ್ನು ತೆಗೆದುಕೊಳ್ಳಬಹುದು.

ಹಿಂದಿನ ದಿನದ ಗರಿಷ್ಠ (PDH) ಸ್ಟಾಪ್-ಲಾಸ್ ಅನ್ನು ಇರಿಸಲು ಸುರಕ್ಷಿತ ಕೇಂದ್ರುವಾಗಿದೆ. ಆದರೆ ಇದು ತುಂಬಾ ಆಳವಾಗಿದೆ (130 ಅಂಕಗಳು) ಮತ್ತು ರಿಸ್ಕ್-ರಿವಾರ್ಡ್ ಅನ್ನು ಹಾಳುಮಾಡುತ್ತದೆ.

ಕಾಲ್ ಆಪ್ಷನ್ ಅನ್ನು (ಸಿಇ) ಖರೀದಿಸುವುದು ಸಹ ಅಪಾಯಕಾರಿ. ಏಕೆಂದರೆ ಹೆಚ್ಚಿದ ಚಂಚಲತೆಯಿಂದಾಗಿ ಪ್ರೀಮಿಯಂ ಹೆಚ್ಚಾಗಿರುತ್ತದೆ ಮತ್ತು ಬೆಲೆ ಇಲ್ಲಿಂದ ದೊಡ್ಡ ಚಲನೆಯನ್ನು ನೀಡುತ್ತದೆ ಎಂಬುದಕ್ಕೆ ಯಾವುದೇ ಗ್ಯಾರಂಟಿ ಇಲ್ಲ.

ಪುಟ್ ಆಪ್ಷನ್ ಅನ್ನು (PE) ಮಾರಾಟ ಮಾಡುವ ಬಗ್ಗೆ ನೀವು ಯೋಚಿಸಬಹುದು. ಆದರೆ ಇದು ಹೆಚ್ಚಿನ ಬಂಡವಾಳವನ್ನು ಬೇಡುತ್ತದೆ ಮತ್ತು ನಷ್ಟದ ಹೆಚ್ಚಿನ ಅವಕಾಶಗಳಿವೆ.

ಈ ಪರಿಸ್ಥಿತಿಯಲ್ಲಿ, ಕ್ರೆಡಿಟ್ ಸ್ಪ್ರೆಡ್‌ಗಳು ನಿರ್ಣಾಯಕ ಪಾತ್ರವನ್ನು ವಹಿಸುತ್ತವೆ.

ಈ ಪರಿಸ್ಥಿತಿಗಳಲ್ಲಿ ಕ್ರೆಡಿಟ್ ಪುಟ್ ಸ್ಪ್ರೆಡ್ ಹೇಗೆ ಕಾರ್ಯನಿರ್ವಹಿಸುತ್ತದೆ ಎಂಬುದನ್ನು ನಾನು ವಿವರಿಸುತ್ತೇನೆ.

ನಿಫ್ಟಿ 15200 PE ಅನ್ನು 160 ಕ್ಕೆ ಮಾರಾಟ ಮಾಡಿ (ಸಾಪ್ತಾಹಿಕ ಆಯ್ಕೆಗಳು)

ನಿಫ್ಟಿ 15100 PE ಅನ್ನು 94 ನಲ್ಲಿ ಖರೀದಿಸಿ (ಸಾಪ್ತಾಹಿಕ ಆಯ್ಕೆಗಳು)

ಆದ್ದರಿಂದ, ಗರಿಷ್ಠ ಲಾಭದ ಸಾಮರ್ಥ್ಯವು 66 ಅಂಕಗಳು (160 - 94), ಮತ್ತು ಗರಿಷ್ಠ ಅಪಾಯವು 34 ಅಂಕಗಳು (ಸ್ಟ್ರೈಕ್ ಬೆಲೆ ವ್ಯತ್ಯಾಸ - ಪ್ರೀಮಿಯಂ ವ್ಯತ್ಯಾಸ) (100 - 66).

ಅಂದರೆ ನಿಫ್ಟಿ ಅಂತರವನ್ನು ತುಂಬಿದರೂ ಮತ್ತು ಇಳಿಮುಖದಲ್ಲಿ ವಹಿವಾಟು ನಡೆಸಿದರೂ, ನಾವು ಪ್ರತಿ ಲಾಟ್‌ಗೆ ರೂ.2,550 ಮಾತ್ರ ಕಳೆದುಕೊಳ್ಳುತ್ತೇವೆ (ಕೆಟ್ಟ ಸನ್ನಿವೇಶ).

ಆದರೆ ಅದು ಮೇಲ್ಮುಖವಾಗಿ ಚಲಿಸಿದರೆ, ನಾವು ಪ್ರತಿ ಲಾಟ್‌ಗೆ ರೂ.4,950 ವರೆಗೆ ಗಳಿಸಬಹುದು (ಗರಿಷ್ಠ ಸಾಮರ್ಥ್ಯ).

ಆದ್ದರಿಂದ, ಸ್ವಲ್ಪ ಸಮಯದವರೆಗೆ ವ್ಯಾಪಾರವು ಡೌನ್‌ಸೈಡ್ ಆಗಿದ್ದರೂ ಸಹ ನಾವು ವ್ಯಾಪಾರವನ್ನು ಹಿಡಿದಿಟ್ಟುಕೊಳ್ಳಬಹುದು, ಅಲ್ಲವೇ?

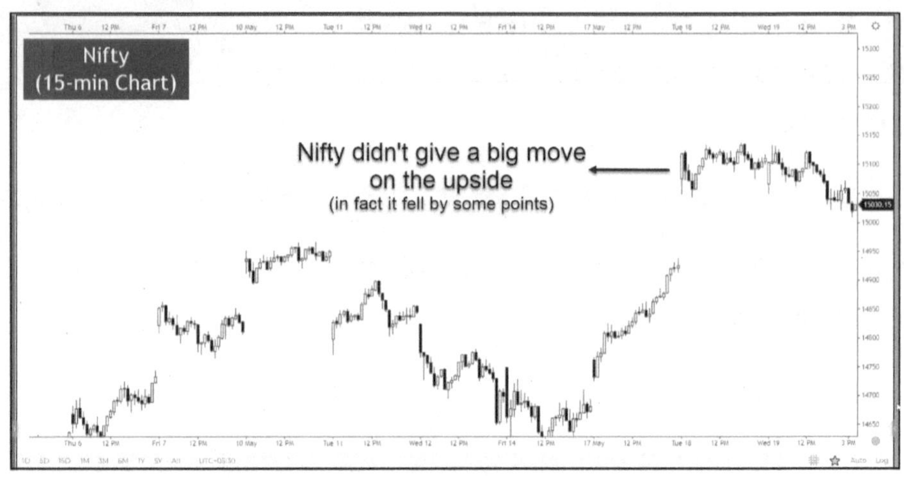

ಚಿತ್ರ 9.3 - EOD ಹತ್ತಿರ ನಿಫ್ಟಿ

ಮಾರುಕಟ್ಟೆಯು ಹೆಚ್ಚಿನ ಸಮಯ ಅನಿರೀಕ್ಷಿತ ಫಲಿತಾಂಶಗಳನ್ನು ನೀಡುತ್ತದೆ.

ಅಂತಹ ಬುಲಿಶ್ ಸೆಟಪ್ ನಂತರವೂ, ನಿಫ್ಟಿ ಯಾವುದೇ ಮಹತ್ವದ ಚಲನೆಯನ್ನು ಮೇಲ್ಮುಖವಾಗಿ ನೀಡಲು ವಿಫಲವಾಗಿದೆ.

EOD ಸಮಯದಲ್ಲಿ ಆಪ್ಷನ್‌ಗಳ ಸ್ಥಾನ

ನಿಫ್ಟಿ 119 ರಲ್ಲಿ 15200 PE

ನಿಫ್ಟಿ 38 ರಲ್ಲಿ 15100 PE

ಆದರೆ ನಾವು ಟೈಂ ಡೀಕೆ ಕಾರಣದಿಂದಾಗಿ ಇನ್ನೂ 15 ಅಂಕಗಳ (ಪ್ರತಿ ಲಾಟ್‌ಗೆ ರೂ. 1,125) ಲಾಭವನ್ನು ಮಾಡಿಕೊಳ್ಳಬಹುದು.

ಇದು ಕ್ರೆಡಿಟ್ ಸ್ಪ್ರೆಡ್ ತಂತ್ರದ ಪ್ರಯೋಜನವಾಗಿದೆ.

ಉದಾಹರಣೆ 2 - 28-ಜುಲೈ-2021 ರಂದು ಭಾರ್ತಿ ಏರ್‌ಟೆಲ್ (ಮಾಸಿಕ ಮುಕ್ತಾಯ)

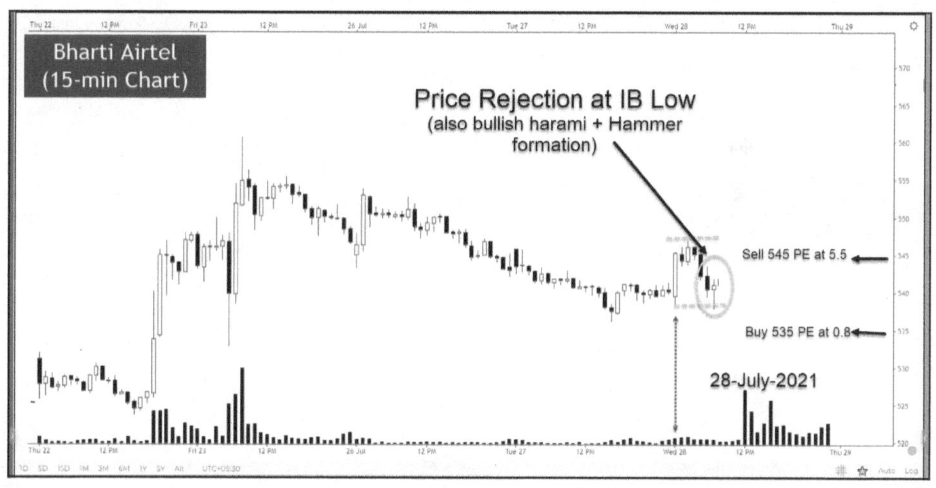

ಚಿತ್ರ 9.4 - ಭಾರ್ತಿ ಏರ್‌ಟೆಲ್‌ನಲ್ಲಿ ಕ್ರೆಡಿಟ್ ಪುಟ್ ಸ್ಪ್ರೆಡ್

ಮೇಲಿನ ಚಿತ್ರವು ಕ್ರೆಡಿಟ್ ಪುಟ್ ಸ್ಪ್ರೆಡ್‌ನ ಉದಾಹರಣೆಯನ್ನು ತೋರಿಸುತ್ತದೆ.

28-ಜುಲೈ-2021 ರಂದು, IB ಕಡಿಮೆ ಬೆಲೆಯಲ್ಲಿ ಸ್ಪಷ್ಟ ನಿರಾಕರಣೆಯನ್ನು ಪ್ರದರ್ಶಿಸಲಾಗಿದೆ. ಇದಲ್ಲದೆ, ಇದು "ಬುಲ್ಲಿಶ್ ಹರಾಮಿ + ಹ್ಯಾಮರ್» ಮಾದರಿಯನ್ನು ಸಹ ತೋರಿಸಿದೆ. ಆದ್ದರಿಂದ, ಬೆಲೆಯು ದಿನದ ಧನಾತ್ಮಕ ಮುಕ್ತಾಯಕ್ಕೆ ಸಾಕ್ಷಿಯಾಗುವ ಹೆಚ್ಚಿನ ಸಂಭವನೀಯತೆಯಿದೆ.

ಆದ್ದರಿಂದ, ವ್ಯಾಪಾರಿಯು ಕೆಲವು ಲಾಭಗಳನ್ನು ಗಳಿಸಲು ಕ್ರೆಡಿಟ್ ಪುಟ್ ಸ್ಪ್ರೆಡ್ ಅನ್ನು ಯೋಜಿಸಬಹುದು.

11.00 AM ನಲ್ಲಿ ಭಾರ್ತಿ ಏರ್‌ಟೆಲ್ (ಸ್ಪಾಟ್) ಬೆಲೆ 541 ಆಗಿದೆ

- 545 PE ಅನ್ನು 11.00 AM ನಲ್ಲಿ 5.5 ಕ್ಕೆ ಮಾರಾಟ ಮಾಡಿ (ಮುಖ್ಯ ಸ್ಥಾನ)
- 535 PE ಅನ್ನು 11.00 AM ನಲ್ಲಿ 0.8 ನಲ್ಲಿ ಖರೀದಿಸಿ (ಹೆಡ್ಜ್ ಸ್ಥಾನ)

ಈ ಕಾರ್ಯತಂತ್ರವನ್ನು ಕಾರ್ಯಗತಗೊಳಿಸಲು ಅಗತ್ಯವಿರುವ ಮಾರ್ಜಿನ್ ಸರಿಸುಮಾರು 50,000-60,000 ಮತ್ತು ಈ ತಂತ್ರವು 200,000 (545 PE

ನ ನೇಕೆಡ್ ಆಯ್ಕೆಯ ಮಾರಾಟಕ್ಕೆ ಹೋಲಿಸಿದರೆ) ಮಾರ್ಜಿನ್ ಪ್ರಯೋಜನವನ್ನು ನೀಡುತ್ತದೆ.

ಚಿತ್ರ 9.5 – ಭಾರ್ತಿ ಏರ್‌ಟೆಲ್‌ನಲ್ಲಿ ಕ್ರೆಡಿಟ್ ಪುಟ್ ಸ್ಪ್ರೆಡ್ (ಫಲಿತಾಂಶ)

ಮೇಲಿನ ಚಿತ್ರವು ವ್ಯಾಪಾರದ ಫಲಿತಾಂಶವನ್ನು ತೋರಿಸುತ್ತದೆ.

ನಿರೀಕ್ಷೆಯಂತೆ, ಬೆಲೆ ಏರಿಕೆಯ ಹಂತದಲ್ಲಿ ಕ್ಲೋಸಿಂಗ್ ಆಗಿದೆ. ಪರಿಣಾಮವಾಗಿ, 545 PE 0.20 ಕ್ಕೆ ಮುಚ್ಚಲ್ಪಟ್ಟಿದೆ ಮತ್ತು 535 PE 0.15 ಕ್ಕೆ ಮುಚ್ಚಲ್ಪಟ್ಟಿದೆ.

ಇದರಿಂದ ಆದ ಲಾಭವು ಸುಮಾರು 8,607 (1851 ಕ್ವ್ಯಾಟಿ/ಲಾಟ್) ಆಗಿದೆ. ಇದು 1 ದಿನದಲ್ಲಿ ನಿಯೋಜಿಸಲಾದ ಬಂಡವಾಳದ ಮೇಲೆ 14% ಕ್ಕಿಂತ ಹೆಚ್ಚು ಆದಾಯವಾಗಿದೆ.

ಈ ಕ್ರೆಡಿಟ್ ಪುಟ್ ಸ್ಪ್ರೆಡ್ ತಂತ್ರವು ಒಂದು ವೈಶಿಷ್ಟ್ಯವನ್ನು ಹೊಂದಿದೆ. ಏನೆಂದರೆ, ಇದರಿಂದ ಪ್ರಯೋಜನ ಮತ್ತು ಅನಾನುಕೂಲ ಎರಡೂ ಇದೆ.

ಇದು ಲಾಭ ಮತ್ತು ನಷ್ಟ ಎರಡಕ್ಕೂ ಮಿತಿಯನ್ನು ಹಾಕುತ್ತದೆ.

ಮೇಲಿನ ಪ್ರಕರಣದಲ್ಲಿ, ಗರಿಷ್ಠ ಲಾಭವು 8,700 ಆಗಿರುತ್ತದೆ [(5.5-0.8) * 1851]

[(ಪ್ರವೇಶದಲ್ಲಿ 545 PE ಬೆಲೆ - ಪ್ರವೇಶದಲ್ಲಿ 535 PE ಬೆಲೆ) * ಲಾಟ್ ಗಾತ್ರ]

ಅಂತೆಯೇ, ಗರಿಷ್ಠ ನಷ್ಟವು (ಅತ್ಯಂತ ಕೆಟ್ಟ ಸನ್ನಿವೇಶದಲ್ಲಿ) 9,810 ಆಗಿರುತ್ತದೆ [(10-4.7) * 1851]

[(ಸ್ಟ್ರೈಕ್ ಬೆಲೆಗಳ ನಡುವಿನ ವ್ಯತ್ಯಾಸ - ಪ್ರೀಮಿಯಂ ವ್ಯತ್ಯಾಸ) * ಲಾಟ್ ಗಾತ್ರ]

ಕ್ರೆಡಿಟ್ ಕಾಲ್ ಸ್ಪ್ರೆಡ್ ಇದೇ ರೀತಿಯಲ್ಲಿ ವ್ಯತಿರಿಕ್ತವಾಗಿ ಕಾರ್ಯನಿರ್ವಹಿಸುತ್ತದೆ. ಆದ್ದರಿಂದ, ನಾವು ಬೆಲೆಯಲ್ಲಿ ಕುಸಿತವನ್ನು ನಿರೀಕ್ಷಿಸಿದಾಗ ಅದನ್ನು ನಿಯೋಜಿಸಬೇಕು.

ತಂತ್ರ #2 ಡೆಬಿಟ್ ಸ್ಪ್ರೆಡ್

ಡೆಬಿಟ್ ಸ್ಪ್ರೆಡ್‌ಗಳು ಕ್ರೆಡಿಟ್ ಸ್ಪ್ರೆಡ್‌ಗಳಿಗೆ ಹೋಲುವ, ಆದರೆ ವಿಭಿನ್ನ ರೀತಿಯಲ್ಲಿ ಕಾರ್ಯನಿರ್ವಹಿಸುವ ತಂತ್ರ. ಕ್ರೆಡಿಟ್ ಸ್ಪ್ರೆಡ್‌ಗಳಲ್ಲಿ ನಾವು ಪ್ರೀಮಿಯಂ ಹಣವನ್ನು ಸ್ವೀಕರಿಸುತ್ತೇವೆ, ಆದರೆ ಡೆಬಿಟ್ ಸ್ಪ್ರೆಡ್‌ಗಳಲ್ಲಿ ನಾವು ಸ್ವಲ್ಪ ಪ್ರೀಮಿಯಂ ಪಾವತಿಸುತ್ತೇವೆ. ಸರಳವಾಗಿ ಹೇಳುವುದಾದರೆ, ಡೆಬಿಟ್ ಸ್ಪ್ರೆಡ್ 'ಆಪ್ಷನ್ಸ್ ಖರೀದಿ'ಯ ವಿಸ್ತೃತ ಆವೃತ್ತಿಯಾಗಿದೆ ಮತ್ತು ಕ್ರೆಡಿಟ್ ಸ್ಪ್ರೆಡ್ 'ಆಪ್ಷನ್ಸ್ ಮಾರಾಟದ' ವಿಸ್ತೃತ ಆವೃತ್ತಿಯಾಗಿದೆ.

ಡೆಬಿಟ್ ಸ್ಪ್ರೆಡ್‌ನಲ್ಲಿ ನಾವು ಅದೇ ಸ್ಟಾಕ್/ಇಂಡೆಕ್ಸ್‌ನಲ್ಲಿ ಹೈ ಪ್ರೀಮಿಯಂ ಆಪ್ಷನ್ ಅನ್ನು ಖರೀದಿಸುತ್ತೇವೆ ಮತ್ತು ಲೋ ಪ್ರೀಮಿಯಂ ಆಪ್ಷನ್ ಅನ್ನು ಮಾರಾಟ ಮಾಡುತ್ತೇವೆ. ಇಲ್ಲಿ ದೀರ್ಘ ಆಪ್ಷನ್‌ಗೆ ಪಾವತಿಸಿದ ಪ್ರೀಮಿಯಂ ಯಾವಾಗಲೂ ಚಿಕ್ಕ ಆಪ್ಷನ್‌ನಿಂದ ಸ್ವೀಕರಿಸಿದ ಪ್ರೀಮಿಯಂಗಿಂತ ಹೆಚ್ಚಾಗಿರುತ್ತದೆ.

ನಾವು ಪಕ್ಕದ ಚಲನೆಯನ್ನು ನಿರೀಕ್ಷಿಸಿದಾಗ ಅಥವಾ ಮಧ್ಯಮ ವ್ಯಾಪ್ತಿಯ ಸಣ್ಣ ಚಲನೆಯನ್ನು ನಿರೀಕ್ಷಿಸಿದಾಗ ಕ್ರೆಡಿಟ್ ಸ್ಪ್ರೆಡ್‌ಗಳು ಉತ್ತಮವಾಗಿರುತ್ತವೆ. ಆದರೆ ನಾವು ದೊಡ್ಡ ಕ್ರಮವನ್ನು ನಿರೀಕ್ಷಿಸಿದಾಗ ಡೆಬಿಟ್ ಸ್ಪ್ರೆಡ್‌ಗಳು ಉತ್ತಮ ಆಯ್ಕೆಯಾಗಿದೆ.

ಡೆಬಿಟ್ ಸ್ಪ್ರೆಡ್‌ಗಳಲ್ಲಿ ಎರಡು ವಿಧಗಳಿವೆ -

1) ಪುಟ್ ಡೆಬಿಟ್ ಸ್ಪ್ರೆಡ್ ಮತ್ತು

2) ಕಾಲ್ ಡೆಬಿಟ್ ಸ್ಪ್ರೆಡ್.

ಟ್ರೇಡರ್‌ಗಳು ಸ್ಟಾಕ್/ಇಂಡೆಕ್ಸ್‌ನಲ್ಲಿ ಬುಲಿಶ್ ಆಗಿರುವಾಗ ಪುಟ್ ಡೆಬಿಟ್ ಸ್ಪ್ರೆಡ್ ಅನ್ನು ನಿಯೋಜಿಸುತ್ತಾರೆ ಮತ್ತು ಬೇರಿಶ್ ಆಗಿದ್ದಾಗ ಕಾಲ್ ಡೆಬಿಟ್ ಸ್ಪ್ರೆಡ್ ಅನ್ನು ನಿಯೋಜಿಸುತ್ತಾರೆ.

ಉದಾಹರಣೆ 1 - 27-ಜುಲೈ-2021 ರಂದು ನಿಫ್ಟಿ (ಸಾಪ್ತಾಹಿಕ ಮುಕ್ತಾಯ)

ಚಿತ್ರ 9.6 - ನಿಫ್ಟಿಯಲ್ಲಿ ಡೆಬಿಟ್ ಸ್ಪ್ರೆಡ್ ಅನ್ನು ಹಾಕಿ

ಮೇಲಿನ ಚಿತ್ರವು ನಿಫ್ಟಿಯ 15-ನಿಮಿಷಗಳ ಚಾರ್ಟ್ ಅನ್ನು ತೋರಿಸುತ್ತದೆ. ಬೆಲೆಯು ಕೆಳಗಿನ ಚಾನಲ್ ಅನ್ನು ಮುರಿಯಿತು ಆದ್ದರಿಂದ ವ್ಯಾಪಾರಿಯು ಪುಟ್ ಡೆಬಿಟ್ ಸ್ಪ್ರೆಡ್ ಮೂಲಕ ಸಣ್ಣ ವ್ಯಾಪಾರವನ್ನು ತೆಗೆದುಕೊಳ್ಳಲು ನಿರ್ಧರಿಸುತ್ತಾನೆ.

ಆದ್ದರಿಂದ, ಅವರು 15800 PE (ಹತ್ತಿರದ ಸ್ಟ್ರೈಕ್ ಬೆಲೆ) ಖರೀದಿಸಬಹುದು ಮತ್ತು 15700 PE (ದೂರದ ಸ್ಟ್ರೈಕ್ ಬೆಲೆ) ಮಾರಾಟ ಮಾಡಬಹುದು.

ಬ್ರೇಕ್‌ಔಟ್ ಸಮಯದಲ್ಲಿ 15800 PE ಬೆಲೆ 49.65 (ಪ್ರೀಮಿಯಂ ಪಾವತಿಸಲಾಗಿದೆ)

ಬ್ರೇಕ್‌ಔಟ್ ಸಮಯದಲ್ಲಿ 15700 PE ಬೆಲೆ 21.85 ಆಗಿದೆ (ಪ್ರೀಮಿಯಂ ಸ್ವೀಕರಿಸಲಾಗಿದೆ)

ಆದ್ದರಿಂದ, ಪಾವತಿಸಿದ ಒಟ್ಟು ಪ್ರೀಮಿಯಂ (49.65 - 21.85) = 27.8 ಅಂಕಗಳು

ಚಿತ್ರ 9.7 – ನಿಫ್ಟಿಯಲ್ಲಿ ಪುಟ್ ಡೆಬಿಟ್ ಸ್ಪ್ರೆಡ್ (ಫಲಿತಾಂಶ)

ನಿರೀಕ್ಷೆಯಂತೆ, ಕಡಿಮೆ ಚಾನಲ್ (ಚಿತ್ರ 9.7) ಸ್ಥಗಿತದ ನಂತರ ಬೆಲೆಯು ಅತ್ಯುತ್ತಮವಾದ ಡೌನ್ ಮೂವ್ ಅನ್ನು ತೋರಿಸಿದೆ.

ಮಧ್ಯಾಹ್ನ 3.15 ಗಂಟೆಗೆ ಆಪ್ಷನ್ಸ್‌ನ ಬೆಲೆ ಈ ಕೆಳಗಿನಂತಿದೆ:

15800 PE ಬೆಲೆ 95.9 ಆಗಿದೆ

15700 PE ಬೆಲೆ 43.7 ಆಗಿದೆ

ಆದ್ದರಿಂದ 15800 PE ಸ್ಥಾನದಿಂದ ಲಾಭ (95.9 - 49.65) = 46.25 ಅಂಕಗಳು

15700 PE ಸ್ಥಾನದಿಂದ ನಷ್ಟ (43.7 - 21.8) = 21.9 ಅಂಕಗಳು

ಒಟ್ಟು ಲಾಭ (46.25 - 21.9) = 24.35 ಅಂಕಗಳು.

ಈ ತಂತ್ರವನ್ನು ಕಾರ್ಯಗತಗೊಳಿಸಲು ಕೇವಲ 25,000 ರೂ. (ಅಂದಾಜು.) ಸಾಕು (1 ಲಾಟ್ = 50 ಕ್ವಾಂಟಿಟಿ). ಮೇಲಿನ ಪ್ರಕರಣದಲ್ಲಿ, ಲಾಭವು ರೂ.25,000 ರ ಬಂಡವಾಳದ ಮೇಲೆ ರೂ.1220 ಆಗಿರುತ್ತದೆ. ಇದು ಒಂದು ವಹಿವಾಟಿನ ದಿನದಲ್ಲಿ ಸುಮಾರು 5% ROI ಗೆ ಕಾರಣವಾಗುತ್ತದೆ!

ತಂತ್ರ #3 ಶಾರ್ಟ್ ಸ್ಟ್ರಾಂಗಲ್

ವ್ಯಾಪಾರಿಗಳು ಸಂಪೂರ್ಣ ಪಕ್ಕದ ಚಲನೆಯನ್ನು ನಿರೀಕ್ಷಿಸಿದಾಗ ಈ ವ್ಯಾಪಾರ ತಂತ್ರವನ್ನು ನಿಯೋಜಿಸುತ್ತಾರೆ.

ಒಂದು ಶಾರ್ಟ್ ಸ್ಟ್ರಾಂಗಲ್ ಒಂದು ಶಾರ್ಟ್ ಕಾಲ್ (CE) ಮತ್ತು ಒಂದು ಶಾರ್ಟ್ ಪುಟ್ (PE) ಅನ್ನು ಒಳಗೊಂಡಿರುತ್ತದೆ.

ಎರಡೂ ಆಯ್ಕೆಗಳು ಒಂದೇ ಆಧಾರವಾಗಿರುವ ಉಪಕರಣದಿಂದ ಇರಬೇಕು ಆದರೆ ವಿಭಿನ್ನ ಸ್ಟ್ರೈಕ್ ಬೆಲೆಗಳನ್ನು ಹೊಂದಿರಬೇಕು.

ಲಾಭದ ಸಾಮರ್ಥ್ಯವು ಸ್ವೀಕರಿಸಿದ ಒಟ್ಟು ಪ್ರೀಮಿಯಂಗಳಿಗೆ ಸೀಮಿತವಾಗಿದೆ.

ಈ ತಂತ್ರದಲ್ಲಿನ ಸಂಭಾವ್ಯ ನಷ್ಟವು ಸ್ಟಾಕ್ ಬೆಲೆ ಏರಿದರೆ ಅಪರಿಮಿತವಾಗಿರುತ್ತದೆ ಮತ್ತು ಸ್ಟಾಕ್ ಬೆಲೆಯು ಕುಸಿದರೆ ಅಲ್ಪವಾಗಿರುತ್ತದೆ.

ಉದಾಹರಣೆ 1 - 26-ಜುಲೈ-2021 ರಂದು ನಿಫ್ಟಿ (ಸಾಪ್ತಾಹಿಕ ಮುಕ್ತಾಯ)

ಚಿತ್ರ 9.11 - ನಿಫ್ಟಿಯಲ್ಲಿ ಶಾರ್ಟ್ ಸ್ಟ್ರಾಂಗಲ್ ಸ್ಟ್ರಾಟಜಿ

ಮೇಲಿನ ಚಿತ್ರವು ನಿಫ್ಟಿ 5-ನಿಮಿಷದ ಚಾರ್ಟ್ ಅನ್ನು ತೋರಿಸುತ್ತದೆ.

26 ಜುಲೈ 2021 ರಂದು ಇದು ನಿಖರವಾಗಿ POCಯಲ್ಲಿ (ಮಾರುಕಟ್ಟೆ ಪ್ರೊಫೈಲ್ ವಿಧಾನದಲ್ಲಿ ಪಾಯಿಂಟ್ ಆಫ್ ಕಂಟ್ರೋಲ್) ಓಪನಿಂಗ್ ಆಯಿತು

ಮತ್ತು ತೆರೆದ ನಂತರ ಮೊದಲ 5-ನಿಮಿಷದಲ್ಲಿ ಹಿಂದಿನ ದಿನದ ಗರಿಷ್ಠ ಅಥವಾ ಹಿಂದಿನ ದಿನದ ಮುಕ್ತಾಯವನ್ನು ಮುರಿಯಲಿಲ್ಲ. ಇದು ಕೆಳಮುಖವಾಗಿ ಬಲವಾದ ನಿರಾಕರಣೆಯನ್ನು ಸಹ ಪ್ರದರ್ಶಿಸಿತು ಮತ್ತು ಬೆಲೆಯು ಏರತೊಡಗಿತು. ಆದ್ದರಿಂದ, ಇದು ಉಳಿದ ದಿನಗಳಲ್ಲಿ ಸಂಪೂರ್ಣ ಪಕ್ಕದ ಚಲನೆಗೆ ವೇದಿಕೆಯನ್ನು ಸಿದ್ಧಪಡಿಸಿದೆ (ಹೆಚ್ಚಿನ ಸಂಭವನೀಯತೆ).

ಈ ಸ್ಥಿತಿಯನ್ನು ಮಾರುಕಟ್ಟೆ ಪ್ರೊಫೈಲ್ ವಿಧಾನದಲ್ಲಿ 'ಸಮತೋಲಿತ ಮುಕ್ತ ಬ್ಯಾಲೆನ್ಸ್ಡ್ ಓಪನ್' ಎಂದು ಕರೆಯಲಾಗುತ್ತದೆ.

ಆದ್ದರಿಂದ, ಮಾರುಕಟ್ಟೆ ಪ್ರೊಫೈಲ್ ವ್ಯಾಪಾರಿಯು ಹಿಂದಿನ ದಿನದ ವ್ಯಾಪ್ತಿಯಲ್ಲಿ (ಅಂದರೆ, 15750-15900 ರ ನಡುವೆ) ಸಂಪೂರ್ಣ ಪಕ್ಕದ ಚಲನೆಯನ್ನು ನಿರೀಕ್ಷಿಸುತ್ತಾನೆ.

ಆದ್ದರಿಂದ, ಅವರು 15900 CE ಮತ್ತು 15750 PE ಅನ್ನು 9.20 AM ಗೆ ಮಾರಾಟ ಮಾಡಲು ನಿರ್ಧರಿಸುತ್ತಾರೆ (ಮಾರುಕಟ್ಟೆ ತೆರೆದ 5 ನಿಮಿಷಗಳ ನಂತರ).

ಬೆಳಗ್ಗೆ 9.20 ಗಂಟೆಗೆ ನಿಫ್ಟಿ 15900 ಸಿಇ ರೂ.37.75 ಮತ್ತು ನಿಫ್ಟಿ 15750 ಪಿಇ ರೂ.58 ರಷ್ಟಿದೆ.

ಆದ್ದರಿಂದ, ನಿವ್ವಳ ಕ್ರೆಡಿಟ್ = ರೂ.37.75 + ರೂ.58 = ರೂ.95.75

ಗರಿಷ್ಠ ಲಾಭ

ಲಾಭದ ಸಾಮರ್ಥ್ಯವು ಸ್ವೀಕರಿಸಿದ ಒಟ್ಟು ಪ್ರೀಮಿಯಂಗಳಿಗೆ ಸೀಮಿತವಾಗಿದೆ (ರೂ.95.75) (ಅವಧಿ ಮುಗಿಯುವವರೆಗೆ ಇದ್ದರೆ ಮಾತ್ರ).

ಇಂಟ್ರಾಡೇ ಟ್ರೇಡಿಂಗ್‌ನಲ್ಲಿ ಗರಿಷ್ಠ ಲಾಭವು ದಿನಾಂತ್ಯದ ಮೌಲ್ಯದ ಮೇಲೆ ಅವಲಂಬಿತವಾಗಿರುತ್ತದೆ. ಬೆಲೆ 15750 ಮತ್ತು 15900 ನಡುವೆ ಮುಚ್ಚುತ್ತದೆಯೇ ಎಂಬುದನ್ನು ಅವಲಂಬಿಸಿರುತ್ತದೆ.

ಗರಿಷ್ಠ ಅಪಾಯ

ಸಂ ಸ್ಟಾಕ್ ಬೆಲೆಯು ಎಷ್ಟಾದರೂ ಹೆಚ್ಚಾಗಬಹುದಾದ ಕಾರಣ ಭಾವ್ಯ ನಷ್ಟವು ಮೇಲ್ಮುಖವಾಗಿ ಅಪರಿಮಿತವಾಗಿರುತ್ತದೆ. ಖರೀದಿ ಆದೇಶವನ್ನು ಮ್ಯಾನ್ಯುಯಲ್

ಆಗಿ ಆರ್ಡರ್ ಮಾಡುವ ಮೂಲಕ ಹಾಗೂ ಪೊಸಿಷನ್ ಅನ್ನು ಕ್ಲೋಸ್ ಮಾಡುವ ಮೂಲಕ ಸೇರಿದಂತೆ ಇನ್ನೂ ಹಲವು ವಿಧಾನಗಳಿಂದ ಇದನ್ನು ನಿರ್ವಹಿಸಬಹುದು.

ಕೆಳಮುಖವಾಗಿ ಸಂಭಾವ್ಯ ನಷ್ಟವು ಅತ್ಯಲ್ಪವಾಗಿದೆ. ಏಕೆಂದರೆ ಸ್ಟಾಕ್ ಬೆಲೆಯು ಶೂನ್ಯಕ್ಕೆ ಮಾತ್ರ ಬೀಳಬಹುದು.

ಮುಕ್ತಾಯದ ಸಮಯದಲ್ಲಿ ಬ್ರೇಕ್‌ಇವನ್ ಸ್ಟಾಕ್ ಬೆಲೆ

ಎರಡು ಸಂಭಾವ್ಯ ಬ್ರೇಕ್‌ಇವನ್ ಪಾಯಿಂಟ್‌ಗಳಿವೆ:

1. ಹೆಚ್ಚಿನ ಸ್ಟ್ರೈಕ್ ಬೆಲೆ ಮತ್ತು ಒಟ್ಟು ಪ್ರೀಮಿಯಂ: ಈ ಉದಾಹರಣೆಯಲ್ಲಿ: **15900 + 95.75 = 15995.75**
2. ಕಡಿಮೆ ಸ್ಟ್ರೈಕ್ ಬೆಲೆ ಮೈನಸ್ ಒಟ್ಟು ಪ್ರೀಮಿಯಂ: ಈ ಉದಾಹರಣೆಯಲ್ಲಿ: **15750 – 95.75 = 15654.25**

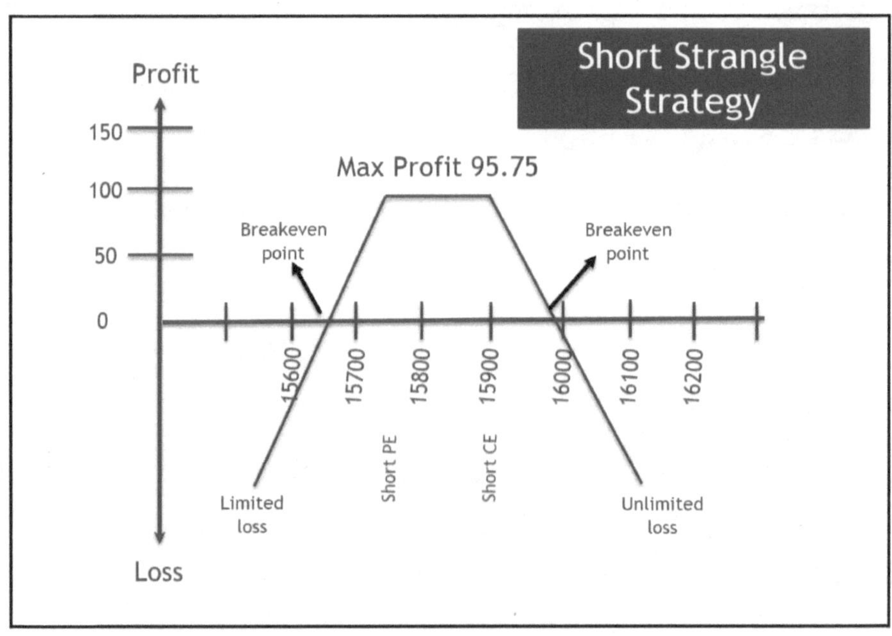

ಚಿತ್ರ 9.12 – P&L ಚಾರ್ಟ್ ಇನ್ ಶಾರ್ಟ್ ಸ್ಟ್ರಾಂಗಲ್ ಸ್ಟ್ರಾಟಜಿ

ಸನ್ನಿವೇಶ-1

ನಿಫ್ಟಿ 15800 (ಅಥವಾ 15750-15900 ನಡುವೆ) ಮುಚ್ಚಿದರೆ.

ಇದು ಸ್ಟ್ರೈಕ್ ಬೆಲೆಗಳ ವ್ಯಾಪ್ತಿಯಲ್ಲಿದೆ (15750 PE ಮತ್ತು 15900 CE).

ಆದ್ದರಿಂದ, CE ಮತ್ತು PE ಎರಡೂ ಆಯ್ಕೆಗಳು ಮೌಲ್ಯವಿಲ್ಲದೆ ಮುಕ್ತಾಯಗೊಳ್ಳುತ್ತವೆ. ಆದ್ದರಿಂದ ಸಂಪೂರ್ಣ ಪ್ರೀಮಿಯಂ ಲಾಭವಾಗಿರುತ್ತದೆ.

ಆದ್ದರಿಂದ, ನಿವ್ವಳ ಲಾಭ = ರೂ. 95.75 (37.75 + 58)

ಸನ್ನಿವೇಶ-2

ನಿಫ್ಟಿ 15600ಕ್ಕೆ ಮುಕ್ತಾಯಗೊಂಡರೆ.

CE ನಿಷ್ಪ್ರಯೋಜಕವಾಗುತ್ತದೆ. ಆದರೆ PE ಯಿಂದ ಕೆಲವು ನಷ್ಟಗಳು ಉಂಟಾಗುತ್ತವೆ.

ಒಟ್ಟು ನಷ್ಟ = 15750-15600 = 150 ಅಂಕಗಳು.

ನಿವ್ವಳ ನಷ್ಟ = 150 – 58 (ಪ್ರೀಮಿಯಂ 15750 PE ನಿಂದ ಪಡೆಯಲಾಗಿದೆ) = Rs.92

ಆದ್ದರಿಂದ, ನಿವ್ವಳ ನಷ್ಟ = ರೂ. 92

ಸನ್ನಿವೇಶ-3

ನಿಫ್ಟಿ 16000ಕ್ಕೆ ಮುಕ್ತಾಯವಾದರೆ.

PE ನಿಷ್ಪ್ರಯೋಜಕವಾಗುತ್ತದೆ. ಆದರೆ ಸಿಇಯಿಂದ ಕೆಲವು ನಷ್ಟಗಳು ಉಂಟಾಗುತ್ತವೆ.

ಒಟ್ಟು ನಷ್ಟ = 16000-15900 = 100 ಅಂಕಗಳು.

ನಿವ್ವಳ ನಷ್ಟ = 100 – 37.75 (15900 CE ನಿಂದ ಪಡೆದ ಪ್ರೀಮಿಯಂ) = Rs.62.25

ಆದ್ದರಿಂದ, ನಿವ್ವಳ ನಷ್ಟ = ರೂ. 62.25

ಈಗ ಇಂಟ್ರಾಡೇ ಮಟ್ಟದಲ್ಲಿ ಫಲಿತಾಂಶಕ್ಕೆ ಏನಾಯಿತು ಎಂದು ನೋಡೋಣ:

ಚಿತ್ರ 9.13 – ದಿನಾಂತ್ಯದಲ್ಲಿ ನಿಫ್ಟಿ

3.15 PMಕ್ಕೆ 15900 CE 35.05ರಲ್ಲಿ ಮತ್ತು 15750 PE 41.65 ರಲ್ಲಿ ಇದೆ.

(ಮಾರುಕಟ್ಟೆಯು ಮಧ್ಯಾಹ್ನ 3.30ಕ್ಕೆ ಮುಚ್ಚುತ್ತದೆ, ಆದರೆ ಏರಿಳಿತಗಳನ್ನು ತಪ್ಪಿಸಲು 15 ನಿಮಿಷ ಮುಂಚಿತವಾಗಿ ನಿರ್ಗಮಿಸುವುದು ಉತ್ತಮ)

15900 CE ಯಲ್ಲಿನ ಲಾಭ (ಪ್ರವೇಶ - ನಿರ್ಗಮನ) = 37.75 - 35.05 = 2.7

15750 PE ನಲ್ಲಿ ಲಾಭ (ಪ್ರವೇಶ - ನಿರ್ಗಮನ) = 58 - 41.65 = 16.35

ಆದ್ದರಿಂದ, ಇಂಟ್ರಾಡೇ ಮಟ್ಟದಲ್ಲಿ ಒಟ್ಟು ಲಾಭವು 2.7 + 16.35 = 19.05 ಅಂಕಗಳು.

ಅನೇಕ ವ್ಯಾಪಾರಿಗಳು ಶಾರ್ಟ್ ಸ್ಟ್ರ್ಯಾಂಗಲ್ ಟ್ರೇಡ್‌ಗಳಿಗಾಗಿ ವಿಭಿನ್ನ ನಿರ್ಗಮನ ತಂತ್ರಗಳನ್ನು ಹೊಂದಿದ್ದಾರೆ. ಕೆಲವು ವ್ಯಾಪಾರಿಗಳು ಸಂಗ್ರಹಿಸಿದ ಪ್ರೀಮಿಯಂನಲ್ಲಿ 25% ಸ್ಟಾಪ್-ಲಾಸ್‌ನೊಂದಿಗೆ ಪೊಸಿಷನ್ ಹೊಂದಿದ್ದಾರೆ (ಅನಿಯಮಿತ ನಷ್ಟವನ್ನು ತಪ್ಪಿಸಲು). ಕೆಲವು ವ್ಯಾಪಾರಿಗಳು 50% ಸ್ಟಾಪ್-ಲಾಸ್ನೊಂದಿಗೆ ವಹಿವಾಟುಗಳನ್ನು ಹಿಡಿದಿಟ್ಟುಕೊಳ್ಳಬಹುದು.

ಪ್ರೀಮಿಯಂನಲ್ಲಿ 25% ಸ್ಟಾಪ್-ಲಾಸ್ನೊಂದಿಗೆ ಎರಡೂ ಸ್ಥಾನಗಳನ್ನು ಸಾಗಿಸುವುದು ಉತ್ತಮ ಉಪಾಯವಾಗಿದೆ. ಈ ರೀತಿಯಾಗಿ, ನೀವು ನಿಮ್ಮ ವಹಿವಾಟುಗಳನ್ನು ಅನಿಯಮಿತ ನಷ್ಟದ ಸನ್ನಿವೇಶದಿಂದ ರಕ್ಷಿಸುತ್ತಿದ್ದೀರಿ ಮತ್ತು ಬೆಲೆಯು ಒಂದು ದಿಕ್ಕಿನಲ್ಲಿ ನಿರ್ಣಾಯಕ ಚಲನೆಯನ್ನು ತೋರಿಸಿದರೆ (ಪಕ್ಕದ ಚಲನೆಯ ಬದಲಿಗೆ) ನೀವು ಲಾಭವನ್ನು ಗಳಿಸುವಿರಿ.

ಬೆಲೆಯು ವ್ಯಾಪ್ತಿಯಿಂದ ಹೊರಬರುವ ಉದಾಹರಣೆ ಮತ್ತು 25% ಸ್ಟಾಪ್-ಲಾಸ್ ಹೇಗೆ ಕೆಲಸ ಮಾಡುತ್ತದೆ ಎಂಬುದನ್ನು ನೋಡೋಣ.

ಉದಾಹರಣೆ 2 - 30-ಜುಲೈ-2021 ರಂದು ಬಜಾಜ್ ಫೈನಾನ್ಸ್ (ಮಾಸಿಕ ಮುಕ್ತಾಯ)

ಚಿತ್ರ 9.14 - 9.20 AM ನಲ್ಲಿ BAJAJ FINANCE 5-ನಿಮಿಷದ ಚಾರ್ಟ್

ಮೇಲಿನ ಚಾರ್ಟ್ ಬಜಾಜ್ ಫೈನಾನ್ಸ್ನ 5 ನಿಮಿಷಗಳ ಚಾರ್ಟ್ ಆಗಿದೆ. ಈ ಕ್ಷಣದಲ್ಲಿ ವ್ಯಾಪಾರಿ ಶಾರ್ಟ್ ಸ್ಟ್ರ್ಯಾಂಗಲ್ ಸ್ಟ್ರಾಟಜಿಯನ್ನು ತೆಗೆದುಕೊಳ್ಳಲು ವ್ಯಾಪಾರಿ ನಿರ್ಧರಿಸುತ್ತಾನೆ.

ಮುಖ್ಯ ಆದೇಶಗಳು

194.5 ರಲ್ಲಿ ಶಾರ್ಟ್ 6400 CE

158.6 ನಲ್ಲಿ ಶಾರ್ಟ್ 6300 PE

(ಇವು 9.20 AM ನ ಬೆಲೆಯ ಮಟ್ಟ)

ಎರಡೂ ವಹಿವಾಟುಗಳಿಗೆ 25% ಸ್ಟಾಪ್-ಲಾಸ್ ಅನ್ನು ಇಟ್ಟುಕೊಳ್ಳುವ ಮೂಲಕ ಈ ಸ್ಥಾನಗಳನ್ನು ರಕ್ಷಿಸುವುದು ಉತ್ತಮ.

6400 CE ಗಾಗಿ - 194.5 ರಲ್ಲಿ 25% 48.6 ಆಗಿದೆ, ಆದ್ದರಿಂದ ನಾವು 6400 CE ಗಾಗಿ 243 (194.5 + 48.6) ನಲ್ಲಿ ಖರೀದಿ ಆದೇಶವನ್ನು ಇರಿಸಿಕೊಳ್ಳಬೇಕು.

6300 PE ಗಾಗಿ - 158.6 ರಲ್ಲಿ 25% 39.65 ಆಗಿದೆ, ಆದ್ದರಿಂದ ನಾವು 6300 CE ಗಾಗಿ 198.25 (158.6 + 39.65) ನಲ್ಲಿ ಖರೀದಿ ಆದೇಶವನ್ನು ಇರಿಸಿಕೊಳ್ಳಬೇಕು.

EOD ಕ್ಲೋಸಿಂಗ್ ಏನಾಯಿತು ಎಂದು ನೋಡೋಣ.

ಚಿತ್ರ 9.15 - ಮಧ್ಯಾಹ್ನ 3.15 ಕ್ಕೆ BAJAJ FINANCE 5-ನಿಮಿಷದ ಚಾರ್ಟ್

ಮೇಲಿನ ಚಾರ್ಟ್ ಬೆಲೆ 6300 ಕ್ಕಿಂತ ಕಡಿಮೆಯಾಗಿದೆ ಎಂದು ಸೂಚಿಸುತ್ತದೆ. ಆದ್ದರಿಂದ ಇದು 6300 PE ಗೆ 198.25 ನಲ್ಲಿ ಸ್ಟಾಪ್-ಲಾಸ್ ಅನ್ನು ಹೊಡೆದಿದೆ. ಆದರೆ 6400 CE ಗೆ ಯಾವುದೇ ಹಾನಿ ಇಲ್ಲ.

3.15 PM ನಲ್ಲಿ 6400 CE ಬೆಲೆ 125 ಆಗಿದೆ, ಆದ್ದರಿಂದ ಮಾಡಿದ ಲಾಭಗಳು (194.5 - 125) = 69.5

6300 PE ಸ್ಟಾಪ್-ಲಾಸ್ ಅನ್ನು ಹೊಡೆದಿದೆ, ಆದ್ದರಿಂದ ನಷ್ಟವು (198.25 - 158.6) = 39.65 ಆಗಿದೆ

ಆದ್ದರಿಂದ, ಒಟ್ಟು ಲಾಭ (69.5 - 39.65) = 29.85 ಅಂಕಗಳು.

25% ಸ್ಟಾಪ್-ಲಾಸ್ ನಿಯಮವನ್ನು ಬಳಸಿಕೊಂಡು, ನಾವು ನಮ್ಮ ಸ್ಥಾನವನ್ನು ರಕ್ಷಿಸಿಕೊಳ್ಳಬಹುದು ಮತ್ತು ಬೆಲೆಯು ಒಂದು ದಿಕ್ಕಿನಲ್ಲಿ ನಿರ್ಣಾಯಕವಾಗಿ ಚಲಿಸಿದರೆ ಲಾಭವನ್ನು ಗಳಿಸಬಹುದು.

ತಂತ್ರ #4 ಐರನ್ ಕಾಂಡೋರ್

ಇದು ಮಾರ್ಜಿನ್ ಪ್ರಯೋಜನಗಳ ಲಾಭವನ್ನು ಪಡೆಯಲು ಮತ್ತು ಅವರ ಸ್ಥಾನವನ್ನು ರಕ್ಷಿಸಲು ತಜ್ಞರಿಂದ ಹೆಚ್ಚಾಗಿ ನಿಯೋಜಿಸಲಾದ ಸುಧಾರಿತ ಆಯ್ಕೆಗಳ ತಂತ್ರವಾಗಿದೆ.

ಇದು ಅಪಾಯವನ್ನು ನಿರ್ವಹಿಸಲು ಇನ್ನೂ ಎರಡು ಕಾಲುಗಳನ್ನು ಹೊಂದಿರುವ ಶಾರ್ಟ್ ಸ್ಟ್ರಾಂಗಲ್ ಟ್ರೇಡಿಂಗ್ ತಂತ್ರದ ವಿಸ್ತೃತ ಆವೃತ್ತಿಯಾಗಿದೆ.

ನಾವು ನಿಫ್ಟಿಯ ಅದೇ ಉದಾಹರಣೆಯನ್ನು ಶಾರ್ಟ್ ಸ್ಟ್ರಾಂಗಲ್‌ನಲ್ಲಿ ತೆಗೆದುಕೊಳ್ಳುತ್ತೇವೆ.

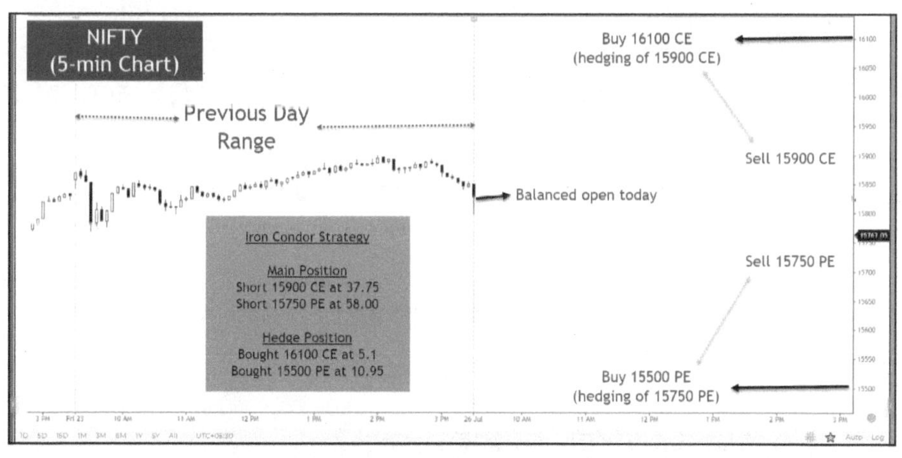

ಚಿತ್ರ 9.16 - ನಿಫ್ಟಿಯಲ್ಲಿ ಐರನ್ ಕಾಂಡೋರ್ ತಂತ್ರ

ನಿಫ್ಟಿಯಲ್ಲಿ ವ್ಯಾಪಾರಿಯು ಅದೇ ಬದಿಯ ನೋಟವನ್ನು ಹೊಂದಿರುತ್ತಾನೆ ಮತ್ತು ಟೈಂ ಡೀಕೆಯಿಂದಾಗಿ ಪ್ರೀಮಿಯಂನ ಕೆಲವು ಭಾಗವನ್ನು ಗಳಿಸಲು 15900 CE ಮತ್ತು 15750 PE ಎರಡನ್ನೂ ಮಾರಾಟ ಮಾಡಲು ನಿರ್ಧರಿಸುತ್ತಾನೆ. ನಿಮಗೆ ತಿಳಿದಿರುವಂತೆ, ಇದು ಶಾರ್ಟ್ ಸ್ಟ್ರಾಂಗಲ್ ಟ್ರೇಡಿಂಗ್ ತಂತ್ರವಾಗಿದೆ.

ಶಾರ್ಟ್ ಸ್ಟ್ರಾಂಗಲ್ ತಂತ್ರದಲ್ಲಿ ಚರ್ಚಿಸಿದಂತೆ, ಗರಿಷ್ಠ ಲಾಭದ ಸಂಭಾವ್ಯತೆ (ಅವಧಿ ಮುಗಿಯುವವರೆಗೆ ಇದ್ದರೆ ಮಾತ್ರ) 95.75 ಅಥವಾ ರೂ. 4,788 (ನಿಫ್ಟಿ: 1 ಲಾಟ್ = 50 ಕ್ವ್ಯಾಟಿ).

ಈ ಕಾರ್ಯತಂತ್ರವನ್ನು ಕಾರ್ಯಗತಗೊಳಿಸಲು ಅಗತ್ಯವಿರುವ ಮಾರ್ಜಿನ್ ಸುಮಾರು ರೂ.120,000 (ಅಂದಾಜು).

ಕಾಗದದ ಮೇಲೆ ಎಲ್ಲವೂ ಚೆನ್ನಾಗಿ ಕಾಣುತ್ತದೆಯಲ್ಲವೇ?

ಆದರೆ ಈ ತಂತ್ರವು ಎರಡು ಗಮನಾರ್ಹ ನ್ಯೂನತೆಗಳನ್ನು ಹೊಂದಿದೆ:

1. ಇದು ಕಾರ್ಯತಂತ್ರವನ್ನು ಪ್ರಾರಂಭಿಸಲು ರೂ.120,000 (ಅಂದಾಜು) ಮಾರ್ಜಿನ್ ಅನ್ನು ಬೇಡುತ್ತದೆ. ಇದಲ್ಲದೆ, ವಹಿವಾಟಿನ ಅವಧಿ ಮುಕ್ತಾಯ ಅಥವಾ ಕ್ಲೋಸಿಂಗ್ ಈ ಮಾರ್ಜಿನ್ ಅನ್ನು ನಿರ್ಬಂಧಿಸಲಾಗುತ್ತದೆ.
2. ಇದು ಎರಡು ತೆರೆದ ತುದಿಗಳನ್ನು ಹೊಂದಿದೆ. ನಿಫ್ಟಿ 15995 ಕ್ಕಿಂತ ಅಥವಾ 15654 ಕ್ಕಿಂತ ಕಡಿಮೆ ವ್ಯಾಪಾರ ಮಾಡಲು ಪ್ರಾರಂಭಿಸಿದರೆ ಈ ತಂತ್ರವು ಸೋಲುತ್ತದೆ.

ಆದ್ದರಿಂದ, ಅದೇ ತಂತ್ರವನ್ನು ಕಾರ್ಯಗತಗೊಳಿಸಲು ನಾವು ಈಗ ಕಡಿಮೆ ಮಾರ್ಜಿನ್ ಮತ್ತು ತೆರೆದ ತುದಿಗಳನ್ನು ಹೊಂದಿರದೆ (ಸೀಮಿತ ಅಪಾಯ) ಇನ್ನೂ ಎರಡು ಕಾಲುಗಳನ್ನು ಸೇರಿಸಬಹುದು. ಆದರೆ ಐರನ್ ಕಾಂಡೋರ್ ತಂತ್ರದ ಮೂಲಕ ಇದನ್ನು ಮಾಡಬಹುದು.

ಐರನ್ ಕಾಂಡೋರ್ ತಂತ್ರವು ತೆರೆದ ತುದಿಗಳನ್ನು ಮುಚ್ಚುವ ಮೂಲಕ ಹಿಂದಿನ ಶಾರ್ಟ್ ಸ್ಟ್ರ್ಯಾಂಗಲ್ ತಂತ್ರವನ್ನು ಸುಧಾರಿಸುತ್ತದೆ.

ಇದು ಮೂರು ಹಂತಗಳನ್ನು ಹೊಂದಿದೆ:

1. 15900 CE ಅನ್ನು 37.75 ಮತ್ತು 15750 PE ಅನ್ನು 58 ಕ್ಕೆ ಮಾರಾಟ ಮಾಡಿ, 95.75 ಅಂಕಗಳ ಪ್ರೀಮಿಯಂ ಅನ್ನು ಸಂಗ್ರಹಿಸಿ
2. 15900 CE ಯ ಕೊರತೆಯನ್ನು ರಕ್ಷಿಸಲು 5.1 ನಲ್ಲಿ 16100 CE ಅನ್ನು ಖರೀದಿಸಿ
3. 15750 PE ಯ ಕೊರತೆಯನ್ನು ರಕ್ಷಿಸಲು 10.95 ನಲ್ಲಿ 15500 PE ಅನ್ನು ಖರೀದಿಸಿ

ಒಟ್ಟು ಪ್ರೀಮಿಯಂ ಅಂಕಗಳು (15900 CE & 15750 PE ಮಾರಾಟ ಮಾಡುವ ಮೂಲಕ) 95.75 ಅಂಕಗಳು.

ಪಾವತಿಸಿದ ಒಟ್ಟು ಪ್ರೀಮಿಯಂ ಅಂಕಗಳು (16100 CE & 15500 PE ಖರೀದಿಸುವ ಮೂಲಕ) 16.05 ಅಂಕಗಳು.

ಆದ್ದರಿಂದ, ಗರಿಷ್ಠ ಸಂಭಾವ್ಯ ಲಾಭವು 95.75 – 16.05 = 79.7 ಅಥವಾ ರೂ.3,985/- (50 QTY x 79.7 ಅಂಕಗಳು).

ಶಾರ್ಟ್ ಸ್ಟ್ರ್ಯಾಂಗಲ್ ತಂತ್ರಕ್ಕೆ ಹೋಲಿಸಿದರೆ, ಲಾಭವು ಕಡಿಮೆಯಾಗಿದೆ (ಆದರೆ ಹೆಚ್ಚಿನ ROI). ಆದರೆ ಇದು ಎರಡು ಗಮನಾರ್ಹ ಪ್ರಯೋಜನಗಳನ್ನು ನೀಡುತ್ತದೆ:

1. ಐರನ್ ಕಾಂಡೋರ್ ತಂತ್ರವನ್ನು ಕಾರ್ಯಗತಗೊಳಿಸಲು ಕೇವಲ ರೂ.50,100 (ಅಂದಾಜು) ಸಾಕು. (ಶಾರ್ಟ್ ಸ್ಟ್ರ್ಯಾಂಗಲ್ ನ ರೂ. 1,20,000 ಕ್ಕೆ ಹೋಲಿಸಿದರೆ). ಆದ್ದರಿಂದ ನಾವು ಐರನ್ ಕಾಂಡೋರ್ ಸ್ಟ್ರಟಜಿಯಲ್ಲಿ ಉತ್ತಮ ROI ಅನ್ನು ಪಡೆಯುತ್ತೇವೆ.
2. ಅಪಾಯವನ್ನು ಇಲ್ಲಿ ವ್ಯಾಖ್ಯಾನಿಸಲಾಗಿದೆ (ನಾವು ಹೆಡ್ಜ್ ಸ್ಥಾನಗಳನ್ನು ಖರೀದಿಸಿದಂತೆ), ಆದರೆ ಶಾರ್ಟ್ ಸ್ಟ್ರ್ಯಾಂಗಲ್ ತಂತ್ರದಲ್ಲಿ ನಷ್ಟವು ಅಪರಿಮಿತವಾಗಿರುತ್ತದೆ.

ಈ ಅನುಭವಿ ವ್ಯಾಪಾರಿ ನಿಫ್ಟಿ ವ್ಯಾಪ್ತಿಯೊಳಗೆ ಮುಕ್ತಾಯಗೊಂಡರೆ ರೂ.3,985 ರ ಒಟ್ಟು ಲಾಭವನ್ನು ಸಂಗ್ರಹಿಸುತ್ತಾನೆ.

ಇಂಟ್ರಾಡೇ ಮಟ್ಟದಲ್ಲಿ

3.15 PM ಕ್ಕೆ ಆಯ್ಕೆಗಳ ಸ್ಥಾನಗಳ ಬೆಲೆ ವಿವರಗಳು ಕೆಳಕಂಡಂತಿವೆ:

ಮುಖ್ಯ ಸ್ಥಾನ

35.05 ನಲ್ಲಿ 15900 CE

41.65 ನಲ್ಲಿ 15750 PE

ಹೆಡ್ಜ್ ಸ್ಥಾನ

3.7 ನಲ್ಲಿ 16100 CE

7 ನಲ್ಲಿ 15500 PE

ಆದ್ದರಿಂದ, ಮುಖ್ಯ ಸ್ಥಾನದಿಂದ ಸಂಗ್ರಹಿಸಿದ ಪ್ರೀಮಿಯಂ 2.7 (15900 CE ನಿಂದ) ಮತ್ತು 16.35 (15750 PE ನಿಂದ), ಆದ್ದರಿಂದ ಒಟ್ಟು ಸಂಗ್ರಹಿಸಿದ ಅಂಕಗಳು 19.05 ಆಗಿದೆ

ಆದ್ದರಿಂದ, ಹೆಡ್ಜ್ ಸ್ಥಾನದಿಂದ ಕಡಿತಗೊಳಿಸಲಾದ ಪ್ರೀಮಿಯಂ 1.4 (16100 ರಿಂದ CE) ಮತ್ತು 3.95 (15500 PE ಇಂದ), ಆದ್ದರಿಂದ ಕಳೆದುಹೋದ ಒಟ್ಟು ಅಂಕಗಳು 5.35 ಆಗಿದೆ

ಆದ್ದರಿಂದ ಒಟ್ಟು ಲಾಭ (19.05 - 5.35) = 13.7 (ಅಂದಾಜು. 1.4% ROI)

ಗಮನಿಸಿ: ಆಯ್ಕೆಗಳಲ್ಲಿನ ಪ್ರೀಮಿಯಂ ಸವೆತವು ಪ್ರತಿದಿನ ಬದಲಾಗುತ್ತದೆ. ಸಾಮಾನ್ಯವಾಗಿ, ಇದು ಗುರುವಾರದಂದು ಗರಿಷ್ಠವಾಗಿರುತ್ತದೆ (ಅವಧಿ ಮುಗಿಯುವ ಕಾರಣ) ಮತ್ತು ಶುಕ್ರವಾರ/ಸೋಮವಾರ ಕಡಿಮೆ ಇರುತ್ತದೆ. ಮೇಲಿನ ಉದಾಹರಣೆಯು ಸೋಮವಾರದಿಂದ ಬಂದಿದೆ ಮತ್ತು ಆದ್ದರಿಂದ ROI ಚಿಕ್ಕದಾಗಿ ಕಾಣುತ್ತದೆ. ಆದರೆ ಇದು ಬುಧವಾರ ಮತ್ತು ಗುರುವಾರ ತೀವ್ರವಾಗಿ ಹೆಚ್ಚಾಗುತ್ತದೆ.

ಅಧ್ಯಾಯ 10

ಇಂಟ್ರಾಡೇ ಟ್ರೇಡಿಂಗ್‌ಗಾಗಿ 6 ಉಚಿತ ಪರಿಕರಗಳು

ಹಕ್ಕು ನಿರಾಕರಣೆ - ಈ ಪುಸ್ತಕವನ್ನು ಬರೆಯುವ ಸಮಯದಲ್ಲಿ, ನನ್ನ ಸಂಸ್ಥೆಯಾಗಲಿ ಅಥವಾ ನಾನು ಈ ಅಧ್ಯಾಯದಲ್ಲಿ ಉಲ್ಲೇಖಿಸಿರುವ ಯಾವುದೇ ಕಂಪನಿಗಳ ಅಂಗಸಂಸ್ಥೆ ಪಾಲುದಾರನಲ್ಲ. ಇದಲ್ಲದೆ, ಕೆಳಗಿನ ಯಾವುದೇ ಕಂಪನಿಗಳನ್ನು ಇಲ್ಲಿ ಉಲ್ಲೇಖಿಸಿದ್ದಕ್ಕಾಗಿ ನಾನು ಯಾವುದೇ ಹಣಕಾಸಿನ ಪ್ರಯೋಜನಗಳನ್ನು ಪಡೆದಿಲ್ಲ. ನನ್ನ ವ್ಯಾಪಾರ ಚಟುವಟಿಕೆಗಳಿಗಾಗಿ ನಾನು ಅನೇಕ ಉತ್ಪನ್ನಗಳನ್ನು ಬಳಸುತ್ತೇನೆ ಮತ್ತು ಈ ಉಪಕರಣಗಳು ದಿನದ ವ್ಯಾಪಾರಿಗಳಿಗೆ ಹೆಚ್ಚು ಪ್ರಯೋಜನಕಾರಿ ಎಂದು ನಾನು ಕಂಡುಕೊಂಡಿದ್ದೇನೆ.

ಟೂಲ್ #1 ಗೋಚಾರ್ಟಿಂಗ್

ವೆಬ್ ಆಧಾರಿತ ಮಾರುಕಟ್ಟೆ ಪ್ರೊಫೈಲ್ (TPO - ಟೈಮ್ ಪ್ರೈಸ್ ಆಪರ್ಚುನಿಟಿ) ಚಾರ್ಟ್‌ಗಳನ್ನು ನಿರ್ಮಿಸಿದ ಮೊದಲ ಕಂಪನಿ ಇದು. ಇದರಲ್ಲಿನ ಮಾರುಕಟ್ಟೆ ವಿವರವು ಇಂಟ್ರಾಡೇ ವ್ಯಾಪಾರಿಗಳಿಗೆ ಸಹಾಯ ಮಾಡುವ ಸುಧಾರಿತ ವ್ಯಾಪಾರ ಪರಿಕಲ್ಪನೆಯಾಗಿದೆ.

ಈ ಹಿಂದೆ ವ್ಯಾಪಾರಿಗಳು TPO ಚಾರ್ಟ್‌ಗಳನ್ನು ಪಡೆಯಲು ಸಾಫ್ಟ್‌ವೇರ್‌ಗಳನ್ನು ಡೌನ್‌ಲೋಡ್ ಮಾಡಬೇಕಾಗಿತ್ತು. ಆದರೆ ವೃತ್ತಿಪರರಿಗೆ ಇದು ಅನುಕೂಲಕರ ಆಯ್ಕೆಯಲ್ಲ. ಏಕೆಂದರೆ ಅವರು ತಮ್ಮ ಸಿಸ್ಟಮ್‌ಗಳಲ್ಲಿ ಹೊರಗಿನ ಸಾಫ್ಟ್‌ವೇರ್‌ಗಳನ್ನು ಸ್ಥಾಪಿಸಲು ಸಾಧ್ಯವಿಲ್ಲ.

ಎಲ್ಲಾ ವ್ಯಾಪಾರಿಗಳಿಗೆ ಉಚಿತ ಮಾರುಕಟ್ಟೆ ಪ್ರೊಫೈಲ್ ಚಾರ್ಟ್‌ಗಳನ್ನು (ವೆಬ್ ಆವೃತ್ತಿ) ಒದಗಿಸುವ ಮೂಲಕ ಗೋಚಾರ್ಟಿಂಗ್ ಈ ಸಮಸ್ಯೆಯನ್ನು ಪರಿಹರಿಸಿದೆ.

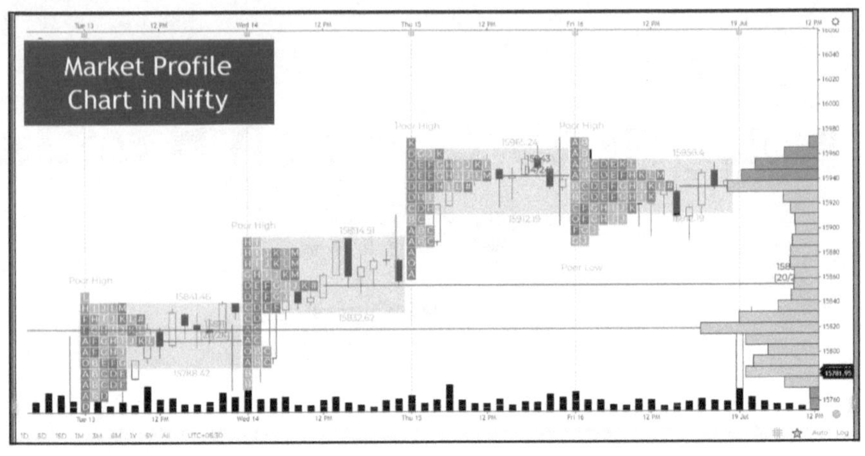

ಚಿತ್ರ 10.1 - ನಿಫ್ಟಿಯಲ್ಲಿ ಮಾರುಕಟ್ಟೆ ಪ್ರೊಫೈಲ್ ಚಾರ್ಟ್

ದೊಡ್ಡ ಪ್ಲೇಯರ್‌ಗಳ (OTF - Other Time Frame participants in Market Profile) ಹೆಜ್ಜೆಗುರುತುಗಳನ್ನು ಪತ್ತೆಹಚ್ಚಲು ಮಾರ್ಕೆಟ್ ಪ್ರೊಫೈಲ್‌ಗಳು ಸಹಾಯ ಮಾಡುತ್ತದೆ. ಇದರಿಂದಾಗಿ ಅವರು ಆ ದಿಕ್ಕಿನಲ್ಲಿ ವಹಿವಾಟುಗಳನ್ನು ಆರಿಸಿಕೊಳ್ಳಬಹುದು.

ಪ್ರಸ್ತುತ, ಯಾವುದೇ ಉಚಿತ ಬಳಕೆದಾರರು ಗೋಚಾರ್ಟಿಂಗ್ ಪ್ಲಾಟ್‌ಫಾರ್ಮ್‌ನಲ್ಲಿ ಎಲ್ಲಾ ಭಾರತೀಯ ಸೂಚ್ಯಂಕಗಳು ಮತ್ತು ಸ್ಟಾಕ್‌ಗಳ ಮಾರುಕಟ್ಟೆ ಪ್ರೊಫೈಲ್ ಮತ್ತು ವಾಲ್ಯೂಮ್ ಪ್ರೊಫೈಲ್ ಅನ್ನು ಪಡೆಯಬಹುದು.

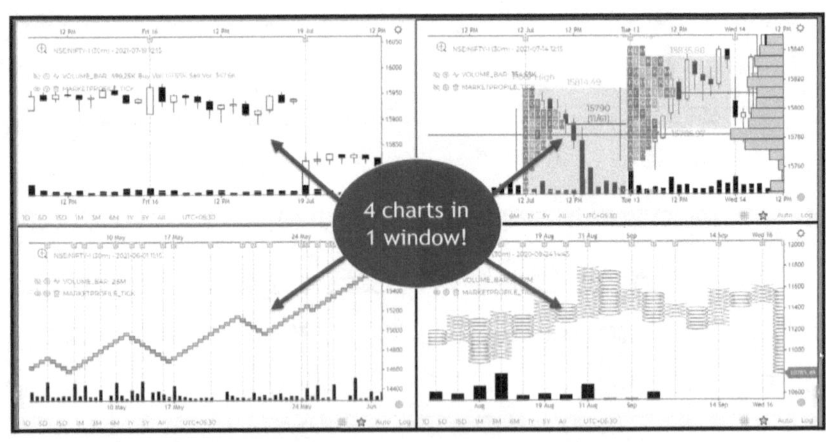

ಚಿತ್ರ 10.2 - ಒಂದು ವಿಂಡೋ ಫೀಚರ್‌ನಲ್ಲಿ 4 ಚಾರ್ಟ್‌ಗಳು

ಹೆಚ್ಚುವರಿಯಾಗಿ, ಉಚಿತ ಬಳಕೆದಾರರಿಗೆ ಕೆಲವು ಅಗತ್ಯ ಫೀಚರ್‌ಗಳು ಸಹ ಲಭ್ಯವಿದೆ. ದಿನದ ವ್ಯಾಪಾರಿಗಳಿಗೆ ಅಂತಹ ಒಂದು ಉಪಯುಕ್ತ ಫೀಚರ್ ಎಂದರೆ 'ಒಂದು ವಿಂಡೋದಲ್ಲಿ ಹಲವು ಚಾರ್ಟ್‌ಗಳು.'

ವ್ಯಾಪಾರಿಗಳು ಒಂದು ವಿಂಡೋದಲ್ಲಿ 4 ಚಾರ್ಟ್‌ಗಳನ್ನು ಪಡೆಯಬಹುದು. ಒಬ್ಬ ವ್ಯಾಪಾರಿ ತನ್ನ ವ್ಯಾಪಾರದ ಸೆಟಪ್‌ಗಾಗಿ ಹಲವು ವಿವಿಧ ಚಾರ್ಟ್‌ಗಳನ್ನು ಮೇಲ್ವಿಚಾರಣೆ ಮಾಡಬೇಕಾದಾಗ ಇದು ಹೆಚ್ಚು ಪ್ರಯೋಜನಕಾರಿಯಾಗಿದೆ.

ವ್ಯಾಪಾರಿಯು ಪೇಯ್ಡ್ ಮಾರುಕಟ್ಟೆ ಪ್ರೊಫೈಲ್ ಸಾಫ್ಟ್‌ವೇರ್ ಅನ್ನು ಹುಡುಕುತ್ತಿದ್ದರೆ, ಅವರು ಅದನ್ನು ಬೆಲ್‌ಟಿಪಿಒನಿಂದ (BellTPO) ಖರೀದಿಸಬಹುದು. ಅವರು ಪ್ರಮುಖ ಮಾರುಕಟ್ಟೆ ಪ್ರೊಫೈಲ್ ಸಾಫ್ಟ್‌ವೇರ್ ಪೂರೈಕೆದಾರರು.

ಟೂಲ್ #2 ಆಪ್ಸ್ಟ್ರಾ ಡಿಫೈನ್ ಎಡ್ಜ್

ದಿನದ ವ್ಯಾಪಾರಿಗಳಿಗೆ ಕಟ್ಟುನಿಟ್ಟಾದ ಮಾರ್ಜಿನ್ ನಿಯಮಗಳನ್ನು (ಭಾರತದಲ್ಲಿ ಫ್ಯೂಚರ್ಸ್ ವಿಭಾಗದಲ್ಲಿ) ಅಳವಡಿಸಿದ ನಂತರ, ಅನೇಕ ಜನರು ತಮ್ಮ ವ್ಯಾಪಾರದಲ್ಲಿ ವಿಭಿನ್ನ ಆಪ್ಷನ್‌ಗಳ ವ್ಯಾಪಾರ ತಂತ್ರಗಳನ್ನು ನಿಯೋಜಿಸಲು ಪ್ರಾರಂಭಿಸಿದರು. ಆದಾಗ್ಯೂ, ಅನೇಕ ವ್ಯಾಪಾರಿಗಳು P&L ಮತ್ತು ಅವರ ಆಪ್ಷನ್ಸ್‌ಗಳ ವ್ಯಾಪಾರ ತಂತ್ರಗಳ ಸಂಭವನೀಯತೆಗಳನ್ನು ಅರ್ಥಮಾಡಿಕೊಳ್ಳುವಲ್ಲಿ ತೊಂದರೆಗಳನ್ನು ಎದುರಿಸುತ್ತಾರೆ. Opstra Define Edge ನಲ್ಲಿ, ವ್ಯಾಪಾರಿಗಳು ತಮ್ಮ ವ್ಯಾಪಾರ ತಂತ್ರಕ್ಕೆ ಸಂಬಂಧಿಸಿದ ಎಲ್ಲಾ ನಿಯತಾಂಕಗಳನ್ನು (ಮಾರ್ಜಿನ್ ವಿವರಗಳೊಂದಿಗೆ) ನೋಡಬಹುದು.

ಚಿತ್ರ 10.3 - ಅಪೊಲೊ ಟೈರ್‌ಗಳಲ್ಲಿ ಐರನ್ ಕಾಂಡೋರ್ ತಂತ್ರ

ಉದಾಹರಣೆಗೆ, ವ್ಯಾಪಾರಿಯೊಬ್ಬರು ಮೇಲಿನ ಅಪೊಲೊ ಟೈರ್‌ಗಳ ದೈನಂದಿನ ಚಾರ್ಟ್ ಅನ್ನು ನೋಡುತ್ತಾರೆ ಮತ್ತು ಈ ತಿಂಗಳು ಚಾನಲ್‌ನಲ್ಲಿ ಪೂರ್ಣಗೊಳ್ಳುತ್ತದೆ ಎಂದು ಊಹಿಸುತ್ತಾರೆ.

ಆದ್ದರಿಂದ, ಐರನ್ ಕಾಂಡೋರ್ ತಂತ್ರವನ್ನು ನಿಯೋಜಿಸಲು ನಿರ್ಧರಿಸುತ್ತಾರೆ. ಆದಾಗ್ಯೂ, ಯೋಜನೆಯನ್ನು ಕಾರ್ಯಗತಗೊಳಿಸಲು ಅಗತ್ಯವಿರುವ ಮಾರ್ಜಿನ್, P&L ವಿವರಗಳ ಬಗ್ಗೆ ಅವರಿಗೆ ತಿಳಿದಿಲ್ಲ. ಆದ್ದರಿಂದ ವ್ಯಾಪಾರವನ್ನು ಆರಿಸಿಕೊಳ್ಳಬೇಕೆ ಎಂದು ನಿರ್ಧರಿಸಲು ಸಾಧ್ಯವಾಗುತ್ತಿಲ್ಲ.

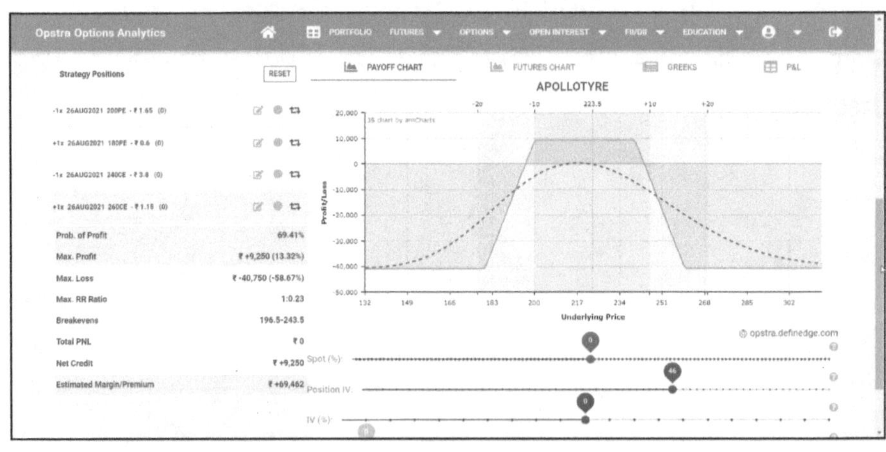

ಚಿತ್ರ 10.4 - ಐರನ್ ಕಾಂಡೋರ್ ಸ್ಟ್ರಾಟಜಿಯಲ್ಲಿ P&L ಚಾರ್ಟ್

Opstra Define Edge ನ ಮೇಲಿನ ಚಾರ್ಟ್ ನಮಗೆ **P&L** ಚಾರ್ಟ್, ಅಗತ್ಯವಿರುವ ಮಾರ್ಜಿನ್, ಯಶಸ್ಸಿನ ಸಂಭವನೀಯತೆ ಮತ್ತು ಈ ಕಾರ್ಯತಂತ್ರಕ್ಕೆ ಸಂಬಂಧಿಸಿದ ಹೆಚ್ಚಿನ ವಿವರಗಳನ್ನು ತೋರಿಸುತ್ತದೆ.

ಈ ಎಲ್ಲಾ ವಿವರಗಳನ್ನು ನೋಡಿದ ನಂತರ, ವ್ಯಾಪಾರಿಯು ಕಾರ್ಯತಂತ್ರವನ್ನು ಕಾರ್ಯಗತಗೊಳಿಸಲು ಅಥವಾ ಯೋಜನೆಯನ್ನು ಕಾರ್ಯಗತಗೊಳಿಸುವ ಮೊದಲು ಬದಲಾವಣೆಗಳನ್ನು ಮಾಡಲು ನಿರ್ಧರಿಸಬಹುದು.

Zerodha Sensibull ಸಹ ಇದೇ ರೀತಿಯ ಫೀಚರ್ ಅನ್ನು ಒದಗಿಸುತ್ತದೆ (ಅನೇಕ ಇತರ ಫೀಚರ್‌ಗಳೊಂದಿಗೆ). ಇದನ್ನು ಬಳಸಲು ವ್ಯಾಪಾರಿಗಳು ಸಣ್ಣ ಶುಲ್ಕವನ್ನು ಪಾವತಿ ಮಾಡಬೇಕು. ವ್ಯಾಪಾರಿಗಳಿಗೆ ಸೆನ್ಸಿಬುಲ್‌ನಲ್ಲಿ ಇರುವ ಪ್ರಯೋಜನವೆಂದರೆ ಈ **P&L** ಚಾರ್ಟ್‌ಗಳನ್ನು ನೋಡುವುದು ಮಾತ್ರವಲ್ಲದೆ ಈ ತಂತ್ರಗಳನ್ನು ಒಂದೇ ಕ್ಲಿಕ್‌ನಲ್ಲಿ ಕಾರ್ಯಗತಗೊಳಿಸಬಹುದು (ಬ್ರೋಕರ್ ಟರ್ಮಿನಲ್ ಅನ್ನು ಸಂಪರ್ಕಿಸಿದ ನಂತರ).

ಟೂಲ್ #3 ಟ್ರೇಡಿಂಗ್ ವ್ಯೂ

ದಿನದ ವ್ಯಾಪಾರಿಗಳು ತಮ್ಮ ವ್ಯಾಪಾರದ ಸೆಟಪ್‌ಗಳನ್ನು ಗುರುತಿಸಲು ಮತ್ತು ತಮ್ಮ ವಹಿವಾಟುಗಳನ್ನು ನಿರ್ವಹಿಸಲು ಸೂಚ್ಯಂಕಗಳು/ಸ್ಟಾಕ್‌ಗಳ ಲೈವ್ ಫ್ಯೂಚರ್ ಚಾರ್ಟ್‌ಗಳನ್ನು ಪಡೆಯಬೇಕಾಗುತ್ತದೆ.

ಟ್ರೇಡಿಂಗ್ ವ್ಯೂ ಪ್ರಮುಖ ಚಾರ್ಟಿಂಗ್ ಸೈಟ್ ಆಗಿದ್ದು ಅದು ಮಾರುಕಟ್ಟೆಯ ಎಲ್ಲ ವಿಭಾಗಗಳಲ್ಲಿ ಉಚಿತ ಚಾರ್ಟಿಂಗ್ ಸೇವೆಗಳನ್ನು ಒದಗಿಸುತ್ತದೆ. ಇದು ಉಚಿತ ಬಳಕೆದಾರರಿಗೆ ಸಹ ಭಾರತೀಯ ಮಾರುಕಟ್ಟೆಗಳಿಗೆ ಸಂಬಂಧಿಸಿದ ಸೊಗಸಾದ, ಮಾಹಿತಿಪೂರ್ಣ ಚಾರ್ಟ್‌ಗಳನ್ನು ನೀಡುತ್ತದೆ.

ಚಿತ್ರ 10.5 - ಟ್ರೇಡಿಂಗ್‌ವ್ಯೂನಲ್ಲಿ ಉಚಿತ ಫ್ಯೂಚರ್ಸ್‌ನ ಚಾರ್ಟ್‌ಗಳು

ಟ್ರೇಡಿಂಗ್‌ವ್ಯೂ ಅನೇಕ ಇತರ ಮೌಲ್ಯಯುತ ಫೀಚರ್‌ಗಳನ್ನು ಸಹ ಒದಗಿಸುತ್ತದೆ. ಅವುಗಳೆಂದರೆ, ಮೂಲಭೂತ ಮತ್ತು ತಾಂತ್ರಿಕ ಮಾನದಂಡಗಳ ಆಧಾರದ ಮೇಲೆ ಸ್ಟಾಕ್‌ಗಳನ್ನು ಶಾರ್ಟ್‌ಲಿಸ್ಟ್ ಮಾಡಲು ಸ್ಕ್ರೀನಿಂಗ್ ಸೌಲಭ್ಯ, ಬ್ಯಾಕ್‌ಟೆಸ್ಟಿಂಗ್ (ಮ್ಯಾನ್ಯುಯಲ್ ಮತ್ತು ಬಾರ್ ರಿಪ್ಲೇ), ಪೈನ್ ಎಡಿಟರ್ ಬಳಸಿ ಸ್ಟ್ರಾಟಜಿ ಪರೀಕ್ಷೆ ಮಾಡುವುದು, ಅಲರ್ಟ್ಸ್ ಇತ್ಯಾದಿ.

ಟೂಲ್ #4 NSE ಆಪ್ಷನ್ ಚೇನ್

ಆಪ್ಷನ್ಸ್‌ನ ವ್ಯಾಪಾರವು ಇತ್ತೀಚೆಗೆ ಜನಪ್ರಿಯವಾಗುತ್ತಿದೆ. ಮಾರ್ಜಿನ್ ಮೇಲೆ SEBI ಕಟ್ಟುನಿಟ್ಟಾದ ನಿಯಮಗಳನ್ನು ವಿಧಿಸಿದ ನಂತರ ದಿನದ ವ್ಯಾಪಾರಿಗಳು ವಿಭಿನ್ನ ತಂತ್ರಗಳನ್ನು ಕಲಿಯುವ ಪ್ರಯತ್ನವನ್ನು ತೋರಿಸುತ್ತಿದ್ದಾರೆ.

ಆಪ್ಷನ್ಸ್‌ನ ಈ ತಂತ್ರಗಳನ್ನು ಅಧ್ಯಯನ ಮಾಡುವಾಗ, ಓಪನ್ ಇಂಟ್ರೆಸ್ಟ್ (OI), ವಿವಿಧ ಸ್ಟ್ರೈಕ್ ಪ್ರೈಸ್‌ಗಳಿಗೆ ಲಿಕ್ವಿಡಿಟಿ, ಸೂಚ್ಯ ಚಂಚಲತೆ (IV) ಯಂತಹ ಅನೇಕ ನಿಯತಾಂಕಗಳು ನಿರ್ಣಾಯಕ ಪಾತ್ರವನ್ನು ವಹಿಸುತ್ತವೆ.

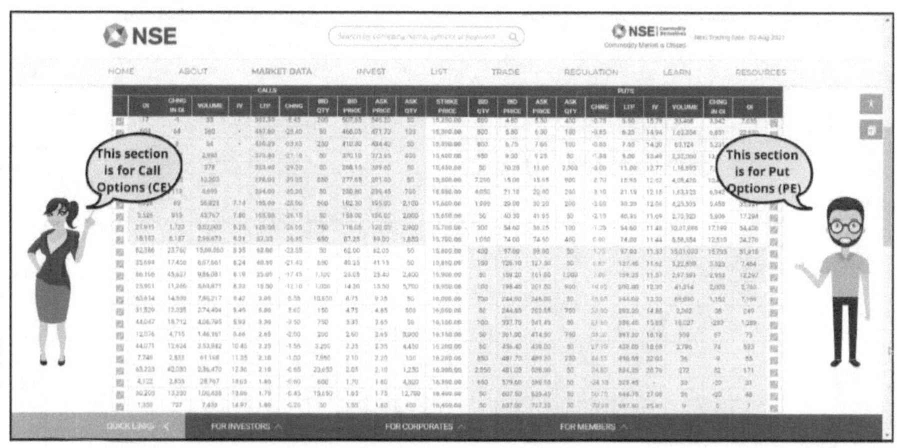

ಚಿತ್ರ 10.6 – NSE ಇಂಡಿಯಾ ಆಪ್ಷನ್ ಚೇನ್

ಭಾರತದಲ್ಲಿ ಪಟ್ಟಿ ಮಾಡಲಾದ ಎಲ್ಲಾ ಸೂಚ್ಯಂಕಗಳು ಮತ್ತು ಸ್ಟಾಕ್‌ಗಳಿಗೆ NSE ಇಂಡಿಯಾ ಈ ಎಲ್ಲಾ ಆಪ್ಷನ್‌ಗಳ ಚೇನ್ ವಿವರಗಳನ್ನು ಒದಗಿಸುತ್ತದೆ.

ಎಡಭಾಗದಲ್ಲಿರುವ ಪಟ್ಟಿ ಕಾಲ್ ಆಪ್ಷನ್‌ಗಳ (CE) ಎಲ್ಲ ವಿವರಗಳನ್ನು ಪಟ್ಟಿ ಮಾಡುತ್ತದೆ ಮತ್ತು ಬಲಭಾಗದಲ್ಲಿರುವ ಪಟ್ಟಿ ಪುಟ್ ಆಪ್ಷನ್‌ಗಳ (PE) ನಿಖರವಾದ ಮಾಹಿತಿಯನ್ನು ಪಟ್ಟಿ ಮಾಡುತ್ತದೆ. ಹೈಲೈಟ್ ಮಾಡಲಾದ ಒಪ್ಪಂದಗಳು ಇನ್-ದಿ-ಮನಿ (ITM) ಆಯ್ಕೆಗಳಾಗಿವೆ.

ಟೂಲ್ #5 ನಿಂಜಾ ಟ್ರೇಡರ್

ನಿಂಜಾ ಟ್ರೇಡರ್ ಇಂಟ್ರಾಡೇ ವ್ಯಾಪಾರಿಗಳಿಗೆ ಪ್ರಬಲ ವ್ಯಾಪಾರ ವೇದಿಕೆಯಾಗಿದೆ. ಇದು ಅನೇಕ ಚಾರ್ಟಿಂಗ್, ವಿಶ್ಲೇಷಣೆ ಮತ್ತು ಬ್ಯಾಕ್‌ಟೆಸ್ಟಿಂಗ್ ಪರಿಕರಗಳನ್ನು ಹೊಂದಿದೆ ಮತ್ತು ದಿನದ ವ್ಯಾಪಾರಿಗಳಿಗೆ ಅಪಾರ ಸಹಾಯವನ್ನು ಮಾಡುತ್ತದೆ.

ಇದು ಸಮರ್ಥ ಬ್ಯಾಕ್‌ಟೆಸ್ಟಿಂಗ್ ಎಂಜಿನ್ ಅನ್ನು ಒದಗಿಸುತ್ತದೆ, ದಿನದ ವ್ಯಾಪಾರಿಗಳಿಗೆ ತಮ್ಮ ವ್ಯಾಪಾರ ತಂತ್ರಗಳ ಫಲಿತಾಂಶವನ್ನು ಮೌಲ್ಯಮಾಪನ ಮಾಡಲು ಅನುವು ಮಾಡಿಕೊಡುತ್ತದೆ. ನಿಂಜಾ ಪ್ಲಾಟ್‌ಫಾರ್ಮ್ ಬಗ್ಗೆ ವ್ಯಾಪಾರಿಗಳಿಗೆ ಪರಿಚಯವಿಲ್ಲದಿದ್ದರೆ ಅದನ್ನು ಕಲಿಯಲು ವ್ಯಾಪಕ ಶ್ರೇಣಿಯ ಶೈಕ್ಷಣಿಕ ಸಾಮಗ್ರಿಗಳು ಸಹ ಇಲ್ಲಿ ಲಭ್ಯವಿವೆ.

ಚಿತ್ರ 10.7 - ನಿಂಜಾ ಟ್ರೇಡರ್ ಟೂಲ್

ನಿಂಜಾ ಟ್ರೇಡರ್ ಡೌನ್‌ಲೋಡ್ ಮಾಡಲು ಲಭ್ಯವಿರುವ ಉಚಿತ ಸಾಫ್ಟ್‌ವೇರ್. ಯಾರೇ ಆದರೂ ಅದನ್ನು ಸಿಸ್ಟಂನಲ್ಲಿ ಡೌನ್‌ಲೋಡ್ ಮಾಡಬಹುದು ಮತ್ತು ಇನ್ಸ್ಟಾಲ್ ಮಾಡಬಹುದು. ಈ ಚಾರ್ಟಿಂಗ್ ಪ್ಲಾಟ್‌ಫಾರ್ಮ್ ಅನ್ನು ಬಳಸಲು ವ್ಯಾಪಾರಿಗೆ ಸ್ಥಿರ ಅಥವಾ ಸ್ಥಳೀಯ ಡೇಟಾ ಬೇಕಾಗುತ್ತದೆ (ತಂತ್ರ ಅಭಿವೃದ್ಧಿ ಅಥವಾ ಬ್ಯಾಕ್‌ಟೆಸ್ಟಿಂಗ್‌ಗೆ ಸಹಾಯಕವಾಗಲು). ಬಳಕೆದಾರರು ಲೈವ್ ಚಾರ್ಟ್ ಪಡೆಯಲು ಅವರು ಡೇಟಾ ಫೀಡ್‌ಗಳಿಗೆ ಚಂದಾದಾರರಾಗಬಹುದು.

ನೀವು ಲೈವ್ ಮಾರುಕಟ್ಟೆಯಲ್ಲಿ ವಹಿವಾಟುಗಳನ್ನು ತೆಗೆದುಕೊಳ್ಳಲು ಲೈವ್ ಡೇಟಾ ಫೀಡ್ ಅನ್ನು ಬಳಸುವವರಾದರೆ ಯಾವಾಗಲೂ NSE-ಅನುಮೋದಿತ ಡೇಟಾ ಮಾರಾಟಗಾರರನ್ನು (ಭಾರತೀಯ ಮಾರುಕಟ್ಟೆಗಳಿಗೆ) ಬಳಸಿ. ಏಕೆಂದರೆ ಡೇಟಾದ ನಿಖರತೆಯು ಇಂಟ್ರಾಡೇ ಟ್ರೇಡಿಂಗ್‌ನಲ್ಲಿ ಅತ್ಯಂತ ನಿರ್ಣಾಯಕ ಅಂಶವಾಗಿದೆ.

ಟೂಲ್ #6 ಅಮಿಬ್ರೋಕರ್

ಅಮಿಬ್ರೋಕರ್ ಎನ್ನುವುದು ವ್ಯಾಪಾರ ಸಮುದಾಯದಲ್ಲಿ ಬಹಳ ಪ್ರಸಿದ್ಧವಾದ ಸಾಫ್ಟ್‌ವೇರ್ ಆಗಿದ್ದು, ಇದನ್ನು ಬ್ಯಾಕ್‌ಟೆಸ್ಟಿಂಗ್, ಟ್ರೇಡಿಂಗ್ ತಂತ್ರಗಳ ಫೈನ್-ಟ್ಯೂನಿಂಗ್ ಮತ್ತು ಆಲ್ಗೋ ಎಕ್ಸಿಕ್ಯೂಶನ್‌ಗಾಗಿ ವ್ಯಾಪಕವಾಗಿ ಬಳಸಲಾಗುತ್ತದೆ.

ಈ ಸಾಫ್ಟ್‌ವೇರ್‌ನಲ್ಲಿ ಬಳಕೆದಾರ ಸ್ನೇಹಿ ಚಾರ್ಟ್‌ಗಳು, ಡ್ರ್ಯಾಗ್ ಮತ್ತು ಡ್ರಾಪ್ ಸೂಚಕಗಳು ಲಭ್ಯವಿವೆ. ಇದು ವೈಯಕ್ತಿಕ ಸೂಚಕಗಳು/ತಂತ್ರಗಳನ್ನು ಕೋಡ್ ಮಾಡಲು ಸಹ ಅನುಮತಿಸುತ್ತದೆ. ಇತರ ಸಾಫ್ಟ್‌ವೇರ್‌ನಲ್ಲಿ ಇಲ್ಲದ ಅಂಶಗಳಾದ ಆಪ್ಟಿಮೈಸೇಶನ್ ಫೀಚರ್‌ಗಳು ಇದರಲ್ಲಿವೆ. ಬ್ಯಾಕ್‌ಟೆಸ್ಟಿಂಗ್ ಮಾಡಲು ಇದು ಸಹಕಾರಿಯಾಗುತ್ತದೆ.

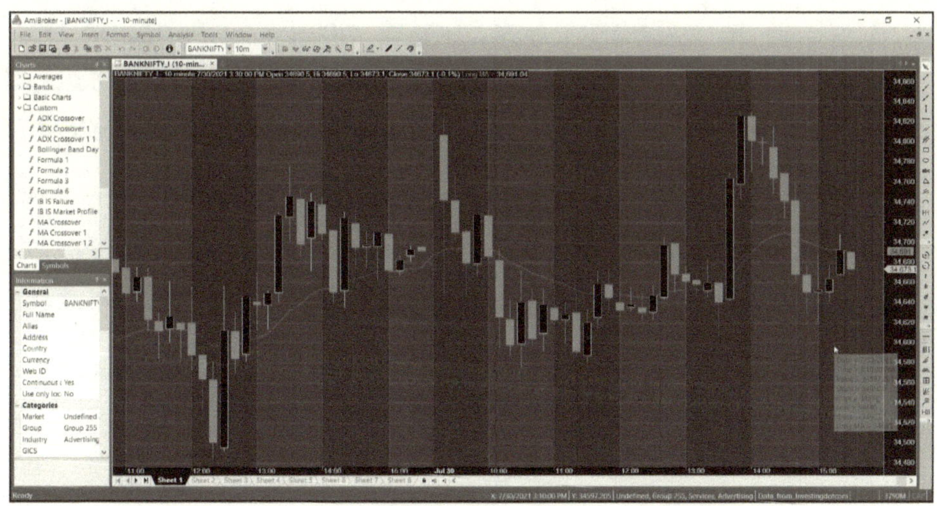

ಚಿತ್ರ 10.8 - ಅಮಿಬ್ರೋಕರ್ ಉಪಕರಣ

Amibroker ವ್ಯಾಪಾರಿಗಳಿಗೆ ಸಂಪೂರ್ಣವಾಗಿ ಉಚಿತವಲ್ಲ. ಯಾರಾದರೂ ಸ್ಥಳೀಯ ಡೇಟಾದೊಂದಿಗೆ ವ್ಯಾಪಾರ ತಂತ್ರಗಳನ್ನು ಬ್ಯಾಕ್‌ಟೆಸ್ಟ್ ಮಾಡಬಹುದು, ಆದರೆ ನಾವು Amibroker ನ ಕೆಲವು ವಿಶಿಷ್ಟ ಫೀಚರ್‌ಗಳನ್ನು ಬಳಸಲು ಬಯಸಿದರೆ ನಾವು ಪರವಾನಗಿಯನ್ನು ಖರೀದಿಸಬೇಕು. ಜೊತೆಗೆ, Amibroker ಮೂಲಕ ಲೈವ್ ಟ್ರೇಡಿಂಗ್ ಮಾಡಲು ನಾವು ವಿನಿಮಯ ಮಾನ್ಯತೆ ಪಡೆದ ಮಾರಾಟಗಾರರಿಂದ ಲೈವ್ ಇಂಟ್ರಾಡೇ ಡೇಟಾ ಫೀಡ್‌ಗಳನ್ನು ಆರಿಸಬೇಕಾಗುತ್ತದೆ.

ಕೊನೆಯ ಮಾತು

ಈ ಪುಸ್ತಕದ ಮೂಲಕ ಇಂಟ್ರಾಡೇ ಟ್ರೇಡಿಂಗ್‌ಗೆ ಸಂಬಂಧಿಸಿದ ಕೆಲವು ಉಪಯುಕ್ತ ಜ್ಞಾನವನ್ನು ನೀವು ಪಡೆದಿದ್ದೀರಿ ಎಂದು ನಾನು ಭಾವಿಸುತ್ತೇನೆ.

ನಿಮ್ಮ ವ್ಯಾಪಾರ ವೃತ್ತಿಜೀವನದಲ್ಲಿ ಇದು ನಿರ್ಣಾಯಕ ಪಾತ್ರವನ್ನು ವಹಿಸುತ್ತದೆ ಎಂದು ನಾನು ಭಾವಿಸುತ್ತೇನೆ. ಈ ಪುಸ್ತಕದ ಮೂಲಕ ಇತರರ ಜೀವನದ ಮೇಲೆ ಸಕಾರಾತ್ಮಕ ಪರಿಣಾಮವನ್ನು ಬೀರುವುದು ನನ್ನ ಮುಖ್ಯ ಉದ್ದೇಶವಾಗಿತ್ತು.

ಈಗ ನೀವು ನನ್ನ ಪುಸ್ತಕವನ್ನು ಓದಿದ್ದೀರಿ, ನಿಮಗೆ ಸ್ವಲ್ಪ ಸಮಯವಿದ್ದರೆ ದಯವಿಟ್ಟು ಎರಡು ಕೆಲಸಗಳಲ್ಲಿ ಒಂದನ್ನು (ಅಥವಾ ಎರಡೂ) ಮಾಡಿ.

1. ನೀವು ಈ ಪುಸ್ತಕವನ್ನು ಆನಂದಿಸಿದ್ದರೆ, ದಯವಿಟ್ಟು Amazon ನಲ್ಲಿ ವಿಮರ್ಶೆಯನ್ನು ನೀಡಿ. ಸ್ವತಂತ್ರ ಲೇಖಕನಾಗಿ, ಇದೊಂದೇ ನಾನು ಕೊಡುವ ಜಾಹೀರಾತು. ಅಮೆಜಾನ್ ಲಿಂಕ್ - https://amzn.to/3nozYXM

2. ಯಾವುದೇ ಪುಸ್ತಕ ಪರಿಪೂರ್ಣವಲ್ಲ. ಯಾವುದೇ ದೋಷಗಳು, ಲೋಪಗಳು ಅಥವಾ ನೀವು ಸೇರಿಸಲು ಬಯಸುವ ಅಂಶಗಳು ಯಾವುದಾದರೂ ಇದ್ದರೆ, ದಯವಿಟ್ಟು Indrazith.s@gmail.com ನಲ್ಲಿ ನನಗೆ ಇಮೇಲ್ ಮಾಡಿ. ನಾನು ತ್ವರಿತ ಪ್ರತಿಕ್ರಿಯೆಯನ್ನು ನೀಡುವ ಭರವಸೆ ನೀಡುತ್ತೇನೆ. ನಿಮ್ಮ ಯಶಸ್ಸಿನ ಕಥೆಗಳು, ಕಾಮೆಂಟ್‌ಗಳು ಮತ್ತು ಸಲಹೆಗಳನ್ನು ಕೇಳಲು ನಾನು ಇಷ್ಟಪಡುತ್ತೇನೆ!

ಸಹಿ

ಇಂದ್ರಜಿತ್ ಶಾಂತರಾಜ್

ನೀವು ಹೆಚ್ಚಿನ ಲೇಖನಗಳನ್ನು ಓದಲು ಬಯಸಿದರೆ, https://www.profiletraders.in/blog ಗೆ ಭೇಟಿ ನೀಡಿ.

ಇಂಟ್ರಾಡೇ ಟ್ರೇಡಿಂಗ್ ಕೋರ್ಸ್

ಇಂಟ್ರಾಡೇ ಟ್ರೇಡಿಂಗ್ ಎಂಬುದು ಟ್ರೇಡಿಂಗ್ ಸಮುದಾಯದಲ್ಲಿ ಹೆಚ್ಚು ಚರ್ಚಾಸ್ಪದ ಮತ್ತು ತಪ್ಪಾಗಿ ಗ್ರಹಿಸಲ್ಪಟ್ಟ ವಿಷಯವಾಗಿದೆ.

ಇಂಟ್ರಾಡೇ ಟ್ರೇಡಿಂಗ್ ಕೆಲಸ ಮಾಡುವುದಿಲ್ಲ ಎಂದು ಅನೇಕ ಜನರು ಹೇಳುತ್ತಾರೆ.

ಫಾರ್ಮುಲಾ-1 ಕಾರನ್ನು ಓಡಿಸಲು ನಿಮಗೆ ಅವಕಾಶ ಸಿಕ್ಕಿದೆ ಎಂದು ಹೇಳೋಣ.

ನೀವು ಏನು ಹೇಳುತ್ತೀರಿ?

'ಫಾರ್ಮುಲಾ-1 ಕಾರು ಕೆಲಸ ಮಾಡುವುದಿಲ್ಲ!' ಎಂದೇ ಅಥವಾ 'ನನಗೆ ಫಾರ್ಮುಲಾ-1 ಕಾರನ್ನು ಹೇಗೆ ಓಡಿಸಬೇಕೆಂದು ಗೊತ್ತಿಲ್ಲ' ಎಂದೇ? ನೀವು ಸಂವೇದನಾಶೀಲರಾಗಿದ್ದರೆ, ನೀವು ಎರಡನೇ ಹೇಳಿಕೆಯನ್ನು ಆರಿಸಿಕೊಳ್ಳುತ್ತೀರಲ್ಲವೇ?

ಅದೇ ವಿವರಣೆಯು ಇಂಟ್ರಾಡೇ ಟ್ರೇಡಿಂಗ್‌ಗೆ ಸಹ ಅನ್ವಯವಾಗುತ್ತದೆ.

ಇಂಟ್ರಾಡೇ ಟ್ರೇಡಿಂಗ್ ಲಾಭದಾಯಕವೇ ಅಥವಾ ಇಲ್ಲವೇ ಎಂದು ಚರ್ಚಿಸುವುದರಲ್ಲಿ ಯಾವುದೇ ಅರ್ಥವಿಲ್ಲ.

ಇದು ಕೇವಲ ಒಂದು ರೀತಿಯ ವ್ಯಾಪಾರವಾಗಿದ್ದು, ಅದೇ ದಿನದಲ್ಲಿ ನೀವು ವ್ಯಾಪಾರವನ್ನು ಕ್ಲೋಸ್ ಮಾಡಬೇಕಾಗುತ್ತದೆ.

ನಿಮ್ಮ ನಡೆ ಸರಿಯಾಗಿದ್ದರೆ ಹಣವನ್ನು ಗಳಿಸುತ್ತೀರಿ ಮತ್ತು ನಿಮ್ಮ ನಡೆ ತಪ್ಪಾಗಿದ್ದರೆ ಹಣವನ್ನು ಕಳೆದುಕೊಳ್ಳುತ್ತೀರಿ.

ನೀವು ಇಂಟ್ರಾಡೇ ಟ್ರೇಡಿಂಗ್ ಅನ್ನು ವಿವರವಾಗಿ ಕಲಿಯಲು ಬಯಸಿದರೆ, https://www.stockmarketcourses.in/ ನಲ್ಲಿರುವ ಆನ್‌ಲೈನ್ ಕೋರ್ಸ್ "ಇಂಟ್ರಾಡೇ ಟ್ರೇಡಿಂಗ್ ಆನ್‌ಲೈನ್ ಕೋರ್ಸ್" ಅನ್ನು ಪ್ರಯತ್ನಿಸಿ.

ಟ್ರೇಡ್ ಲೈಕ್ ಕ್ರೇಝಿ

ಯಾವುದೇ ವ್ಯಾಪಾರ ವ್ಯವಸ್ಥೆಯು ಕೆಲವು ಮಾರುಕಟ್ಟೆ ಪರಿಸ್ಥಿತಿಗಳಲ್ಲಿ ಭರವಸೆಯ ಫಲಿತಾಂಶಗಳನ್ನು ತೋರಿಸುತ್ತದೆ. ಆದರೆ ಲಾಭದಾಯಕ ಇಂಟ್ರಾಡೇ ವ್ಯಾಪಾರಿಯಾಗಲು, ಎಲ್ಲಾ ಮಾರುಕಟ್ಟೆ ಪರಿಸ್ಥಿತಿಗಳಲ್ಲಿ ಕಾರ್ಯನಿರ್ವಹಿಸುವ ಸರಿಯಾದ ವ್ಯಾಪಾರ ವ್ಯವಸ್ಥೆಯನ್ನು ಆರಿಸಿಕೊಳ್ಳಬೇಕು.

ಟ್ರೇಡ್ ಲೈಕ್ ಕ್ರೇಜಿ ಎಂಬುದು 10 ಲಾಭದಾಯಕ ಇಂಟ್ರಾಡೇ ಟ್ರೇಡಿಂಗ್ ಸಿಸ್ಟಂಗಳನ್ನು ಕೋಡ್ ಮತ್ತು ಬ್ಯಾಕ್‌ಟೆಸ್ಟಿಂಗ್ ಫಲಿತಾಂಶಗಳೊಂದಿಗೆ ಒದಗಿಸುವ ಕೋರ್ಸ್ ಆಗಿದೆ. ಇದು 10 ವರ್ಷಗಳ ಬ್ಯಾಂಕ್‌ನಿಫ್ಟಿ ಐತಿಹಾಸಿಕ ಡೇಟಾದ ಬ್ಯಾಕ್‌ಟೆಸ್ಟ್ ಮಾಡಲಾಗಿದೆ.

ಕೋರ್ಸ್ ಹೈಲೈಟ್

- 10 ಮನಿ ಮೇಕಿಂಗ್ ಇಂಟ್ರಾಡೇ ಟ್ರೇಡಿಂಗ್ ಸಿಸ್ಟಮ್ಸ್
- ಸಿಸ್ಟಂಗಳ ತರ್ಕದ ಸಂಕ್ಷಿಪ್ತ ಪರಿಚಯ
- ಎಲ್ಲಾ ಸಿಸ್ಟಂಗಳ ಅಮಿಬ್ರೋಕರ್ AFL
- ಬ್ಯಾಂಕ್ನಿಫ್ಟಿ ಐತಿಹಾಸಿಕ ಡೇಟಾದ 10 ವರ್ಷಗಳ ಬ್ಯಾಕ್‌ಟೆಸ್ಟ್ ಫಲಿತಾಂಶಗಳು

- ಆದಾಯವನ್ನು ಗರಿಷ್ಠಗೊಳಿಸಲು ಮತ್ತು ಮಾರ್ಜಿನ್ ಅವಶ್ಯಕತೆಗಳನ್ನು ಸೋಲಿಸಲು ಆಪ್ಷನ್ ಸ್ಟ್ರಾಟಜಿ

ಕೋರ್ಸ್ ಅನ್ನು ಪಡೆಯಲು https://www.stockmarketcourses.in/ ಗೆ ಭೇಟಿ ನೀಡಿ.

ಕೋರ್ಸ್‌ಗೆ **50%** ರಿಯಾಯಿತಿ ಪಡೆಯಲು (ಸೀಮಿತ ಅವಧಿಗೆ ಮಾತ್ರ) 'BOOKREADER2022' ಪ್ರೋಮೋ ಕೋಡ್ ಬಳಸಿ.

www.ingramcontent.com/pod-product-compliance
Lightning Source LLC
LaVergne TN
LVHW041208150826
845673LV00001B/332

* 9 7 9 8 8 9 1 3 3 8 7 2 2 *